சங்க அகப்பாடல்களும் வித்யாபதியின் காதற்கவிதைகளும்

முனைவர் மு. அருணாசலம்
தமிழ் இணைப்பேராசிரியர்,
தந்தை பெரியார் அரசு மற்றும் கலை
அறிவியல் கல்லூரி (தன்னாட்சி),
திருச்சிராப்பள்ளி - 23

நியூ செஞ்சுரி புக் ஹவுஸ் (பி) லிட்.,
41-பி, சிட்கோ இண்டஸ்டிரியல் எஸ்டேட்,
அம்பத்தூர், சென்னை - 600 050.
☎: 044 - 26251968, 26258410, 48601884

Language: Tamil
Sanga Agappadalgalum Vithyapathiyin Kaatharkavithaigalum
Author: **Professor Dr.M. Arunachalam**
First Edition: May, 2022
Copyright:
No. of Pages: 156
Publisher:
New Century Book House Pvt. Ltd.,
41-B, SIDCO Industrial Estate,
Ambattur, Chennai - 600 050.
Tamilnadu State, India.
Email: info@ncbh.in
Online: www.ncbhpublisher.in

ISBN. 978 - 81 - 2344 - 306 - 5
Code No. A4659
₹ **200/-**

Branches

Ambattur (H.O.) 044 - 26359906 **Spenzer Plaza (Chennai)** 044-28490027
Trichy 0431-2700885 **Pudukkottai** 04322- 227773 **Thanjavur** 04362-231371
Tirunelveli 0462-4210990, 2323990 **Madurai** 0452 2344106, 4374106
Dindigul 0451-2432172 **Coimbatore** 0422-2380554 **Erode** 0424-2256667
Salem 0427-2450817 **Hosur** 04344-245726 **Krishnagiri** 04343-234387
Ooty 0423 - 2441743 **Vellore** 0416-2234495 **Villupuram** 04146-227800
Pondicherry 0413-2280101 **Nagercoil** 04652 - 234990

சங்க அகப்பாடல்களும் வித்யாபதியின் காதற்கவிதைகளும்
ஆசிரியர்: முனைவர் மு.அருணாசலம்
முதல் பதிப்பு: மே, 2022

அச்சிட்டோர்: **பாவை பிரிண்டர்ஸ் (பி) லிட்.,**
16 (142), ஜானி ஜான் கான் சாலை, இராயப்பேட்டை, சென்னை - 14
☎: 044-28482441

All rights reserved. No part of this book may be reprinted or reproduced or utilised in any form or by any electronic, mechanical, or other means, now known or hereafter invented, including photocopying and recording, or in any information storage or retrieval system, without permission in writing from the publishers.

அணிந்துரை

கலைகளும் - Arts - அறிவியல்களும் - Science - தற்சார்பு உள்ளது Independent - மற்சார்பு உள்ளது Dependent - என இருவகைப்படும். தற்சார்புள்ள வகைகளுள் ஒன்றான வரலாறு ஏனையவற்றிற்கெல்லாம் தலைமை ஊற்று. வெறும் அரசர் பரம்பரையினையும், அவர்களின் அரண்மனை வாழ்க்கையையும், அவர்கள் ஆற்றிய அரிய பெரிய செயல்களையும் குறிப்பிடுவது மட்டும் வரலாறாகாது. மக்கள் வாழ்வோடு பின்னிப் பிணைந்த ஒன்றே வரலாறு. அவ்வரலாறும் மெய்வரலாறு - True History - பொய் வரலாறு - False History என இருதிறத்தது என்பார். உலகில் தோன்றி மறைந்த, எழுந்து வீழ்ந்த நாகரிகங்களைப் பற்றி வரலாற்று வல்லுனர்கள் ஆழ - அகல - ஆய்வு செய்துள்ளனர். அத்தகையோரில் ஒருவரே அர்னால்டு டாயின்பி - Arnold Joseph Toynbee - *1889 - 1975* இங்கிலாந்து நாட்டைச் சார்ந்த இவர் தம் காலத்திலேயே, "வரலாற்றுத் தேவதை" Clio The muse எனப் - போற்றிப் புகழப்பட்டவர். உலக நாடுகளின் எழுச்சி, வளர்ச்சி, வீழ்ச்சி பற்றி அரியதோர் ஆய்வு நிகழ்த்தி அதனை, "A Study of the History" எனும் பெயரில் பன்னிரண்டு தொகுதிகளாக வெளியிட்டார். இருபத்தெட்டு நாகரிகங்களே பெரும் பெருமை மிக்க நாகரிகங்கள் என்றும் இருபத்தாறு நாகரிகங்கள் இறந்து மறைந்து ஒழிந்து போயின என்றும் எஞ்சியுள்ள இரண்டு நாகரிகங்கள் ஒன்று சீன நாகரிகம் மற்றொன்று இந்திய நாகரிகமென்றும் உறுதிபடக் கூறுகிறார்.

மனித சமுதாயம் எல்லாத் துறைகளிலும் சாதனைகள் நிகழ்த்திப் புதிய பண்பாட்டிற்கும் மானுட மேம்பாட்டிற்கும் வழிவகுத்திருந்தால் அதுவே நாகரிகம். டாயின்பியால் குறிப்பிடப்பட்ட இந்திய நாகரிகமென்பது இருவேறு நாகரிகங்களின் கலப்பு. இருவேறு நாகரிகம் என்பது ஆரிய நாகரிகம், திராவிட நாகரிகம். ஆரிய நாகரிகத்தை விடத் திராவிட நாகரிகம் மிகவும் தொன்மையானது. ஆரியர்கள் இந்நாட்டின் மூலக் குடியினர் அல்லர். அவர்கள், பல்லாயிரக்கணக்கான ஆண்டுகளுக்கு முன்பாக, வடதுருவப் பிரதேசங்களிலிருந்து பரவினர் என்று திலகர் "வேதங்களும் வடதுருவப் பிரதேசப் பிறப்பகமும்" எனும் நூலில் குறிப்பிடுகிறார். இதனை வழிமொழியும் எஸ்.ஏ.டாங்கே - Danke - S.A. *1955* 'பண்டைக்கால இந்தியா' எனும் நூலில் 'இந்திய சரித்திரத்தில் ஆரியருக்கு முற்பட்ட சகாப்தம் உண்டு. அது சரித்திர

காலத்திற்கு உட்பட்டது என்று கூறுவது கஷ்டம். ஆரியருக்கு முன்னால் திராவிடர்கள் என்பவர்கள் இந்த நாட்டில் வசித்ததாகவும் அவர்கள் ஆரியர்களைவிட வளர்ச்சியடைந்த பௌதிக உற்பத்தி சாதனங்களைப் பெற்றிருந்தாரென்றும், அவர்கள் ஆரியர்களை எதிர்த்து விடாப்பிடியாகப் போராடினார்கள் என்றும்'' ப.37 - குறிப்பிடுகிறார். ''வால்கா முதல் கங்கை வரை'' எனும் நூலில் ராகுல் சாங்கிருத்தியாயன் - Ragul Sankrityayan - *2018*' 'அங்கிரா' எனும் ஆறாவது அத்தியாயத்தில், தெற்குப் பிரதேசங்களில் அசுரர்கள் இப்போதும் ஆரியர்களுடன் போரிடுகிறார்கள் என்று கேள்விப்படுகிறேனே, உண்மையா' என ஓர் ஆரியனை மற்றொரு ஆரிய இளைஞன் கேட்பதுபோல் உரையாடலில் இப்பகுதி அமைந்துள்ளது. அதற்கு அவ் ஆரிய இளைஞன் அசுரர்களுக்குக் கடற்கரையில் ஒரு பட்டணம் மட்டுமே மிஞ்சியிருந்தது. சமீபத்தில் அதுவும் வீழ்ந்துவிட்டது. எப்படி என்று தெரியவில்லை. ''நம் இந்திரன் அசுரர்களின் ஒரு நூறு அசுரக்கோட்டைகளை தகர்த்துவிட்டான்'' என பதில் கூறுகிறான். இவர்கள் ஆண் குறியையும், பெண் குறியையும் லிங்க வடிவில் வழிபாடு செய்கிறார்கள். அவர்கள் நம்மை விட அறிவாளிகள். அவர்களின் நகரங்களைப் போல நிர்மாணிக்க நாம் அவர்களிடமிருந்து கற்றுக்கொள்ள வேண்டும். ''எல்லையற்ற இந்தக் கடலில் தங்கள் பெரிய படகுகளை எந்தப் பயமும் இல்லாமல் செலுத்துகிறார்கள். அவற்றில் மாதக் கணக்காக, வருடக் கணக்காகப் பயணிக்கிறார்கள். கடலில் இருந்து பலவிதமான வைரங்களைக் கொண்டுவருகிறார்கள். அசுரர்களின் வீரத்திற்கும் திறமைக்கும் இதுவும் ஓர் உதாரணம்''. இவ்வாறு உரையாடல் பக்கம் *98* முதல் *114* வரை நீள்கிறது.

'மனித சமுதாயம்' எனும் நூலில் ராகுல் சாங்கிருத்தியாயன் ''குமரிக் கண்டம்'' எனக் கூறப்படும் இலெமூரியாக் கண்டம் பற்றிப் பேசுகிறார். ''இந்த யுகத்தின் கடைசிப் பகுதியில் காட்டு மனிதர்களின் மிக வளர்ச்சியடைந்த ஓர் இனம் பூமியின் ஒரு பெருந்தீவில் இருந்து வந்தது. அத்தீவு அநேகமாக இந்துமாக்கடலில் மூழ்கியிருக்கலாம். இவர்களே மனித இனத்தின் முன்னோர்களாவார்''. மனித சமுதாயம் பக்கம் *2*.சார்லஸ் டார்வின் - Charles Darwin ''பரிணாம வளர்ச்சிக் கோட்பாடு'' *1509-1882* Theory of Evolution - படி, இந்தியப் பசுபிக் கடலுக்குள் காணாமல் போன கண்டங்களுள் ஒன்றுதான் இலெமூரியாக் கண்டமாகும். - Lemuria Continent. கடல் கொண்ட அக்கண்டத்தை *1889* இல் ஜெர்மனியின் ஸ்பெஷல் (Special) இரஷ்யாவின் ''வித்யாஸ் Vithyas'' - கப்பலும் கூட்டாக ஆய்வினை மேற்கொண்டு மடகாஸ்கர், ஆய்வின் முடிவாக, ஆப்பிரிக்காவில் உள்ள Madagascar - இந்தியா இவற்றிற்கிடையே

ஒருகாலத்தில் பெரிய கண்டம் இருந்திருக்க வேண்டும் என்ற அனுமானத்தை Hypothesis கோடிட்டுக் காட்டின. *1864* ஆம் ஆண்டு பிலிப்ஸ் ஸ்கேலட்டர் - Philip Sclater என்ற உயிரியல் புவியாளர், Bio Geographer மடகாஸ்கர் பாலூட்டிகள் Mammal of Madagascar பற்றி ஆய்வு செய்து இலெமூர்கள் - Lemurs என்ற ஒருவகைப் பாலூட்டி பற்றிக் குறிப்பிட்டு கடலில் மூழ்கிய கண்டத்திற்கு, "இலெமூரியா" - Lemuria continent என்று பெயரை சூட்டினார். சங்க கால இலக்கியங்களில் கூறப்படும் பஃறுளி ஆறும் - பன்மலை அடுக்கமும் குமரிக் கோடும் வெறும் சொற்களின் கூட்டம் அல்ல, பல நூறாயிரம் ஆண்டுகட்கு முன் செம்மாந்து வாழ்ந்த தமிழர் நாகரிகத்தின் உச்சத்தின் எச்சமே இது என்பது உலகிற்கு வெளிச்சம் போட்டுக் காட்டப்பட்டது. இந்த உண்மையை உலகிற்கு உணர்த்தியவர்கள் ஜியோபரிசெயின்ட் ஹில்லேர் - Etienne Geoffroy Saint Hilaire, ஏர்னஸ்ட் ஹெக்கல் - Ernst Haeckel, கெ.எச்.மூர் - J.H. Moore ஆகியோராவார்.

மூலப்பாலூட்டிகளிலிருந்து தோன்றியவர்களே ஆதி மனிதர்கள் - Homo Sapiens இவர்களே வரலாற்றுக் காலத்துக்கு முற்பட்ட 'கற்காலத்திற்கான அடித்தளத்தை அமைத்துத் தந்தவர்கள். இத்தகைய அடித்தளம் தமிழ்நாட்டில் அமைந்துள்ளதை புதைபொருள் மூலம் தம்மாய்வில் உறுதிப்படுத்தியவர் இராபர்ட் புரூஸ்புட் Robert Bruce Foote என்ற மாமனிதர். இந்தியாவின் பழைய கற்காலம் Paleolithic Age - தமிழ்நாட்டில்தான் தோன்றியது என்பதை புட்டின் கண்டுபிடிப்பு உறுதிப்படுத்தியது. ஏ.சி. ஹாடன் Haddon A.C - ஆரியர் வருகைக்கு முன் திராவிடர்கள் இந்தியா முழுவதிலும் பரவி இருந்தனர் என்றும் கங்கைச் சமவெளியில் வாழ்ந்த பழங்குடிகள் திராவிடர்களே என்றும் கூறுகிறார்.

டி.டி. = கோசாம்பி Kosambi D.D. 'பண்டைய இந்தியா' *1989* எனும் நூலின் கருத்துப்படி ஆரியர்களுடைய பூர்வீகம் யுரேசியாவின் வடக்குப் பிராந்தியங்கள் என்று கோசாம்பி - பண்டைய இந்தியா 1989 - எனும் நூலில் குறிப்பிடுகிறார். வடமேற்கு எல்லை வழியாக இந்தியாவிற்குள் நுழைந்தனர். பஞ்சாபில் பெரும்பான்மையான பகுதிகளில் நிச்சயமாகவே கல்வி அறிவற்ற ஆரியர் பழங்குடிகள் வாழ்ந்தனர். கால்நடைகளே அவர்களுடைய முக்கிய உணவாகவும் செல்வத்தின் அளவு கோலாகவும் விளங்கிற்று. ஆரியப் பழங்குடி அமைப்பு தந்தை வழி மரபை அடிப்படையாகக் கொண்டது. பழங்குடி ஆரியர் சமூகத்தில் ஆணே ஆதிக்கம் பெற்று சொத்தாளும் உரிமையைப் பெற்றிருந்தான். கி.மு. மூன்றாவது ஆயிரமாண்டுக் காலத்தின் பெருநகரப்

பண்பாடுகளுடன் ஒப்பிடும்போது ஆரியர்கள் நாகரிகமற்றவர்கள். ஒரு தொல்பொருள் ஆராய்ச்சி இயலின் அடிப்படையில் இதுதான் ஆரியப் பண்பாடு என்று சொல்லும்படியாக அத்தன்மையைக் காட்டும் மட்பாண்டங்களோ சிறப்பான கருவிகளோ இல்லை. வரலாற்றில் இம்மக்கள் தமது ஈடு இணையற்ற இடப்பெயர்வு ஆற்றலினால் - Motility முக்கியத்துவத்தைப் பெற்றனர். இந்தியாவில் நுழைவதற்கு முன்பாகவே ஆரியர்கள் வேறு நகரப் பண்பாடுகளை நாசப்படுத்தி உள்ளனர். ஹியுன் - ஸாங் (Yuan Chwang) என்ற சீன யாத்திரிகர் கி.பி. ஏழாம் நூற்றாண்டின் ஆரம்பத்தில், சிந்துவின் நடுப்பகுதிக்குக் கீழேயுள்ள பிரதேசங்களில் வசித்த பெரும்பான்மையான மக்கள் அன்றும் அநாகரிகமான பழங்குடிக் கூட்டுக் கலவித் திருமண வழக்கங்களைக் கொண்டு மேய்ச்சல் நிலவாழ்க்கை நிலையிலேயே இருப்பதைக் கண்டு வியப்படைந்தார்.

1925 - இல் தொல்பொருள் ஆராய்ச்சியாளர்கள் மிகப்பெரிய நகரச் சின்னங்கள் புதைந்ததோர் ஒப்பற்ற கண்டுபிடிப்பை அறிவித்தார்கள். பண்டைய இலக்கிய நூல்களில் தேடிப்பார்த்தோமானால் அதைப் பற்றிய குறிப்புகள் எவையும் காணோம். இதன் முக்கிய சின்னங்கள் இரு நகரங்களாகும். இவற்றின் சிறப்பு உயர்வு பெற்றிருந்த கி.மு. மூன்றாவது ஆயிரம் ஆண்டு காலத்தில். அநேகமாக இவை ஒவ்வொன்றின் பரப்பும் ஒவ்வொரு சதுர மைல் கொண்டதாக இருக்கலாம். இரண்டும் சிந்து நதியின் சமவெளியில் அமையப் பெற்றதுடன் இவ்விரண்டுமே முக்கிய நதிகளின் கரையிலே அமைந்திருந்தன. தென்புறத்தே பாலை நிலத்திடலாக இன்று சிந்து மாநிலத்தில் காட்சியளிப்பதே மொகஞ்சதாரோ ஆகும். இங்குச் சிந்து நதி பாய்கிறது. இதற்கு வடக்குப் புறமாக உள்ள ஹரப்பா மேற்குப் பஞ்சாபில் உள்ளது. சிந்துவின் முக்கிய கிளை நதியான 'ரவி' ஒரு காலத்தில் இந்நகர் வழியே ஓடிற்று.

இந்நகர வீடுகள் பல மாடிகளையும் பகட்டழகையும் கொண்டு சுட்ட செங்கற்களால் உறுதியாகக் கட்டப்பட்டிருந்ததுடன் நேர்த்தியான குளியலறைகள் கழிப்பிடங்கள் போன்ற வசதிகளும் கொண்டிருந்தன. அங்குள்ள மட்பாண்டங்கள் நல்ல தரமானவை. சிந்துவின் வீட்டுமனைத் திட்டம் தனிச் சிறப்பிற்குரியது. *200 x 400* கஜங்கள் அளவுடைய செவ்வகத் தொகுதிகளாக அமைக்கப்பெற்று அகலமாக முக்கியத் தெருக்களும் அழகிய சின்னஞ்சிறு சந்துகளும் கொண்டிருந்தன. மிகத் தொன்மையான காலத்தில் தீவிர கவனத்துடன் திட்டமிட்ட இத்தகைய நுணுக்கமும் நேர்த்தியும் வாய்த்த குடியிருப்பு அமைப்பை வேறெங்கிலுமே காண முடியாது. எகிப்திய மன்னர்களின் மலை போன்ற பிரமிடுகளுடனும் பெருங்கோயில்களிலும் ஒப்பிடும்போது எகிப்திய நகரங்களின் கட்டட

அமைப்புக் கலை நுணுக்கங்கள் அற்பமானவையே. அமேலியா, ஆக்கேட், பாபிலோனியா ஆகியவற்றில் செங்கற்களால் கட்டப்பட்ட நகரங்கள் கிட்டத்தட்ட சிந்து வகையுடன் பொருந்துகின்றன. சிந்துச் சமவெளி நாகரிக அமைப்பு உண்மையில் பிரமிப்பூட்டுகிறது. நேர் நேராகக் கோடுகளைக் கிழித்தாற்போல் வரிசை வரிசையான தெருக்களுடன் மழை நீரை வெளியேற்றும் ஒப்பற்ற வடிகால் அமைப்பும் கழிவு நீரை வெளியேற்றும் சாக்கடைத் தொட்டிகளும் அந்நகர அமைப்பின் கீழ் இடம்பெற்றிருந்தன. இந்த நவீன காலம் வரை தோன்றிய எந்த இந்திய நகரமும் இந்த அளவுக்கு எந்த வசதிகளையுமே பெற்றிருக்கவில்லை. பெரும்பான்மையான நகரங்களில் இன்றும் கூட இதைப் போன்ற வசதிகளே கிடையாது.

சிந்து நகரப் பண்பாட்டின் காலத்தை ஏறக்குறைய கி.மு. 3000 2000 வரை என்று கணக்கிட்டுள்ளனர். பல ஆண்டுகளாகவே அதன் சீரழிவின் அறிகுறிகள் தென்பட்டாலும் கடைசி முடிவு திடீரென்று ஏற்பட்டது. மொகஞ்சதாரோவில் அந்நகரம் தீக்கிரையானது. குடிமக்கள் வெட்டிக் கொல்லப்பட்டனர். அக்கொடூர முடிவு பற்றிய சான்றுகளைப் பார்க்குமிடத்து பண்டைய சமஸ்கிருத வேதத்தில் கூறப்பட்டுள்ள உருவகங்கள் யாவும் உண்மையோ என எண்ணத் தோன்றும். பகைவர்களைப் பற்றிக் கூறும்போது போர்க்களத்தில் மிகவும் இரக்கமற்ற முறையில் அடித்து நொறுக்கப்பட்டனரென்றும் நகரங்கள் கொழுத்தப்பட்டனவென்றும் அந்நூல் விவரிக்கின்றது. பழமைச் சிறப்புடைய ஓர் உயர்நிலை நகரப் பண்பாட்டின் மீது காட்டுமிராண்டித் தனம் கொண்ட வெற்றியையே வரலாற்றின் மாறுதல்கள் புதிய வேகம் பெற்று முன்னேற்றத்தைத் தோற்றுவிக்காமல் வரலாற்றின் திசை பலத்த தாக்குதலுக்கு இரையாகித் தேக்கமும் சீர்குலைவும் அடைந்ததைக் காண்கிறோம். ஆயிரம் காலத்துப் பண்பாட்டை மீண்டும் எழாதபடி நிர்மூலமாக்கிய காட்டுமிராண்டி ஆக்கிரமிப்பாளர்களோ ஒன்றையுமே விட்டுச் செல்லவில்லை. சிந்துவின் புதைபொருள் ஆராய்ச்சிச் சான்றுகளோ விரிவானவை. சிந்து நகரச் சான்றுகள் எதுவுமே பொருள் உணரப்படவில்லை. எழுத்துக்கள் என்னவென்று புரியாததால் இதுவரையிலும் இம்மொழியைப் படிக்க இயலவில்லை.

மெசபடோமியர்களால் (Mesopotamians) சிந்துநதிப் பிரதேசம் ‘மெலுகா’ (Meluhha) என அழைக்கப்பட்டு வந்ததாகத் தெரிகிறது. கி.மு. 1750-க்குப் பிறகு ‘மெலுகா’ பற்றிய குறிப்புகள் யாவும் நின்றுவிட்டன. ஆக்கிரமிப்பாளர்களால் வர்த்தகம் தடைபட்டிருக்க வேண்டும். இதுதவிர ‘மகான்’ அல்லது ‘மக்கான்’ என்ற வியாபாரக்

கேந்திரமும் இருந்தது. இது அநேகமாக பஹ்ரேனுக்கும் இந்தியாவிற்கும் இடையில் அமைந்த துறைமுகமாக இருக்கலாம். பல்வேறு சாகசக் கதைகளைக் கூறும் மெசபடோமியா 'கில்காமேஷ்' உடன் நின்ற 'என்கிடு' காளை - மனிதனின் உருவமும் ஒரு சிந்து முத்திரையில் அடையாளம் கண்டு கொள்ளப்படுகின்றது. தற்செயலான இக்கண்டு பிடிப்புகள் இந்தோ மெசபடோமியா உறவுகளை நிரூபிக்கின்றன. சுமேரியாவில் வழங்கப்பட்ட சிறப்பு வழிபாட்டுக்குரிய முத்திரைகள் மதச்சடங்குகளில் பயன்பட்டன. ஐரோப்பாவின் பனிக்கட்டிக் கால குகைச் சித்திரங்கள் பனிக்கட்டிக்காலக் கலைஞர்களால் பொறித்த கூழாங்கற்களை மாதிரி வரைபடங்களாக உபயோகித்தனர். சிந்து சமவெளியில் கிட்டிய எல்லா முத்திரைகளும் அவ்வரைபடக் கற்களும் ஏறக்குறைய ஒரே அளவுடையனவாக இருப்பதால் சிந்துச்சமவெளி முத்திரைகள் அவற்றின் வழித்தோன்றியவையாக வந்தவை என்று கருத இடம் உள்ளது. சிந்துவுடன் நிகராக விளங்கிய எகிப்து, மெசபடோமியா ஆகிய இரு நதிப்பண்பாடுகளுடன் ஒப்பிடும்போது சிந்துசமவெளி மொகஞ்சதாரோ, ஹரப்பா என்ற இருபெரும் நகரங்கள் மட்டுமே இருந்தன. விவசாய நிலங்கள் நிர்மூலமாக்கப்பட்ட ஒரே காரணத்தின் வாயிலாகவே சிந்து நகரங்கள் அழிந்துபோயிருக்கலாம், ஆறுகள் திசைமாறி ஓடியிருக்கலாம், இதனை வென்றவர்கள் விவசாயத்தையே தொழிலாகக் கொண்டவர்கள் அல்லர். அவர்கள் அணைகளை அடியோடு தகர்த்தனர். நீரின்றி அமையாது உலகு. நீரும் வந்தேறிகளால் தொடுக்கப்பட்ட போரும் சிந்துவெளி சின்னாபின்னமாக்கப்பட்டது என்பது உண்மை. பண்டைய இந்தியா - பக். 97-128.

கிரியர்சன், சர்ஜான் ஈவான்ஸ் போன்ற இனவியல் வரைவாளர்கள் தென்னிந்தியாவே மனித இனத்தின் தொட்டில் எனக் கூறிட தென்னாட்டுப் பழங்குடியினரே திராவிடர்கள் என்ற கருத்து வலுப்பெற்றது. திராவிடர்களுக்கு முற்பட்ட காட்டுவாசிகள் Pre Dravidian Jungle Tribes எனக் கூறப்பட்டனர். 'தமிழ்நாடு வரலாறும் பண்பாடும்' எனும் நூலாசிரியர் டாக்டர் க.வெங்கடேசன், கி.மு. ஐந்தாம் நூற்றாண்டு வரை இந்தியா முழுவதும் தமிழே வழங்கி வந்திருக்கிறது. ஆரியர்கள் எழுத்தை நாகர்களிடமிருந்தே கற்றனர். அதனாற்றான் சமஸ்கிருதம் 'தேவநாகரி' என்னும் பெயர் பெறுகிறது. சமஸ்கிருதம் கி.மு. மூன்றாம் நூற்றாண்டில்தான் எழுத்து வடிவம் பெற்றது. ஜி.யு. போப், தமிழ் மேலை மதோப்பிய கெல்திய Celts - கைத்தானிய - Teutons - மொழிகளை ஒத்திருக்கின்றன எனக் கூறுகிறார். சுமேரிய மொழியும் இந்தோ ஐரோப்பிய மொழிகளும் தமிழின் கூறுகளை உடையன என ஜி. ஞானப்பிரகாசம் கூறுகிறார். தமிழ்நாடு வரலாறும் பண்பாடும் தொகுதி 1 ப.176. இந்திய

வரலாற்றின் தந்தை எனப் போற்றப்படும் வின்சன்ட் ஸ்மித் Vincent Smith ‘இந்தியாவின் முந்து வரலாறு’ Early History to India எனும் நூலில் “இந்திய மலைக்குத் தெற்கில் உள்ள இந்திய தீவுக்குறையே - Peninsula இன்னும் சரியான இந்தியாவாகவே இருக்கிறது” எனக் கூறுகிறார். தமிழ்த்தாய் வாழ்த்துப் பாடிய பேராசிரியர் சுந்தரம்பிள்ளை - தமிழியத் தொன்மை ஆராய்ச்சி - Tamilian Antiquary - *1908*” அறிவியல் முறைப்பட்ட இந்திய வரலாற்றாசிரியன் இதுவரை சிறந்தது என்று எழுதப்பட்ட கருத்துக்களை முறைப்படிக் கங்கைச் சமவெளிகளிலிருந்து தொடங்காமல், கிருட்டினை, காவிரி வையையாற்று வெளிகளின்றும் தொடங்குதல் வேண்டும்” எனக் கோரிக்கை விடுத்தார். பிள்ளையின் கோரிக்கையினை பி.டி. சீனிவாச அய்யங்கார், வி.ஆர். இராமச்சந்திர தீட்சிதர் வலியுறுத்தி எழுதினார்கள். இவையாவும் அரும்பில் நுழையாக் காற்றுபோல் இன்றுவரை இருந்து வருகிறது. - தமிழர் நாகரிகமும் தமிழ் மொழி வரலாறும் தொகுதி - *8* ப. *56-57*.

உலகின் மிகப் பழமையான இனங்களுள் முதல் வரிசையில் வைத்து எண்ணத்தக்கது திராவிட இனம் - தமிழ் இனம் என்ற கருத்து உலக அறிஞர்களால் ஒப்ப ஏற்றுக்கொண்ட கருத்தாகும். The Wonder that Was India எனும் நூலை எழுதிய ஏ.எல்.பாஷம் A.L. Basham - இந்தியா பற்றி பல தகவல்களைக் கூறிச் சிறப்பாகப் பேசும் இவர் ஏதோ ஒப்புக்காகத் திராவிடர்கள் பற்றியும் தமிழ் இலக்கியங்கள் பற்றியும் பேசுகிறார். *1947*-இல் பாஷம், ‘தெற்காசியாவில் ஆரியரும் ஆரியர் அல்லாதாரும்’ - Ariyan and Non Ariyan in South Asia - *1947* - கொஞ்சம் விரிவாகப் பேசுகிறார். பிரிஜிட், ரேமண்ட் ஆல்சின் (Allchin F.R.) இந்தியாவிலும் பாகிஸ்தானிலும் நாகரிகத்தின் உதயம் (The Rise of civilization in India and Pakistan) எனும் நூலில் இந்திய நாகரிகத்தின் வளர்ச்சியில் திராவிடர்களின் பங்களிப்பைப் பெரிதும் பாராட்டிப் பேசுகிறார். ஆல்சின் கூற்றை வழிமொழிவது போல் மொழியியல் அறிஞர் பர்ரோ - Burrow T. பழமையான வேதத்தில் இருபது திராவிடச் சொற்கள் கலந்திருப்பதை முதன் முதலாகக் கண்டறிந்து கூறினார். சம்ஹிதைகளிலும் பிற்கால வேதங்களிலும் திராவிடச் சொற்களின் எண்ணிக்கைக் கூடிக்கொண்டே வந்ததை எமினோ - Emeneau - தம் ஆய்வின் மூலம் வெளிப்படுத்தினார். இத்தோடு நின்றுவிடாமல், “வேதகால சமஸ்கிருதமும் Vedic Sanskrit - இந்திய ஆரியமும் Old Indo Aryan - எனும் கட்டுரையில் திராவிட மொழியின் இலக்கணக் கூறுகளை எவ்வாறு கடன்பெற்றன என்பதையும் விளக்கிக் காட்டினார். சிந்துச் சமவெளியிலும் பிற இடங்களிலும் மேற்கொள்ளப் பட்ட வரலாற்றாய்வாளர்கள் மெய்யானவை என்று கூறிவந்ததை அகழாய்வுகள், சமஸ்கிருத பொய்யானவை என்று மெய்ப்பித்தன.

கிரேக்க நாகரிகமும் பண்பாடும் ஐரோப்பிய நாகரிகத்திற்கு எவ்வாறு மூலமாக இருக்கின்றனவோ அவ்வாறே இந்திய நாகரிகத்திற்குத் தமிழகத்தின் இலக்கியமும் நாகரிகமும் வேரும் வேரடி மண்ணுமாய் இருக்கின்றன. "இலத்தீன் சொற்களை நீக்கிவிட்டால் ஆங்கிலம் தெளிவற்ற மொழியாகிவிடும்" என்ற கால்டுவெல்லின் கூற்று தமிழ் அல்லாத பிற இந்திய மொழிகளுக்கெல்லாம் பொருந்துவனவாகும். டி.டி. கோசாம்பியின் கூற்றுப்படி, தெற்கில் வரலாற்றுக்கும் முற்பட்ட காலம் தொடர்ந்து நிலைபெற்றிருந்த சமயத்தில் வடக்கே பிரசித்தி பெற்ற பேரரசுகள் வளர்ச்சியைத் தொடங்கின. பண்டைய இந்தியா ப.61. இவ்வளவு பெரிய பேருண்மைகளை உள்ளடக்கிய திராவிட வரலாற்றுப் பண்பாட்டை வடவாரியர் ஏற்றுக்கொள்ள மறுக்கிறார்கள். இதுபற்றிப் பேசவந்த கோசாம்பி "இந்தியப் பண்பாட்டுச் சாதனைகளின் உச்சநிலை ஒவ்வொன்றும் ஆரியர்களுடையதாகவே இருக்க வேண்டும் என்ற தப்பெண்ணத்தின் அடிப்படையில் இன்னமும் சில ஆசிரியர்கள் சிந்து மக்கள் ஆரியர்களே என்று சாதிக்கின்றனர்" பண்டைய இந்தியா ஆரியர்கள் ப. 129.

திராவிட நாகரிகம் இந்திய நாகரிகத்தின் நாற்றங்கால். "ஹிந்து பிரபுத்துவ ராஜ்யங்களின் சட்ட திட்டத்தை வகுத்த மநு முதலியோர் மத்தியபிரதேசம், பிரம்மரிஷிதேசம், ஆரியவர்த்தம் ஆகிய பெயர்களைக் குறிப்பிடுகின்றனர். கிழக்கு மேற்காக உள்ள கங்கை நதிப் பள்ளத்தாக்குக்கு அப்பால் உள்ளதைக் கவனிக்கவில்லை. தென்திசையில் விந்தியத்துக்குத் தெற்கில் உள்ளதைக் கணக்கில் எடுக்கவில்லை" என்ற டாங்கே Danke S.A. குறிப்பிடுவதை இங்குப் பதிவு செய்திடல் வேண்டும். இந்நாகரிகத்தைச் சீரழித்தவர்களும் சீரழிந்தவர்களும் துணைக்கண்டத்தின் ஒரு மூலையில், இன்றுள்ள மேற்குப் பாகிஸ்தானில் குடியேறி வாழ்ந்தனர். டி.டி. கோசாம்பி பண்டைய இந்தியா ப. 102.1989 -இல் கோசாம்பி கூறிய கருத்து 2016 - இல் ஆர். பாலகிருஷ்ணன், "சிந்துவெளிப் பண்பாட்டின் திராவிட அடித்தளம்" புதியதொரு நங்கூரப் பாய்ச்சலால் வெளிக்கிளம்பிச் சூரியப் பேரொளியாகப் பட்டுத்தெறித்தது. சங்ககால நகரங்களான கொற்கை வஞ்சி, தொண்டி ஆகியவற்றின் பெயர்கள் சிந்துவெளி ஆப்கானிஸ்தான், ஈரான் உள்ளிட்ட பகுதிகளில் காணப்படுகின்றன என்றும், கொற்கை, வஞ்சி, தொண்டி, மத்ரை (மதுரை), உறை (உறையூர்), கூடல்நகர் போன்ற பெயர்களைக் கொண்ட ஊர்கள் பாகிஸ்தானில் உள்ளனவென்றும், ஆப்கானிஸ்தானில் உள்ள ஆறுகளுக்குக் கரி (காவிரி) பொருணை ஆகிய பெயர்கள் சூட்டப்பட்டுள்ளன. 'நல்லி' எனும் பெயர் பாகிஸ்தானின் வடமேற்குப் பிரதேசத்தில் பல இடங்களில் ஊர்ப் பெயர்களாக உள்ளன. கல்லூர், கலூர் எனும் வழக்குகளும் பல

இடங்களில் உள்ளன. பசூர், தொண்டி, ஆரணி, மைலம், மனூர், அமூர், ஊரல், கொற்கை முதலான பெயர்களும் ஊர்ப் பெயர்களாகக் காணப்படுகின்றன. 'சிந்துச் சமவெளி நாகரிகமும் சங்க இலக்கியமும்' பக். 142-144 என்னும் கூற்று நம்மை மெய்சிலிர்க்கச் செய்கிறது. ஐராவதம் மகாதேவன் சிந்துவெளி சித்திர எழுத்துக்கும், திராவிட மொழிக்குடும்பத்திற்கும் இடையே உள்ள உறவைப் பற்றி விரிவாக ஆராய்ந்து, சிந்துவெளி நாகரிகம் திராவிட நாகரிகம் என்ற முடிவுக்கு வருகிறார். Iravatham Mahadevan - The Indus Script Text - concordance and Talles -

'கல்தோன்றி மண்தோன்றாக் காலத்தே வாளொடு முன்தோன்றி மூத்தகுடி' என்று புறப்பொருள் வெண்பாமாலையில் ஐயனாரிதனார் கூறிய கூற்று வெறும் சொற்களின் கூட்டன்று. 'குமரிக்கண்டம்' 'சிந்துவெளி நாகரிகம்' ஆகியவற்றை உள்ளடக்கிய சொற் சித்திரம். உண்மைத் தமிழன் இதனை உணர்ந்து ஓதினால் அவன் தன் நரம்பெல்லாம் இரும்பாகி நனவெல்லாம் உணர்வாகிக் கூற்றம் வெகுண்டு வரினும் மாற்றும் ஆற்றலுடையவராக ஆவான் என்பது உண்மை. ஆழிப்பேரலையும் ஊழிப்பெருங் காற்றும் முதற் சங்கத்தையும் இடைச் சங்கத்தையும் இல்லாமல் செய்துவிட்டன. கடைச் சங்க நூல்களே இன்றைக்குக் கிடைத்திருக்கும் நூல்கள். இடைச்சங்கத்தில் கிடைத்த ஒரே நூல் 'தொல்காப்பியம்'. இது ஓர் இலக்கண நூல். இலக்கியம் கண்டதற்குத்தான் இலக்கணம். 1612 நூற்பாக்கள் அடங்கிய தொல்காப்பியத்தில், 'என்மனார்', 'என்றிசினோர்', 'யாப்பென மொழிவர் யாப்பறிபுலவர்' என்று முந்நூறுக்கும் மேற்பட்ட இடங்களில் தமக்கு முன்னர் வாழ்ந்த இலக்கியக் கருத்துக்களை உறுதிபடக் கூறுகிறார். உலகில் உள்ள மொழிகளுக்கு இலக்கணங்கள் உண்டு. அவை எழுத்து, சொல் என இரண்டனுக்கும் மட்டுமே அமைந்திருக்கின்றன. வாழ்க்கைக்கு இலக்கணம் கூறும் ஒரே நூல் தொல்காப்பியமாகும். 'பொருளதிகாரம்' வெறும் இலக்கணம் அல்ல தமிழர்தம் வாழ்வியல் சட்டங்கள். காதல் வாழ்க்கையில் 'களவு' இரு திங்களுக்கு மேல் நீட்டல் கூடாது என்பது அவர் தம் விதி. அதேபோல் பகற் குறி, இரவுக் குறி எனக் குறி குறிக்கும் உரிமை தலைவிக்கோ தோழிக்கோ மட்டுமே உண்டு என உணர்ந்து கூறியிருக்கிறார். இவை போன்ற எண்ணற்ற விதிகளை வாழ்விற்கு வகுத்துத் தந்தவர் தொல்காப்பியர். வடமொழிக்கு இலக்கணம் செய்த பானிணிக்குக் காலத்தால் முந்தியவர். மொழிநூல் அறிஞர் தெ.பொ.மீ., வியாசருக்கும் முந்தியவர் தொல்காப்பியர் என்று நச்சினார்க்கினியர் உள்ளூர உணர்கிறார்" எனக் குறிப்பிடுகிறார் - தமிழர் நாகரிகமும் தமிழ் மொழி வரலாறும் - தொகுதி - 9. ப. 282.

"சமுதாயத்தில் தனித்தன்மையுடைய நடவடிக்கைகள் பற்றி மனிதன் விட்டுச் செல்லும் பதிவுகளே வரலாற்றுச் சான்றுகள்" எனக் கூறுவார் கே.ஏ. நீலகண்ட சாஸ்திரி. சங்க கால வரலாற்றை வரைவதற்கு இலக்கியச் சான்றுகளே அடிப்படை ஆதாரங்களாக உள்ளன. உலகின் தொன்மையான மூலமொழிகளாகத் தமிழ், சமஸ்கிருதம், சீனம், ஹீப்ரு, கிரேக்கம், இலத்தீன், எபிரேயம் இவ்வேழு ஆகிய ஏழு மொழிகளும் கருதப்படுகின்றன. மொழிகளும் செவ்வியல் மொழிகளே. செவ்வியல் என்றால் என்ன, என்ற கேள்வியை டி.எஸ்.இலியட் - T.S. Eliot - What is a Classic? ஒரு நாகரிகம் இன்னொரு நாகரிகத்தை எதிர்கொள்ளும் போதுதான் ஒரு பண்பட்ட செவ்வியல் உருவாகிறது என எழுதுகிறார். செவ்வியலிலும் கிரேக்க இலத்தீன் சமஸ்கிருத நூல்களுக்கும் சங்கத் தொகைப் பாடலுக்கும் அடிப்படை வேறுபாடு உண்டு. அவை கடவுளைப் பற்றியனவாகவும், கடவுளரும் மனிதரும் கலந்த பொது மாந்தர்களைப் புனைவனவாகவும், புராண இதிகாசக் கதைகள் கலந்த நிகழ்வுகளாகவும் அமைந்திருக்கின்றன. சங்கப் பாடல்கள் முழுவதும் இவ்வுலக மாந்தர்களின் ஒழுக்கவியல் நடைமுறைகளை மட்டுமே பாடும்.

விடுதலை இந்தியாவின் முதல் கல்வி அமைச்சர் மௌலானா அபுல் கலாம் ஆசாத், பன்மொழி வல்லுநர். பரந்துபட்ட ஆளுமை கொண்டவர். பிளேட்டோவின் சிந்தனை, அரிஸ்டாட்டிலின் ஆளுமை, பித்தகோரசின் ஆற்றல் ஆகிய மூவரின் அறிவை ஒருங்கே பெற்றவர் என்று அண்ணல் காந்தியடிகளால் கூறப்பட்டவர். இந்திய நாட்டின் உயர் விருதுகளில் ஒன்றாகிய "சாகித்திய அகதெமி" Sahitya Akademi - அமைப்பைத் தொடங்கிவைத்து உரையாற்றும் போது, தமிழ், அது பழமைச் சிறப்பு வாய்ந்த ஒரு செவ்வியல் மொழியாக இருப்பதுடன் அதே வேளையில் வளர்ந்து வரும் சங்கப்பாக்கள் இயல்பானவை, இயற்கையானவை. தனித்தன்மை உடையவை. தமிழர்களின் ஆளுமை வெளிப்பாட்டை அறிவிப்பவை. பண்பாட்டின் பிரதிபலிப்பைப் பறை சாற்றுபவை. சங்கப் பாடல்களில் முக்கியமான சிறப்பியல்பு, மானுட வாழ்வின் மீது அதன் குறிக்கோள் மீது அதன் இன்பங்கள் மீது, அதன் துயரங்கள் மீது அதற்குள்ள அக்கறையே ஆகும். எந்தவொரு பாடலும் இயற்கையை விட்டு அறவே விலகி இருக்காது. இங்கு இயற்கையானது மானுட வாழ்வில் நாடகம் அரங்கேறும் மேடையாகவும் பின்னணியாகவும் இடம்பெறும் எனக் குறிப்பிடுகின்றார். 'அழகிய பொருள் நிரந்தர இன்பம்' - A Thing of Beauty is a joy forever - என்பது சங்கத் தமிழரின் கோட்பாடு. செடிகளையும் மரங்களையும் உயிருள்ள பொருள்களாக மட்டும் கொள்ளாமல் நெருக்கிய உறவைக் கொள்கின்ற அருட்பண்பாடு

பரக்கப் பேசப்படுகிறது. புன்னை மரத்தை அன்னை கூறியதற்காகத் தமக்கையாகவே கருதுகிற தலைவியையும் - நற்றிணை 172. 'தாதுண் பறவை பேதுறல் அஞ்சி மணிநா ஆர்த்த மாண்வினை' தேரனையும், பற்றிப் படர்வதற்கு முற்றும் வழியில்லாத சிறுவீ முல்லைக்குப் பெருந்தேர் நல்கிய பாரியையும். மந்தைக்குக் கலிங்கம் நல்கிய பேகனையும் சிறுபாணாற்றுப்படை - காட்டும் சங்கப்பாக்கள் புலிப்பாற்பட்ட ஆமான் குழவிக்குச் சினங்கழிமூதாக் கன்று மடுத்தூட்டும் - புறம் 323-ஆகிய செய்திகள் தமிழர்களின் அருள் நெறியையும் அம்பலப்படுத்தும்.

2381 சங்கப் பாக்களில் ஐம்பதுக்கும் மேற்பட்ட பெண்பாற் புலவர்கள் பாடியிருக்கின்றனர். இந்தக் காலகட்டத்தில் எந்தவொரு மொழியிலும் இப்படியொரு எண்ணிக்கையை எங்கும் பார்க்க இயலாது. கிரேக்க நாட்டில் பிளேட்டோ, அரிஸ்டாட்டில் தாங்கள் நடத்திய பள்ளிகளில் மகளிர்க்கு இடம் தரவில்லை என்ற செய்தியோடு இதனை ஒப்பிட்டால் தமிழர்தம் நாகரிகத்தின் பெருமையை உணர முடியும். கற்றுத்துறை போகிய நற்றமிழ்ப் பெண்டிராக மட்டும் அவர்கள் விளங்கவில்லை. இனப்பற்றோடும், மொழிப்பற்றோடும், நாட்டுப்பற்றோடும் நனி சிறந்திருந்தனர். குலம் காக்கும் மறவன் ஒருவன் நிலம் காக்கக் களம் சென்று களிறெறிந்து பட்டனன் எனக்கேட்ட வானரைக் கூந்தல் முதியோள் உவகை மேவிட ஈன்ற ஞான்றிலும் பெரிதே சிறந்தனள். புறம் - 277, "படைஅழிந்து மாறினன் என்று பலர் கூற, மண்டுஅமர்க்கு உடைந்தனன் ஆயின் உண்டஎன் முலைஅறுத் திடுவென்" எனச் சூளுரைத்துக் களம் சென்று செங்களம் துழவி படுமகன் கிடக்கை கண்டு ஈன்ற ஞான்றினும் பெரிது உவந்தனளே புறம் 278. ஒரு மகன் அல்லது இல்லோள் செருமுகம் நோக்கிச் செல்க என விடுத்த புறம் - 270 மூதில் மகளிரையும், வருபடை போழ்ந்து வாய்ப்பட விலங்கி இடைப்படை அழுவத்துச் சிதைந்துவேராகிய சிறப்புடையாளனைக் கண்டு வாடு முலை ஊறிச் சுரந்த தாயையும் கண்ட காலமே சங்ககாலம் புறம் 295. யாண்டுளன் நின் மகன் என வினவிய ஒருத்திக்குத் தோன்றுவன் மாதே போர்க்களம் தானே' புறம் 86 எனக் கூறும் முதுகுடிப் பெண்டிர் வீரத்தின் விளைநிலமாக விளங்கியதை அக்காலம் காட்டும்.

கூற்றம் வெகுண்டு வரினும் மாற்றும் ஆற்றல் கொண்ட வேந்தர்கள் குறுநில மன்னர்களுடனும் வேளிர்களுடனும் முறைதிறம்பா ஆட்சி நல்கிய காலம் சங்ககாலம். 'நெடுநுகத்துப் பகல் போல நடுவுகின்ற நன்னெஞ்சர் வாழ்ந்த காலம் சங்க காலம். தமிழ்கெழுவேந்தன் போராற்றலையும் பேராற்றலையும் கண்டு அஞ்சிய வடவர்கண் மூடாமல்

காவல் காத்து நின்ற செய்தியை "வலமுறை வருதலும் உண்டென்று அலமந்து நெஞ்சுநடுங்கி அவலம் பாயத்துஞ்சா கண்ணாயினர் காட்சியை - புறம். 31. படம்பிடித்துக் காட்டும். தமிழ்நாட்டின் சார்பில் வெளிநாடுகளுக்கு எத்தகைய ஆணை பிறப்பிக்கப்பட்டாலும், அவ்வாணை மூவேந்தருடைய வில், கயல், புலி மூன்று அடையாளங் களும் சேரப் பொறிக்கப் பெற்று செல்வது வழக்கம்" எனக் கூறுகிறார் க.வெள்ளை வாரணனார். சிலம்பு காட்சிக் காதை இளங்கோவடிகளுக்கு முன்னரே மாமூலனார் அகம் 31 தமிழ்வேந்தர்களின் ஒருங்கிணைந்த கூட்டு பற்றி 'தமிழ்கெழு மூவர் காக்கும்' தாப்பு பற்றிக் கூறுகிறார். 'புறநானூறு' ஒரு தொகுப்பு நூல் அல்ல. 18 சோழ மன்னர்கள், 15 பாண்டிய மன்னர்கள், 18 சேர மன்னர்கள் பற்றிய தகவல் களஞ்சியம், தமிழர்தம் வீரத்தின் கருவூலம், பண்டையத் தமிழ்ப்பண்பாட்டின் சுரங்கம். 31 மன்னர்கள் அரசுக் கட்டிலில் அமர்ந்து அறம் சார்ந்து முறையோடு ஆண்டதோடல்லாமல் பாக்கள் புனையும் பாவலர்களாகவும் இருந்ததனைப் பரக்கப் பேசும். உலகில் வேறு எந்த நாட்டிலும் பாவடித்துப் பாட்டியற்றும் பாவாணர்களாக மன்னர்கள் இருக்கவில்லை. இலக்கியங்கள் வெறும் ஆவணங்கள் அல்ல. அவை நினைவுச் சின்னங்கள். காலத்தில் உருவானாலும் காலத்தைக் கடந்த அர்த்தங்களைச் சுட்டுபவை" என்பர் ரெனவெல்லாக் - Rene Wellek - இந்திய வரலாற்றை வரைந்த வடநாட்டு வரலாற்றாய்வாளர்கள் விந்திய மலைக்கு அப்பால் அவர் தம் எண்ணங்களை எழுத்துக்களாக்கவில்லை. இந்திய நாகரிகத்திற்குத் தென்னகமே நாற்றங்கால் என்பதனையும் தமிழ்நாடே வேரும் வேரடி மண்ணுமாய் இருந்ததனை இருட்டடிப்புச் செய்தனர். கலிங்க மன்னன் காரவேலனின் 'ஹதிகும்பா' கல்வெட்டு தமிழர்தம் கூட்டு நடவடிக்கையைக் காட்டி நிற்கும். காரவேலன் காலம் கி.மு. 157 ஐரோப்பிய காப்பியத்தின் முதல் மூல ஊற்றான ஹோமர் தம்முடைய படைப்பான இலியாட்டில் டிராய் நகர வெற்றியை ஈட்ட பத்தாண்டுகள் கிரேக்கர்கள் கூட்டுப்படை மேற்கொண்ட முயற்சி பற்றி விதந்து பேசுவார். ஹதிகும்பா கல்வெட்டு நூற்றுஇருபது ஆண்டுகளாக நின்று நிலை பெற்றிருக்கும் தமிழர்தம் கூட்டு நடவடிக்கையால் வேற்று நாட்டு மன்னர் எவரும் ஆற்றல்கொண்டு இம்மண்ணில் அடியெடுத்து வைக்க முடியாமல் அஞ்சி நின்றதைப் பேசுகிறது. உள்ளுக்குள் மூவேந்தர்கள் தமக்குள் வேறுபட்டும் மாறுபட்டும் கூறாக நின்றிருந்தாலும் மாற்றான் ஒருவன் மண்ணில் காலடி எடுத்து வைப்பதைப் பொறாது ஒன்றுகூடி நின்ற அவர்தம் இனப்பற்று, மொழிப்பற்று கல்வெட்டு எழுத்துக்களாகக் கட்டியம் கூறுகிறது.

சங்ககாலம் தமிழர்தம் பொற்காலம் எனப் போற்றிப் புகழப்பட்ட அக்காலம் வீழ்ச்சியுற்றது. ஐரோப்பா முழுவதையும் ஒரு குடையின் கீழ் வசப்படுத்தி ஆண்ட உரோமப் பேரரசு இதே காலகட்டத்தில் அங்கே வீழ்ச்சியைத் தழுவியது. கங்கையை வென்று கடாரத்தை வென்று, ஈழத்தை வென்று இமயத்தில் இலச்சினைப் பதித்த அந்த ஆட்சி அழிந்தது. ஆஸ்வால்டு ஸ்பெங்களர் Oswald Spengler எனும் ஜெர்மானிய நாட்டு இயற்கை அறிவியல் வரலாற்றாய்வாளர் Morphological Histographer - 1880 - 1936. இயற்கைப் பகுதிகளைப் போன்றே பண்பாடுகளும் நாகரிகங்களும் பிறந்து வளர்ந்து வீழ்ச்சியடைகின்றன எனக் கூறுகிறார். வீழ்ச்சிக்கான காரணங்கள் வெளிப்படையாகக் கண்ணுக்குத் தெரிவதில்லை. உரோமப் பேரரசு வீழ்ச்சிக்கான காரணங்களை இங்கிலாந்து நாட்டு எட்வர்டு கிப்பன் - Edward Giffen 1735 1794 - உரோமப் பேரரசின் தளர்ச்சியும், வீழ்ச்சியும் - Decline and Fall of the Roman Empire– எனும் நூலில் கிறித்துவ சமயமும் காட்டுமிராண்டிகளின் தாக்குதல்களுமே காரணமென எழுதுகிறார். சங்க கால வீழ்ச்சிக்குச் சங்கம் மருவிய காலத்திலேயே விதைகள் விதைக்கப்பட்டன. களப்பிரர்களைக் காரணம் கூறினார்கள். வேற்றுவர் படையெடுப்பை விட வேதியர் கடைவிரிப்பு மூல முதற்காரணம் என்பர் பலர். கி.பி முதல் நூற்றாண்டில் வாழ்ந்த சேரமரபினரை ஆரியக் கலாச்சாரம் தொற்று நோய்போல் பற்றிக் கொண்டது என்பார் க.வெங்கடேசன். தொல்காப்பியத்திலேயே வடசொற்கிளவி - என்று வடக்கில் வழக்கத்தில் இருந்த பிராகிருதம், பாலி போன்ற வடமொழிகளைக் குறிப்பிடும் தொல்காப்பிய சொற்களைப் பற்றிக் கூறும்போது 'வடசொல்' என சமஸ்கிருதத்தைப் பேசுவார். ஐரோப்பிய ஆரியமொழிக் குடும்பங்கட்குள் வடமேற் கோடியிலுள்ள கிரேக்கம் இலத்தீனுக்குப் பிந்தியதாயும், சமற்கிருதம் கிரேக்கத்திற்கும் பிந்தியதாயுமுண்மையை அவற்றின் சொற்றுருபே காட்டுகின்றது" எனக் கூறுகிறார் பாவாணர். தமிழர் நாகரிகமும் தமிழ்மொழி வரலாறும் - தொகுதி - 8 ப. 301. தமிழ்ப் பண்பாடும் தமிழர் தம்மொழியும் தாழ்வுநிலை அடையக் காரணமா யிருந்தவர்கள் பல்வேள்விச் சாலை முதுகுடுமிப் பெருவழுதி, சோழன் அரசவேள்வி வேட்ட பெரு நற்கிள்ளி, சேரமான் பல்யானைச் செல்கெழுகுட்டுவன் எனும் மூவேந்தர்களைக் காரணம் காட்டுவர் தமிழர் நாகரிகமும் தமிழ்நாட்டு வரலாறும் ப. 386. தமிழர் குமரிக் கண்டத்தில் தோன்றிக் கடல்கோள், இனப்பெருக்கம், நாடு காண் விருப்பம் முதலிய பல்வேறு கரணியங்களால், வடக்கே சென்றனர். அவருட் பலர் பனிமலை சென்று திராவிடராயினர் தமிழர் நாகரிகமும் தமிழ் மொழி வரலாறும் - தொகுதி 8 - ப. 57. வேத ஆரியம் வழக்கற்றுப்

போனபின் போன பின் அதனொடு நாற்பிராகிருதங்களையும் சேர்த்தமைத்து அரைச் செயற்கையான இலக்கிய நடைமொழியே Ditenory Dialect - சமஸ்கிருதம். தமிழ் திராவிடமாகவும் திராவிடம் பிராகிருதமாகவும், ஆரியமும் பிராகிருதமும் தமிழும் கலந்து சமஸ்கிருதமாகவும் திரிந்தது. தமிழர் நாகரிகமும் தமிழ்மொழி வரலாறும் - தொகுதி - 8. ப. 58. சங்க இலக்கியத்தில் 'வம்பமாக்கள்', 'வம்பவேந்தர்' என்றும் புதியவர்கள் என அழைக்கப்பட்டனர். இவை தவிர யவனர், ஆரியர், மிலேச்சர், நந்தர், மௌரியர், கோசர், கங்கர், துளுவர், வடுகர் முதலான வேற்று நாட்டு இனங்கள் பற்றிய குறிப்புகளைச் சங்கப்பாக்கள் காட்டுகின்றன. இந்தியாவில் 'ஆர்யா' எனும் வழக்கு நீண்ட காலமாகவே இருந்து வருகிறது. ஈதானியர்களும் இச்சொல்லைக் கொண்டே தம்மை அடையாளப்படுத்திக் கொண்டார்கள். ரொமிலா தாப்பர் Romila Thapar-2018. சங்க இலக்கியத்தில் ஆரியர் பற்றிய பதிவுகள் சிலவாக உள்ளன. பார்ப்பனர், அந்தணர் பற்றிய பதிவுகள் சற்றுக் கூடுதலாக இருப்பதைக் காணலாம். அந்தணர் ஆரியரல்லர் தமிழ்மக்கள். பதிற்றுப்பத்து இமயம் பற்றிக் கூறுமிடத்து "ஆரியர் துவன்றிய பேரிசை இமயம் - பதிற்றுப்பத்து - 11 என்கிறது. தமிழகத்தில் முள்ளூர் பகுதியில் ஆரியர் குடியேறினார்கள் என்பதை "ஆரியர் துவன்றிய பேரிசை முள்ளூர் - நற்றிணை 170 - எனக் குறிப்பிடுகிறது. இமயம் ஆரியர்களின் தொல் பகுதியாக அமைந்ததையும், முள்ளூர் அவர்களின் குடியேறிய தென்புல ஊர்களில் ஒன்றாக அமைந்ததையும் காண முடிகின்றன. பக்தவத்சலபாரதி - பண்டைத் தமிழ்ப் பண்பாடு - 2020 - ப. 325.

"பண்பாட்டுத் தொடர்புடைய எல்லாக் கட்டுக்கதைகளையும் ஒன்றுதிரட்டி நன்கு வளர்ச்சிபெற்ற சமூகப் பின்னணியில் அவற்றை ஒருமைப்பாடு கொண்ட புராணக் கதைகளாக ஒழுங்குபடுத்திக் காட்டியதே பிராமணியத்தின் முக்கிய பணி" டி.டி. கோசாம்பி - பண்டைய இந்தியா 1989. ப. 24. "சாதிப் பிரிவும் பிராமணர்களின் சரித்திரமும் இந்நாட்டை மூட நம்பிக்கைகளில் ஆழ்த்தியது" என்றும் அவரே குறிப்பிடுகிறார். ப. 96. வேத காலத்திலிருந்தே ஆரியர்கள் திராவிடர்களுடன் தொடர்புகொண்டிருந்தனர் என்பது உண்மை என்றாலும் சங்க காலத்திலும் சங்கம் மருவிய காலத்திலும் அவர்களின் செல்வாக்கும் தாக்கமும் மிகுதியாயின. பார்ப்பனர்கள் தங்கள் கோத்திரப் பெயர்களான ஆத்திரையன், பார்த்திபன், வாதுளி, மாடலன், கௌசிகன், கோசிகன், கௌனியன் என்ற பட்டங்களோடு சங்க இலக்கியத்தில் காணப்படுகின்றனர். ஆரிய அரசன் பிரகதத்தன் தமிழ்ப் பயின்று பாடல் இயற்றும் பான்மையாக இருந்ததைப் பார்க்க முடிகிறது. குறுந்தொகை 184. குமரி முதல் குளிர் பகுதியான இமயம் வரை தமிழ் பரவியிருந்ததை

வால்மீகி கூறுகிறார். இராவணனால் கடத்தப்பட்ட சீதையை மீட்க இராமன் தென்னாடு வந்தபோது அனுமனை இலங்கைக்கு அனுப்புகிறான் சீதையைத் தேட. இராமனுக்கும் அனுமனுக்கும் நடந்த உரையாடலில் இராமன் அனுமனை நோக்கி, சீதையைக் கண்டபின் அவளோடு தேவபாஷையில் உரையாடல் கூடாது. இராவணன் தேவ பாஷைக் கற்றவன். ஆதலால் நீ மநுஷ பாஷையில் இரகசியங்கள் எல்லாவற்றையும் ஓதுக எனக் கூறுகிறான். ரா. ராகவையங்கார் தமிழர் நாகரிகமும் தமிழ்மொழி வரலாறும். சேதுநாடு ப. 348. ஐயங்காரே "சீராம மூர்த்திக்கும் சீதாப் பிராட்டிக்கும் அனுமானுக்கும் அவ்விரு மொழிவன்மையும் உண்டென்று நன்று தெளியலாம்" எனக் குறிப்பிடுகிறார். அவதாரப் புருடனான இராமனும் அவர்தம் மனைவி சீதை இவ்விருவருக்கும் அணுக்கத் தொண்டரான அனுமனும் தமிழ்மொழியை நன்கு பேசுகின்ற அளவுக்குத் தமிழ் பரவியிருந்தது என்பதற்கான இதிகாசச் சான்று இது.

'டாயின்பி கூறும் இந்திய நாகரிகம்' என்பது திராவிட நாகரிகம், திராவிடர் நாகரிகம் என்பது தமிழர் நாகரிகமே. இதனை உறுதி செய்ய, கில்பர்ட் சிலேட்டர் (Gilbert Slater) இந்திய நாகரிகமும் பண்பாடும் அடிப்படையில் தமிழருடையவையே The Aryans were Dravidians in culture, while the Dravidians were Aryanised in Language' Indian Civilization and culture are fundamentally Tamilian, p.*50*. வேதாந்த சிங்கம் எனப் பேசப்படும் விவேகானந்தர் "சென்னை மாநிலம் தமிழினத்தின் இருப்பிடம். இத்தமிழர் பண்பாடு பிற பண்பாடுகள் யாவற்றிலும் தொன்மை வாய்ந்தது எனக் கூறுவது ஈண்டு சிந்திக்கப்படவேண்டியது. The ancient Mesopotamian place name meluhha' எனும் கட்டுரையில் 2010-சிந்து வெளி நாகரிகம் திராவிட நாகரிகமே என்பதற்கு மொழியியல் சான்றுகள் உண்டென்றும் ஆஸ்திரேலியப் பழங்குடியினருக்கும் திராவிடருக்கும் நெருங்கிய உறவு இருக்க வேண்டுமென்றும் நிறுவுவதற்கு ஏராளமான சான்றுகளைத் தருகிறார். டைலர் - Tyler - எனும் மானுடவியல் வல்லுநர் தமது, இந்தியா ஒரு மானுடவியல் பார்வை. India An Anthropological Perspective எனும் நூலில், "இந்தியப்பண்பாட்டிற்கு ஆரியர்களின் பங்களிப்பு மிகக் குறைவான தென்றும் திராவிடர்களின் பங்களிப்பே மிகப்பெரியதென்றும் சுட்டிக் காட்டுகிறார். நாற்பது ஆண்டுகளுக்கு மேலாகச் சிந்துவெளிப்பண்பாடு ஆய்வை மேற்கொண்டிருக்கும் அஸ்கோபார்ப்பொலா தமது Deciphering the Indus Script - *1994* எனும் நூலில், "சிந்து வெளி எழுத்து திராவிட மொழி எழுத்தே" என்றும் "சிந்துவெளிப் பண்பாட்டின் மொழியை இவ்வளவு அருமையாகப் பேணிப்பாதுகாத்து வந்துள்ளமைக்காகத் தமிழர்கள் பெருமிதம் கொள்வதற்கு உரிமையுடையவர்கள்" எனக் கூறுகிறார்.

The Tamils are entitiled to some pride for having preserved so long and so well, the linguistic heritage of the Indus Civilization.

தமிழ்ப்பண்பாடு, திராவிடர் ஆரியரோடு தொடர்பு கொள்வதற்கு முன்னமேயே மேம்பாடுடையதாக விளங்கியது என்பதைப் பழந்தமிழ் இலக்கியத்திலிருந்து உணரலாம் என்று ஆந்த்ரே சியோபெர்க். Andrews Sioberg குறிப்பிடுகிறார். Examination of the Early Tamil Literature indicates that the tamil - speaking peoples in South India had developed a fairly advanced culture by the time of the First decaded contacts with Aryans a little over Two thousand years ago. They had large Towns and Capital cities and a Complex Social Structure. 'நகரம்' 'பட்டணம்' என்ற இரண்டு சொற்களுமே திராவிட மொழிக் குடும்பத்திலிருந்துதான் சமஸ்கிருதத்திற்குச் சென்றன என்ற மொழியியல் வல்லுநர் சுட்டிக்காட்டியுள்ளது. தமிழ்ப்பண்பாட்டின் பழமையைப் பறைசாற்றும். பேரா.ப.மருதநாயகம் - தேவநேயப் பாவாணர், சொல்லாய்வும் சொல்லாடலும், ப.81.

கி.பி. இரண்டாயிரம் வரை தமிழ்ப்பண்பாடும் நாகரிகமும் உச்சநிலையில் இருந்தது என்றாலும் அடுத்துவரும் காலங்களில் களப்பிரர் காலம், பல்லவர் காலம் ஆகிய காலங்களில் ஒரு மாற்றம் ஏற்பட்டது. பிற இடங்களிலிருந்து தமிழ்நாட்டுக்கு வந்து குடியேறியோரின் சமுதாய நிலைப்பாட்டால் தமிழ்க்குல சமுதாயங்களுக்கு இடையேயான சமநிலையும் சகவாழ்வும் விட்டுக்கொடுத்து வாழும் நிலையும் மாறிப்போயிற்று. வேத வைதீக சாதி வேற்றுமை தமிழர்களின் சமுதாய ஒற்றுமையைச் சீர்குலைத்துவிட்டது. உயர்சாதி கீழ்ச்சாதி என்ற வேறுபாடு வேரூன்றியது. பிரம்மதேய சமுதாயம் தமிழ் மண்ணில் தனியொரு தீவாக உருவெடுத்தது. தொண்டை மண்டலத்தில் நிலவிய நிலையற்ற நெருக்கடிச் சூழ்நிலையைப் பயன்படுத்தி அப்பகுதியை ஆக்கிரமித்து மெல்ல மெல்ல தமிழகத்தை ஆளத் தொடங்கினர். களப்பிரர்கள் சமய மறுப்பாளர்களாக Heritics இருந்திருக்கின்றனர். அவர்களைப் பற்றி காசக்குடி, கொற்றமங்கலம், வேள்விக்குடி, தளவாய்புரம், தகடூர்ச் செப்பேடுகள் குறிப்புகள் தருகின்றன. இவற்றுள் 'வேள்விக்குடி செப்பேடு' வரலாற்று முக்கியத்துவம் வாய்ந்தது. பல்யாகசாலை முதுகுடுமிப் பெரும்வழுதி, வேள்வி செய்து, கொற்கைக் கிழான் நற்கொன்றன் என்ற அந்தணனுக்கு வேள்விக்குடியைத் தானமாகக் கொடுத்ததாகக் குறிக்கப்பட்டிருக்கிறது. மூவேந்தர் ஆண்ட தமிழ்நாட்டை முதன்முதலாக ஒரு குடைக்கின்கீழ் ஆண்டவர்கள் களப்பிரர்களே. இவர்கள் வேற்று நாட்டாரா? வெளிநாட்டினரா? என்று குழம்பிப் போயிருந்த வரலாற்றுப் பேராசிரியர்களுக்கு முடிந்த முடிவாகக்

களப்பிரர்கள் கர்நாடக நாட்டைச் சேர்ந்தவர்கள் என்ற கோட்பாட்டு ஒற்றுமை ஏற்றுக்கொள்ளப்பட்டது.

அண்ணாமலைப் பல்கலைக்கழக வரலாற்றுப் பேராசிரியர் எம்.எஸ்.கோவிந்தசாமி, செந்தலைக் கல்வெட்டின் துணைகொண்டு, இரண்டாம் பெரும்பிடுகு முத்தரையன் பெற்றிருந்த 'கள்வன் காவலன்' 'களப்பிரர்களின் பட்டப்பெயர்களால்', களப்பிரரில் ஒரு பிரிவினரே முத்தரையர் எனக் கூறுகிறார். தமிழ்நாட்டுக் குறுநில மன்னர்களே களப்பிரர் என்று கூறுவோரும் உண்டு. தமிழ் நாவலர் சரிதை, களப்பிரர்களைக் கொள்ளைக் கூட்டத்தாராகச் சித்திரிக்கிறது. கூற்றுவ நாயனாரும், இடைக்கழி நாயனாரும் களப்பிரர் இனத்தவர் என்று கூறப்படுகிறது. களப்பிரர் காலத்தில் கிராமப் பொருளாதாரத்தில் மாபெரும் மாற்றம் ஏற்பட்டது. அந்தணர்கள் பாரம்பரியமாக அனுபவித்துவந்த இறையிலி நிலங்கள் அனைத்தும் திரும்பப் பெறப்பட்டு உழவர்களிடம் ஒப்படைக்கப்பட்டன. நிலமிழந்தோர் இழந்த நிலங்களைப் பெற்றனர். தனிநபர் இறையிலியாக இருந்த 'வேள்விக்குடி கிராமம்' மக்களிடம் ஒப்படைக்கப்பட்டது. இதேபோன்று 'தேவதான' நகரங்களும் மீட்கப்பட்டன. களப்பிரர் காலத்தில் தமிழ்நாட்டில் சாதீய அநீதிகளும் களையப்பட்டு உயர்சாதி - கீழ்ச்சாதிப் பாகுபாடு அடியோடு அகற்றப்பட்டது. வேத வைதீக சமயம் செல்வாக்கு இழந்தது. புத்த சமணச் சமயங்கள் செல்வாக்குப் பெற்றன. களப்பிரர் காலத்தில் அரசு ஆதரவுடன் புத்த சமண நாத்திகவாதிகளின் கை மேலோங்கியது. பலகடவுளர்க்குப் பதில் ஒன்றே குலம் ஒருவனே தேவன் என்ற கடவுள் கொள்கை செல்வாக்குப் பெற்றது.

களப்பிரர் காலத்தில் தமிழ்நாட்டுக் கல்வியில் வியத்தகு வளர்ச்சி ஏற்பட்டது. நூற்றுக்கணக்கான புத்த சமணப் பள்ளிகள் திறக்கப்பட்டன. கடிகாக்கள் Ghatikas - என்று அழைக்கப்பட்ட இப்பள்ளிகளில் சாதி, சமய, நிற குல வேறுபாடுகள் இன்றி அனைத்துப் பிரிவு மாணவர்களும் சேர்த்துக்கொள்ளப்பட்டனர். இச்சமயச் சீர்க்கல்வி களப்பிரர் காலத்தில் நடைபெற்ற கல்விப் புரட்சியாகும். திருப்பாதிரிப் புலியூர் இப்புரட்சியின் நிலைக்களனாக இருந்தது. பள்ளிகளில் தமிழ், பாட மொழியாகவும் பயிற்று மொழியாகவும் இருந்தது. சமணர்களைப் போன்றே புத்தத் துறவிகளும் கல்விப் பணியில் ஆர்வம் செலுத்தினர். 'புத்த விகார்கள்' இப்பணியை மேற்கொண்டன. பூம்புகார், நாகை, புத்தமங்கலம், மயிலாடுதுறை, உறையூர் ஆகியவை புத்த கல்வி மையங்களாகச் செயல்பட்டன. தமிழ் பயிற்றுமொழியாக இருந்ததைப் போன்று பிராகிருதம் இலக்கிய மொழியாக இருந்தது. சமஸ்கிருதமும் இலக்கிய மொழியாகவும் சேர்த்துக் கொள்ளப்பட்டது, பதினெண்கீழ்க்கணக்கு நூல்களில் மிகப்பெரும்பாலானவை இவர் காலத்தில் இயற்றப்பட்டன.

மதுரையில் திருப்பரங்குன்றத்தில் வாழ்ந்த சமணத் துறவி திராவிட - திரமிள - சங்கத்தைத் தோற்றுவித்தார். சித்தர்கள் பலர் களப்பிரர்கள் காலத்தில் தோன்றினார்கள். திருமூலர் இக்காலத்தவரே.

சமயம், கல்வி, வாழ்வியல் முறை, பொருளாதார முன்னேற்றம், சாதி மறுப்பு ஆகியவற்றில் களப்பிரர் முன்னோடிகளாக இருந்து முந்நூறு ஆண்டுகள் ஆண்டாலும் தமிழக மக்கள் புறவாழ்க்கையில் ஏற்பட்ட மாற்றங்களை ஏற்றுக்கொண்டாலும் அகவாழ்க்கையில் விடுதலையை விரும்பினர். இதனால்தான் பாண்டிய மன்னன் கடுங்கோன் களப்பிரர்க்கு எதிராகக் கிளர்ச்சி செய்தபோது மக்கள் முழு ஆதரவு தந்தனர். களப்பிரர் பற்றி எழுதியவர்கள் பலர் இவர்கள் பற்றிய நடுநிலைக் கண்ணோட்டத்தை மறைத்து, இருட்டடிப்புச் செய்தனர். இருண்டகாலம் இவரின் காலம் என எழுதினர். ஆவணங்களிலிருந்து இவர்கள் பற்றிய தகவல்கள் நீக்கப்பட்டன. திட்டமிட்டே களப்பிரர் பற்றிய சான்றுகள் அழிக்கப்பட்டன. வரலாற்றுப் பேரறிஞர் கே.ஏ.நீலகண்ட சாஸ்திரி இவ்விருட்டடிப்பை வன்மையாகக் கண்டிக்கிறார்.

களப்பிரர் வெளியிலிருந்து வந்து தமிழ்நாட்டை ஆக்கிரமித்தவர்கள் என்பதில் எவ்வித ஐயமில்லை. இவர்கள் இடைக் குறுக்கீட்டாளர்கள் Interceptors என்பது தெளிவு. இவர்களைப் போன்ற பல்லவர்களும் வெளியிலிருந்து வந்து குடியேறி ஆட்சியைக் கைப்பற்றியவர்கள் ஆவர். தமிழ்நாட்டில் முதன்முதல் செப்புப் பட்டயங்களைக் கொடுத்தவர்கள் பல்லவர்களே. முதலாம் மகேந்திரவர்மன் சமஸ்கிருத மொழிக்கு முன்னுரிமை தந்தான். இவன் காலத்துப் பட்டயங்கள் யாவும் வடமொழியிலேயே பதிவு செய்யப்பட்டன. இம்மன்னன்", மத்த விலாசப் பிரகசனம்" பகவத்தாஜியா என்ற புகழ்பெற்ற நூல்கள் சமஸ்கிருதத்திலேயே எழுதப்பட்டன. 'பாரவி', 'தண்டி' போன்ற புகழ்மிக்க சமஸ்கிருதப் புலவர்கள் சிம்மவிஷ்ணு காலத்தில் அரசவைப் புலவர்களாக விளங்கினார். 'கிராதார் ஜீனியம்" அக்காலத்தில் பெரும் புகழ்பெற்றது. அதேபோன்று," காவ்யதர்ஷர் என்ற சமஸ்கிருத அலங்கார நடைக் கவிதை இலக்கியவாதிகளின் வரவேற்பைப் பெற்றது. பல்லவர்களின் வருகைக்குப் பின்னர் தமிழ்ச் சமுதாயத்தில் மாபெரும் மாற்றம் ஏற்பட்டது. வடஇந்தியாவில் இருந்து வேதியர் குலத்தவர் அதிக அளவில் வந்து குடியேறினர். இவர்கள் அனைவரும் பிரம்மதேய தேவதான கிராமங்களிலும், சதுர்வேதிமங்கலங் களிலும், கண்ணன் மங்கலங்களிலும் குடியமர்ந்தனர். பல்லவர்கள் பிராமண மரபைச் சார்ந்தவர்கள். எனினும் இவர்கள் போரைத் தொழிலாகக் கொண்டமையால் சத்ரியர்களாகக் கருதப்பட்டனர். இவர்களுக்குப் பிராமணர்கள் பக்கபலமாக இருந்தனர். பல்லவர்கள்

சனாதன சமய ஆதரவாளர்கள். வேத வைதீக சமயங்களுக்குப் பேராதரவு அளித்தனர். களப்பிரர் காலத்தில் புத்த சமண மதங்கள் சிறப்பிடம் பெற்றன. பல்லவர் காலத்தில் புத்த சமண மதங்கள் புறந்தள்ளப்பட்டு சைவ வைணவ சமயங்கள் முன்னிலைப்படுத்தப்பட்டன. பக்தி இயக்கம் தமிழ்நாடெங்கும் பரவியது. சைவ நாயன்மார்களும், வைணவ ஆழ்வார்களும் போட்டிப்போட்டுக் கொண்டு தங்களுடைய சமயங்களைப் பற்றிப் பிரச்சாரம் செய்தனர். பகுத்தறிவின் இடத்தை பக்தி பற்றிக் கொண்டது. தமிழ்நாட்டில் பக்தி வெள்ளம் கரைபுரண்டு ஓடியது. களப்பிரர் காலத்தில் கனிமரங்களாகப் பயன்கொடுத்த புத்த சமண சமயங்கள் பல்லவர்கள் காலத்தில் முள் மரங்களாகக் கருதப்பட்டன. தமிழ்நாடு முதன்முறையாக சமணமயமாக்கப்பட்டது.

பல்லவர்கள் காலத்தில் படிப்படியாக புத்த சமண பள்ளிகள் குறைந்து அந்த இடத்தை வேத கல்வி நிலையங்கள் ஆக்கிரமித்துக் கொண்டன. இவற்றில் சமஸ்கிருத மொழி வழிவேதம், வேதாந்தம், தர்மசாஸ்திரம், புராணம், தத்துவம், ஆயுர்வேத மருத்துவம் போன்றவற்றில் கல்வியும் பயிற்சியும் அளிக்கப்பட்டன. ஆராய்ச்சியும் மேற்கொள்ளப்பட்டன. வேத கல்வி நிலையங்களில் பிராமணர் மட்டுமே ஆசிரியர்களாகவும், ஆராய்ச்சியாளர்களாகவும் மாணவர்களாகவும் இருந்தனர். இவை கடிகைகள் Ghatikas அல்லது வேத கல்வி கல்லூரிகள் என்று அழைக்கப்பட்டன. ஆட்சி மொழியாக இருந்த சமஸ்கிருதமே பயிற்றுமொழியாக இருந்தது. பல்லவப் பேரரசர்கள் சமஸ்கிருத மொழிப்பற்றுக் கொண்டவர்கள். இந்திய சமஸ்கிருத இலக்கியத்தின் ஒருபகுதி பல்லவ நாட்டில் படைக்கப்பட்டது. பல்லவப் பேரரசர்கள் தமிழையும், தமிழ் இலக்கியத்தையும் வளர்க்காவிடினும் அவர்களால் ஆதரித்துப் போற்றிப் பாதுகாக்கப்பட்ட சைவ நாயன்மார்களும், வைணவ ஆழ்வார்களும் போட்டிப் போட்டுக் கொண்டு வளர்த்தனர். தமிழும் தமிழ் இலக்கியமும் புதிய உச்சத்தைத் தொட்டது. சமணர்களும், பௌத்தர்களும் கவிஞர்களாகவும் தத்துவ ஞானிகளாகவும், கலைஞர்களாகவும், கலைப்புரவலர்களாகவும் இருந்தனர். இந்தியாவின் பல பகுதிகளில் இருந்த சமஸ்கிருதப் பண்டிதர்களும் புலவர்களும் காஞ்சியுடன் தொடர்பு கொண்டிருந்தனர்.

வடமொழி ஆட்சி மொழியாக இருந்ததால் தமிழ்நாட்டில் சமஸ்கிருத மொழி என்றுமில்லாத அளவுக்குச் செல்வாக்குப் பெற்றது. வேகவதி ஆற்றங்கரையில் அமைந்திருந்த இந்நகருக்கு 'கச்சிபேறு', கச்சி, காஞ்சி என்று பல பெயர்கள் இருந்தன. காசிக்கு அடுத்து காஞ்சி ஒரு புகழ்மிக்க கல்விப் பல்கலைக்கழகமாக விளங்கியது. காஞ்சி கடிகாவில் பயின்ற தர்மபாலர் நாளந்தா பல்கலைக்கழகத்திற்குத்

துணைவேந்தராயிருந்தார். 'போதிதர்மர்' என்ற காஞ்சி பிராமண, இளவரசன் புத்த மதத்திற்கு மாறி 'பிதஸ்னதாதா' என்பவரால் தியான பயிற்சி பெற்று, சீனா சென்று 'ஷவோலின்' புத்தக் கோயிலில் ஒன்பது ஆண்டுகள் தங்கி தற்காப்புப் பயிற்சி பெற்று, 'ஜென்' புத்தமதத்தைத் Zen Buddhism தோற்றுவித்தார் எனக் கூறப்படுகிறது. புத்தக் காஞ்சியாகவும், சமணக் காஞ்சியாகவும் சமஸ்கிருதக் காஞ்சியாகவும் விளங்கிய இந்நகர்ப் பற்றிப் 'பாரவி' என்ற வடமொழிக் கவிஞர்". பூவில் சிறந்தது பாரிஜாதம், புருடர்களில் சிறந்தவர் விஷ்ணு, நங்கையரில் சிறந்தவர் ரம்பை, நகரத்தில் சிறந்தது காஞ்சி என்று பாடுகிறார். நாவுக்கரசர் "கல்வியில் கரை இலாத காஞ்சி மாநகர்" என உணர்ந்து பாடியிருக்கிறார். காஞ்சி காசிக்கே வழிகாட்டியது அன்று. சங்ககாலம் இயற்கை நெறிக் காலம், சங்கம் மருவிய காலம், அறநெறிக்காலம், அதற்கு அடுத்த காலம் பக்தி நெறிக்காலம். இந்தியாவில் பக்தி இயக்கம் தோன்றியது தமிழகத்தில் தான் என்பதும் பக்தி நூல்களில் முதலானது பரிபாடல் தான் என்பதும் அறிஞர்கள் ஒப்ப முடிந்த முடிவாகும். தத்துவப் படிப்புகளும் சமயப் பிரிவுகளும் தமிழகத்தில் இருப்பிடமாக இருந்தது என்பதற்கு மணிமேகலையே உதாரணமாகும். ஒட்டிய சமயத்து உறுபொருள் வாதிகளும் பட்டி பட்டியாகப் பரந்த இந்தியாவில் இருந்து தமிழகம் வந்தனர்." தென்னிந்தியாவில் வைணவத்தில் தொடக்கக் கால வரலாறு எனும் நூலில் கிருஷ்ணசாமி ஐயங்கார் எழுதியிருக்கும் கட்டுரையில் பக்தி தமிழ்நாட்டின் கரையோரங்களில் பிறந்து, மராட்டிய மண்டலத்திலும் வட இந்தியாவிலும் மங்கையாக வளர்ந்தது. குஜராத்தில் மூதாட்டியாயிற்று என்று எழுதுகிறார். தமிழர் நாகரிகமும் தமிழ்மொழி வரலாறும் தெ.பொ.மீ. தொகுதி - 9. பக்.450. பாகவத புராணத்தில் முதல் அத்தியாயத்தில் 48 பாடல் சொல்லும் கருத்து என பேராசிரியர் முனைவர் மருதநாயகம் பக்தி இயக்கமும் தமிழ்க் கவிதை வளர்ச்சியும் எனும் நூலில் பக்கம் முப்பத்தேழில் எழுதுகிறார். பதினெண் புராணங்கள் பக்.245-246. இக்காலத்தில் தமிழர்களின் இயல் மரபோடு வடவரின் அயல் மரபும் ஒன்று கலந்தது. இதனைத்தான் அப்பரடிகள் ஆரியன் கண்டாய் தமிழன் கண்டாய் எனப் பாடுகிறார்.

'இராமகாதையும் இராமாயணங்களும்' எனும் ஆய்வு நூலில் அ.அ.மணவாளன், "வடநாட்டைவிட தென்னாட்டில்தான் பெரும்பாலான வடமொழி இலக்கியங்கள் பாதுகாக்கப்பட்டன என எழுதுகிறார். ப. 34. வடமொழி நாடக ஆசிரியர்களில் ஒருவரான 'பாசனின் நாடகங்கள் தென்னாட்டில் கேரளத்தில் - திருவனந்தபுரத்தில், "இந்த நூற்றாண்டு ஆரம்பத்தில்" கண்டுபிடிக்க சில நாடகங்களால்

பத்துயிர் பெற்றார்'' எனக் கூறுகிறார் டி.டி. கோசாம்பி. பண்டைய இந்தியா ப. 414. கோசாம்பி கூறும் இன்னொரு செய்தி நம்மை வியப்பில் ஆழ்த்துகிறது. "கி.மு. 14ஆம் நூற்றாண்டின் பிற்பகுதியின்போது தென்னிந்தியாவில் ரிக் வேத பாசுரங்கள் சரியானபடி தொகுத்து ஒழுங்கு செய்யப்பட்டதுடன் எழுத்து வடிவம் பெற்றுக் குறிப்புரையும் வழங்கப்பட்டது. "மனித சமுதாயம் - ப. 139'' மகாபாரதம் அதன் மிக நீண்ட அளவில் தென்னிந்தியாவில் மட்டுமே காணப்படுகிறது. பாகவத புராணம் தென்னிந்தியப் படைப்பாகவே கருதப்படுகிறது'' என தெ.பொ.மீ. கூறுவதில் எத்தனை உண்மைகள் பொதிந்திருக் கின்றன. தெ.பொ.மீ தமிழர் நாகரிகமும் தமிழ் மொழி வரலாறும் ப. 420.

"உலகத் தமிழ் இலக்கிய வரலாற்றில்,'' சங்க இலக்கிய அகப் பொருள் பாடல்களும் தேவாரம் நாலாயிரம் ஆகிய பக்தி இலக்கியப் பாடல்களும் தமிழ் அரசுகளோடு தொடர்புபட்டிருந்த பிராகிருதம், தெலுங்கு, கன்னட மொழிகளில் தழுவலாகவும் மொழியாக்கமாகவும் செய்துள்ளன'' என எழுதுகிறார். அ.அ. மணவாளன், ப. 65. ஒப்பிலக்கியக் காரர்கள் வரையறை செய்து பேசும் நேரடித் தாக்கம் - Direct Influence - மறைமுகத்தாக்கம் Indirect influence - செல்வாக்கு - Reception - போலச் செய்தல் Emulation - போன்றவற்றின் மூலமாகத் தென்னக வடக்கத்திய இலக்கியங்களில் தமிழ்மொழியின் பாடல்களின் கருத்தோட்டம் பாய்ந்திருக்கின்றன. ஆழ்வார்களின் பாசுரங்களிலும் நாயன்மார்களின் பாக்களிலும் சங்கக் கவிதைகள் கண்ணில்பட்ட இடமெல்லாம் தட்டுப்படுவதை ஆழ்ந்து படிப்போர் அறியாமல் இருக்க முடியாது. சுவலபில் Zvelebil - பாடாண் திணை மரபு நாயன்மார், ஆழ்வார்களின் பாடல்களில் செல்வாக்குப் பெறுவதை பேரா. மருதநாயகம் தம் நூலில் வெளிப்படுத்துவார். பக்தி இயக்கமும் தமிழ்க் கவிதை வளர்ச்சியும் - ப. 10. இறைவனின் படைப்பை அவன் திருவிளையாடல்களாகக் கருதுதலும். திருமாலின் அவதாரங்களே பத்தெனப் பேசலும், கண்ணனின் முந்தையப் பருவத்தைப் பற்றிக் கூறி மகிழ்தலும் இறைவனையும் அடியவரையும் காதலன் காதலியாகக் கற்பனை செய்துகொள்ளலும் தமிழிலேயே பிறப்பெடுத்தன. ஆழ்வார்கள் பெரிதும் அனுபவித்துப் பாடிய அயோத்தி இராமனையும் ஆயர்பாடிக் கண்ணனையும் பாடிக் களித்துப் பரவசம் எய்தினர். திருவாதவூராரின் திருப்பள்ளியெழுச்சிப் பாடலும் ஆண்டாளின் திருப்பாவைப் பாடலும் புறம் 385 இல் கல்லாடனாரின் கவிதைக்கும், எருக்காட்டுத்தாயங் கண்ணனாரின் - புறம் 397 - கவிதைக்கும், திருத்தாமனாரின் - புறம் 398. பாடலுக்கும், 'பொறிமயில் வாரணம் வைகறை இயம்ப எனும் மாங்குடி மருதனாருக்கும் கடன்பட்டிருப்பதைக் கண்ணாரக் காணமுடிகிறது. தூது இலக்கிய மரபு

தொடர்ந்து பாசுரங்களிலும் நாயன்மார் பாடல்களிலும் கண்ணில்பட்ட இடமெல்லாம் தட்டுப்படுவதைக் காணமுடிகிறது. அகநானூற்றில் தலைவி ஒருத்தித் தன் காதலுக்கு நண்டை அகம் 170 - தூதாக அனுப்பியதையும் நற்றிணையில் மூன்று பாடல்களில் தலைவியர் அஃறிணைப் பொருள்களைத் தூதாக அனுப்பியதையும் பாடல் எண் 193, சங்க அகப்பாடல்கள் காட்டும். காளிதாசன் 'மேகசந்தேகம்' பாடக் கருவாகவும், உருவாகவும், உத்தியாகவும் சங்க அகப்பாக்கள் அமைந்தன என்பது அப்பட்டமான உண்மை.

கீரந்தையார் எழுதிய இரண்டாம் பரிபாடலை இந்தியாவில் திருமால் பற்றியெழுந்த முதல் பக்திக் கவிதைகள் என்பர். பக்தி இயக்கம் தமிழகத்தின் தென்கோடியில் தாமிரபரணி நதிக்கரையில் தொடங்கி இந்தியாவின் பல பகுதிகளுக்குப் பரவியதென்பர். கடுவன் இளவெயினனார் பாடிய மூன்றாம் பரிபாடல் திருமாலை "தீயினுள் தெறல்நீ, பூவினுள் நாற்றம் நீ, கல்லினுள் மணியும் நீ, சொல்லினுள் வாய்மை நீ' என்றெல்லாம் பாராட்டுகிறது. எல்லாப் பொருள்களின் சாரமாக உற்றியல்பாக இறைவன் உள்ளான் எனும் இக்கருத்து பின்னர் வந்த ஆழ்வார்கள் நாயன்மார்கள் பாடல்களில் இடம்பெறுவதும், பகவத்கீதை கூறும் இறைதத்துவம் இத்தகைய தன்மையிலேயே அமைந்திருப்பதும் கண்கூடு. பேரா. மருதநாயகம் - பக்தி இயக்கமும் தமிழ்க் கவிதை வளர்ச்சியும் ப - 35. பரிபாடல் கூறும் இவ்விறை விளக்கம் கி.பி ஏழாம் நூற்றாண்டில் தோன்றியதெனக் கருதப்படும் கீதையினுள் நேரடியாகவோ வேறு வடமொழி மூலம் ஒன்றின் வழியாகவோ நுழைந்திருக்க வாய்ப்புண்டு.

வேதங்கள், உபநிடதங்கள், பகவத்கீதை போன்ற வடமொழி நூல்களுக்கு உரை எழுதும்போது வடபுலத்து அறிஞர்கள் கையாண்ட சமஸ்கிருதத்துக்கும் தென்னகத்து அறிஞர்கள் பயன்படுத்திய சமஸ்கிருதத்திற்கும் இருந்த வேறுபாட்டை, ஏ.சி. பர்னெல் A.C. Burnel - தமது On the Aindra School of Sanskrit Grammarians எனும் நூலில் குறிப்பிடுகிறார். இக்குறிப்பின் மூலம் சங்கரரும், சாயனரும் எழுதும் வடமொழியில் தமிழின் தாக்கம் இருப்பதையும் இதேபோன்று இந்தியாவின் பிற பகுதிகளில் அந்தந்த வட்டார மொழிகளின் செல்வாக்கு அங்குள்ளோர் கையாள்வதில் காணப்படும் தன்மையினையும் வடமொழியும் தமிழும் அறிந்த ஜெர்மானியர் பர்னல் தெளிவு படுத்துகிறார் - பேரா. ப. மருதநாயகம் - பக்தி இயக்கமும் தமிழ்க் கவிதை வளர்ச்சியும். பக். 207-208-இராமானுஜர் தமது விசிஸ்டாத் தத்துவத்தை உருவாக்குவதற்கு ஆழ்வார்களுக்குக் கடன்பட்டிருப்பது யாவரும்

அறிந்ததாகும். இதைப்போலவே சங்கரர் தமது அத்வைத தத்துவத்தைக் கண்டறிய மாணிக்கவாசகர் முதலான சைவ சமயக் குரவர்களின் பாடல்கள் துணை செய்திருக்க வேண்டுமென்று எல்லீஸ் E.W. Ellis - சான்றுகளோடு சுட்டிக்காட்டுகிறார். ப. 209.

ஆதிசங்கரர் எழுதியதாகக் கூறப்படும் "சௌந்தர்யலகரி"யில், முடி முதல் அடி வரையிலான வருணனையை கவிஞராகவே சங்கரர் உமையம்மையைப் பாடுகிறார். "உன் தொடைகளால் தங்க மயமான வாழை மரங்களையும் மதயானையின் துதிக்கைகளையும் வெற்றி கண்டுள்ளாய்" - பாடல் 82. பத்துப்பாட்டு சிறுபாணாற்றுப்படையில் நல்லூர் நத்தத்தனார் விறலியின் தொடைகட்கு, "ஈர்ந்து நிலம்தோயும் இரும்பிடித் தடக்கையில் சேர்ந்துடன் செறிந்த குறங்கில் குறங்கென மால்வரை ஒழுகிய வாழை"யை உவமிக்கிறார். பொருநராற்றுப்படை, திருமுருகாற்றுப்படை ஆகிய நூல்களில் இடம்பெற்றிருக்கும் அடி முதல் முடி வரை வருணனைப் பகுதியை சங்கரர் படித்திராமல் இந்த உவமையை இங்கு எடுத்தாள முடியாது. பனிமலையின் பெண்ணே கவிஞர்களில் தலைசிறந்தவரான பிரம்மா உனது அழகை வருணிக்கத்தக்க உவமையைத் தேடிக் காண முடியாமல் தோல்வி அடைந்துள்ளார். உமையின் கண்ணழகிற்கு சங்கரர் பலபடக் கூறி இறுதியில் விசாலா, கல்யாணி, அயோத்தியா, போகவதி, தாரா, அவந்தி, விஜயா, மதுரை போன்ற பெயர்களால் அழைக்கத்தக்கவை என்பார். சங்க அகப்பாடல்களில் தலைவி, தோழி, தலைவன், தலைவியின் அழகுக்கு திண்தேர்ப்பொறையன் தொண்டி தன்திறம் பெறுக. இவள் நற்.08, துறைகெழுமரந்தை அன்ன இவள்நலம், நற்.35. முசிறி அன்ன-புறம்-343, இருப்பை அன்ன புறம். 350, ஊணூர் அன்ன புறம்-348. உறந்தை அன்ன புறம்.352 என்று சங்ககால ஊர்களை ஒப்பிடுவர். ஊர் ஒப்பீடு சங்கரருக்குச் சங்க இலக்கிய அகப் பாடல்கள், புறப்பாடல்கள் கைகொடுத்திருக்கின்றன.

பன்னிரண்டாம் நூற்றாண்டின் கன்னட வீரசைவக் கவிஞர் ஹரிஹரர் நாயன்மார்கள் அவதரித்த புனித இடங்களுக்கு நடந்தே வந்து, கண்ணாரக் கண்டு, 'ரகளா' எனும் அடியவர்தம் பெருமைகளை சிற்றிலக்கியங்களாக வரைந்தார். வீரசைவ மரபு தெலுங்கர் பகுதிக்குச் சென்றது. மாணிக்கவாசகர் ஒரு வீரசைவர் என்று வள்ளலாரும், மறைமலை அடிகளாரும், சிவலிங்கனாரும் சுட்டிக் காட்டியுள்ளனர். தக்கயாகத்தை அழித்த வீரபத்திரரை வீர சைவர்கள் வழிபடுவர். வீரசைவர் உடலில் அணிவதை 'இட்டலிங்கம்' என்றும் உயிரில் அணிவதை 'பிரமணலிங்கம்' என்றும் உயிர்க்கும் அப்பாற்பட்டுப் பாவிப்பதைப் 'பாவலிங்கம்' என்றும் அழைப்பர். தமிழகத்துச் சைவ முதுகுரவர்களுக்கும் கன்னடத்துப்

‘பசவண்ணருக்கும் பல ஒற்றுமைகள் ஒருங்கே காணப்படினும் அவரின் கவிதைகளின் பாடுபொருளை வைத்துப் பார்க்கும்போது மாணிக்கவாசகர் பாடல்களுக்கு அவர் ஆட்பட்டிருப்பதை நன்கு அறியமுடிகிறது. திருவாசகத்திலும் ஆறாம் பதிகமாகிய திருவெம்பாவையிலிருந்து இருபத்திரண்டாம் பதிகமாகிய ‘கோயில் திருப்பதிகம்’ வரையிலான பதினாறு பதிகங்களில் நாயகன் நாயகி பாவ நாடகத்தின் காட்சிகளைக் காணலாம் என்று அறிஞர்கள் கூறுவர். நாயகன் நாயகி பாவத்தில் பசவண்ணர், சரணனைப் பெண்ணாக்கி இறைவனை ஆணாக்கித் தம்முடைய பிரிவாற்றாமையைப் புலப்படுத்திப் பாடுவார்.

‘இலாதெய்வயாமு’ என்ற நூலை தமிழ்ப்பெண் முத்துபழனி தெலுங்கில் எழுதியுள்ளார். இந்நூலுக்கு, “இந்திய மொழிகள் நடுவண் நிறுவனத்தின் தலைவர் எஸ். இராமமூர்த்தி ஓர் அறிமுகவுரை வரைந்துள்ளார். அதில் “பிற்கால இலக்கிய வளர்ச்சிகள் எல்லாம் சங்க இலக்கியத்தின் நீட்சியாகவே கருதப்படுகின்றன” என எழுதுகிறார். “இந்த இலக்கியத்தின் உரிப்பொருள் கூடச் சங்க இலக்கிய உரிப்பொருள்களே” எனக் கூறும் இராமமூர்த்தி மேலும் “தமிழ் இலக்கிய மரபு, தெலுங்கு மொழியில் எத்தகைய தாக்கத்தை ஏற்படுத்தியுள்ளது என்பதை அறியவும், அந்தக் காலகட்ட சமூக அரசியலை வேறு மொழி இலக்கியம் வழியாகத் தெரிந்து கொள்வதற்கும் இதன் மொழிபெயர்ப்பு மிகவும் அவசியமாகிறது” என்று கூறுகிறார். இந் நூலாசிரியர் முத்துபழனி ஆண்டாளின் ‘திருப்பாவை’யைத் தெலுங்கில் மொழிபெயர்த்து நாச்சியாரின் பெருமையைத் தமிழர் மொழியின் பக்தி பரவசத்தைச் சுந்தரத் தெலுங்கினுக்குக் கூட்டிச் சென்றவர் என்பது இங்கே குறிப்பிடப்பட வேண்டிய ஒன்று. ‘காதா சப்தசதி’ என்று சமஸ்கிருதத்தில் அழைக்கப்படும் “காஹா சத்தசா மகாராஷ்டிர பிராகிருதத்தில் அமைந்த ஓர் அகப்பாடல் தொகுப்புநூல். மகாராஷ்டிர பிராகிருதம் காதல் துறைக் காப்பியங்களுக்குப் பயன்பட்டது, இந்தியாவில் சதவாகனர்களே பிராகிருதத்தை ஆட்சி மொழியாக அறிவித்தவர்கள். பண்டைக் கால இந்தியா, எஸ்.ஏ. டாங்கே. ப. 255. ஜியார்ஸ் ஹார்ட் George Hart – The Poem of Ancient Tamil their milieu and their Sanskrit counter parts - எனும் நூலில் “காஹா சத்தசாயில் இடம்பெற்றுள்ள பிராகிருதப் பாடல்கள் சங்க இலக்கிய அகப்பாடல்களால் தாக்கம் பெற்றவை” எனக் கூறுகிறார். காஹா சத்தசாவில் நூல் அறிமுகம்-இவற்றையெல்லாம் நோக்கும்போது பேரறிஞர் தெ.பொ.மீ கூறிய “சங்கரரும் இராமாநுசரும் அக்காலத்தில் தமிழகத்திலிருந்து தங்களின் கோட்பாட்டை விளக்க வடநாடு சென்றனர்” தொகுதி - 9. தமிழின் நாகரிகமும் தமிழ்மொழி வரலாறும். ப. 204- எனும் கூற்று உண்மை வெறும் புகழ்ச்சி இல்லை என்பது கண்கூடு.

ஏ.கே. இராமாநுசன் கூறியதைப் பேராசிரியர் ப. மருதநாயகம் "அரசவை மரபு மட்டுமே கொண்ட சமஸ்கிருதம் ஒருவருக்கு அந்நியப் பட்ட மொழியாகிவிட, அரசபை மரபும் அன்றாட வாழ்க்கைக்குத் தேவைப்படும் பேச்சு மரபும் கொண்ட தமிழ் தாய்மொழியாகவும் தந்தை மொழியாகவும் ஒரு சேர செயல்பட்டது" Thus the early poet saint nequired and created a poetry and a poetics of the mother Tongue. Their self image did not permit the poetry a poetics, A learned, courtly Tradition, a scriptural on decorous large apart from one self, an art that one masters and elaborates with care and anxiety and never with any complete contidence, unlike the mother tongue Sanskrit is the language of the fathers- Hymns for the Drowing - P.P.*137-138)* பக்தி இயக்கமும் தமிழ்க் கவிதை வளர்ச்சியும் ப. 20.

சார்லஸ் கோவர் - Charles Cover - 1871 – The Folk Songs of the Southern India - எனும் நூலில் கூறிய கருத்துக்களை, "பொதுமக்கள் திராவிட இலக்கியத்தைப் புறந்தள்ளிப் புராணக் கதைகளை ஏற்றுக் கொண்டால்தான் தம் பிழைப்பை நடத்த முடியும் என்ற நிலையில் இருந்தோர் தங்கள் கருத்துக்களைத் திணிக்கச் செய்த முயற்சியையும், இது உள்நாட்டு இலக்கிய மரபிற்கும் ஆரியர்கள் இறக்குமதி செய்ததற்கும் நிகழ்ந்த போர். சிலகாலம் சரிசம அளவில் இருந்தது. ஆனால் விரைவில் வெளியிலிருந்து வந்தது முன்னேறிச் செல்ல நாட்டின் எழுத்திலக்கியமும் போல் இந்நிலத்துக்குரிய கவிதை தகாத முறையில் இழிவுபடுத்தப்பட்டது. அது சற்றும் நேர்மையற்ற வழியில் வஞ்சக எண்ணத்தோடு பாழ்படுத்தப்பட்டது" என்றும் பிராமணப் பழங்கதைகள் ஏற்றமளிக்கப்பட்டுத் தொன்மையான தமிழ்ப் பனுவல்கள் புறக்கணிக்கப்பட்டன. பிராமணர்கள் அழிக்க முடியாதவற்றின் தூய்மையை இடைச் செருகல்கள் பிற பாடங்கள் மூலமாகக் கெடுத்தார்கள்" எனப் பேரா. மருதநாயகம் தம் நூலில் மேற்கோளாகத் தருகிறார். ப.39. வில்லியம் டெய்லர், கீழை வரலாற்றுக் கையெழுத்துப் பிரதிகள் -Oriental Historical manuscripts in the Tamil Language எனும் நூலில் சித்தர் பாடல்கள் எவ்வாறு திட்டமிட்டுச் சீரழிக்கப்பட்டன என்பதைச் சுட்டும்போது "நூலை முற்றுமாக அழிக்க முடியாதபோது அதில் இடைச் செருகல்களைப் புகுத்தி மாற்றங்கள் செய்து அதன் தூய்மையைக் கெடுத்து நூலாசிரியரின் உண்மையான கருத்துக்கு எதிர்மறையானவற்றைச் சேர்த்து அஃதே ஆசிரியனின் உண்மையான நூல் என்று அச்சிட்டுத் தந்தனர்" சுவலபில் - 6. என்ற செய்தியையும் பேராசிரியர் எடுத்துத் தருகிறார். பக்: 39-40. Zvelebil K.V. Tamil Litenature - **1975.**

முன்னைப் பழம்பொருட்டு முன்னைப் பழம் பொருளாய்ப் பின்னைப் புதுமைக்கும் போற்றும் பெற்றியாய் இருக்கும் என்று முளதென்றமிழ் அலைகடலுக்கும் அப்பால் சென்று தம் ஆதிக்கத்தை நிலைநாட்டிய செய்தியை மேலைக் கவிதையில் முதல் மூன்று ஆழ்வார்கள் எனும் கட்டுரையில் பேரா.மருதநாயகம் விளக்குகிறார். "ஆழ்வார்களைப் பற்றிய ஆங்கில நூலொன்றின் மூலமாக இவ்வரி தொன்மம் இருபதாம் நூற்றாண்டின் தலைசிறந்த ஆங்கிலக் கவிஞனான டி.எஸ். இலியட்டிற்குக் கிடைத்திருக்க வேண்டும். அவர்தம் 'உலகறிந்த கதையின் ஐந்தாம் பகுதியில்' சிலுவையில் அறையப்பட்ட ஏசு உயிர்த்தெழுந்து வந்தது பற்றிய வருணனையில்,

Who is in the Third who walks always beside you?
When I Count, there are only you and I together
But when I look ahed up the white Road
There is always another one walking beside you
Gliding wrapt in a brown mantle, hooded
I do not know whether a man or a woman
But who is that on the other side of You?

The Waste Land - 360 - 66.

உன்னருகில் எப்போதும் நடக்கின்ற அந்த மூன்றாவது ஆள் யார்? நான் எண்ணிப் பார்க்கும்போது நீயும் நானும் மட்டுமே சேர்ந்து இருக்கிறோம். ஆனால் நான் இந்த வெள்ளைப் பாதையில் முன்னே பார்க்கும் போது உன்னருகில் இன்னொருவர் எப்போதும் நடந்தும் நடந்து வருகிறார். பழுப்பு நிறப் போர்வையால் முக்காடிட்டுக் கொண்டு மெதுவாக, அவர் ஆணா? பெண்ணா? என்று எனக்குத் தெரியவில்லை. ஆனால் உனக்கு அந்தப்பக்கம் இருப்பவர் யார்? முதலாழ்வார்கள் பற்றிய தொன்மத்தை அவர் ஒரு மூலமாகக் காட்டவில்லையாயினும் அதன் தாக்கமே இந்த வரிகளின் வெளிப்பாடாகும் என்பதற்கு,

Here one can neither stand nor lie nor sit -340 என்ற வரிகளே சாட்சி. பக்தி இயக்கமும் தமிழ்க் கவிதை வளர்ச்சியும் - பக். 205-206 பேரறிஞர், பன்மொழிப்புலவர் பல்கலைச் செல்வர் தெ.பொ.மீ. சிகாகோ பல்கலைக்கழகத்தில் உரையாற்றும்போது, சில அருமையான கருத்துக்கள் ஏன் தமிழிலிருந்து சமஸ்கிருதத்திற்கு போயிருக்கக் கூடாது, (அதிலும் குறிப்பாக சில சமஸ்கிருத நூல்கள் தென் இந்தியாவிலேயே இயற்றப்பட்டுள்ளன என்பதை நினைவுகொள்ளும் போது) என்பது தெளிவாகவில்லை. மகாபாரதம் மிக நீண்ட அளவில் தென்இந்தியாவில் மட்டுமே காணப்படுகிறது. பாகவத புராணம் தென்னிந்தியா

படைப்பாகவே கருதப்படுகிறது. திருவள்ளுவர் சமஸ்கிருதத்தையும் பழைய சமஸ்கிருதத்தையும் அறியாதவராக இருந்தார் எனக் கொள்வது பேதமை. ஆனால், அதுபோலவே உலகம் ஒப்பக்கூடிய நல்ல கருத்துக்கள் அனைத்துமே சமஸ்கிருதத்துக்கு மட்டுமே உரியவை என்பதும் அறிவுடைமை ஆகாது.'' எனக் கூறியது நினைவுகூரத்தக்கது.

சங்க அகப்பாடல்களும் வித்யாபதியின் காதற் கவிதைகளும்.

If Latin is the language of Law and medicine

French the language of Diplomacy

German the language of Science

English the language of Commerce

Then,

Tamil the language of Bhakthi - The Devotion to God.

அருட்தந்தை சேவியர் தனிநாயக அடிகளார் கூறிய கூற்று இது. உலகில் உள்ள ஒவ்வொரு மொழியும் ஒவ்வொரு வகையில் சிறப்புற்று இருந்தால் தமிழ்மொழி பக்திப் பனுவல் மொழியாக சிறப்புறும். இடைக்காலத்தில் நாயன்மார்கள் ஆழ்வார்கள் வழியே தமிழ்நாட்டில் மூலை முடுக்கெல்லாம் பக்திப் பாடல்கள் பரந்துபட்டு ஒலித்தன. பக்கத்திலிருக்கும் மாநிலங்களுக்கெல்லாம் பரவின. இந்தியத் துணைக் கண்டம் முழுவதும் ஒரு நிலத்திலிருந்து அண்டை நிலத்திற்கும், ஒரு மொழியிலிருந்து மற்றொரு சமய உணர்வை மொழிக்குமாக காட்டுத் தீ போல் பரவியது. சமய உணர்வை எழுப்பியதோடு அவ்வியக்கம் தமிழ், கன்னடம், தெலுங்கு, மராத்தி, குஜராத்தி, இந்தி, வங்காளி, அசாமி, பஞ்சாபி ஆகிய மொழிகளில் எல்லாம் சிறப்புக்குரிய இலக்கியங்கள் தோன்றுவதற்குத் தூண்டுகோலாகியது. சங்கப் பாடல்களில் சிவன், திருமால், திருமகள், முருகன், இந்திரன், இராமன், கண்ணன், பலராமன் ஆகியோர் சுட்டப் பெறுகின்றனர். ஆனால், இராமன் சங்கப் பாடல்களில் திருமாலின் அவதாரம் என்று எங்கும் 2381 குறிக்கப்படவில்லை. இரட்டைக் காப்பியங்களான சிலம்பு, மேகலை ஆகிய நூல்களில் தான் முதன் முதலாக தமிழ் இலக்கிய வரலாற்றில் இராமனைத் திருமாலின் அவதாரம் எனக் கூறுகின்றது. சிலம்பில், "ஊர்காண் காதையிலும் மணிமேகலையில் உலக அறவி புக்கக் காதை'' யிலும் இக்குறிப்பு காணப்படுகிறது.

"இராம காதையும் இராமாயணங்களும்'' எனும் அ.அ. மணவாளன் ஆய்வு நூலுக்கு முன்னுரை வழங்கிய ஆர். பார்த்தசாரதி - "தென்னக ஆய்வு மையம்'' - வேத காலத்தில் இராமாயணம் இருந்ததில்லை எனக்

கூறி, பிற்காலத்தில் அது எழுந்த வரலாற்றை விளக்குகிறார். முதலில் வாய்மொழி வழியாக இலக்கியத்தில் இருந்த நாடோடிக் கதை நாளடைவில் இலக்கிய நிலை எய்துகிறது. கதாநாயகன் வீரத் தலைவனாக உருவாகிறான். பிற்காலத்தில் வளர்ச்சிக் கட்டத்தில் அவன் இறைத் தன்மை ஊட்டப்பெற்று வணங்கத்தக்க கடவுளாக ஏற்றம் பெறுகிறான். வால்மீகி இராமாயணத்தில் இராமனின் நிலை, முதன்நிலை: புத்தர் காலத்துக்குப் பிறகு இராமன் தெய்வத் தன்மை ஊட்டப்பெறுகிறான், நாராயணன் அவதாரம் ஆகிறான். இத்தகைய அவதாரமாக மாறியதற்குப் புத்த ஜாதகக் கதைகள் துணைசெய்தன. மகாபாரதத்தைப் பொறுத்த வகையில் தமிழகத்தில் இன்றும் கிராமங்களில் உள்ள திரௌபதி கோயில்களில் ஆண்டுதோறும் பாரதத்தை விரிவுரை நிகழ்த்துவதும் அதாவது பாரதம் படிப்பதும், தீ மிதிப்பதும் நடைபெறுகின்றன. எனவே, இதிகாசங்கள் தெய்வத்தன்மை பெற்றுத் தமிழர் வாழ்வில் பிரிக்கமுடியாததாக இரண்டறக் கலந்துவிட்டன. இத்தகைய நிலைமையை எய்துவதற்குத் தென்னாட்டு வழக்காறுகள் Recensions - குறிப்பாகத் தமிழ்நாட்டுக் கூறுகள் காரணமாயின.

இறைவனின் படைப்பை அவன் திருவிளையாடலாகக் கருதுதலும், திருமாலின் அவதாரம் பத்தெனப் பேசுதலும், கண்ணனின் குழந்தைப் பருவத்தைப் பற்றிப் பாடி மகிழ்தலும் இறைவனையும் அடியவனையும் காதலன் காதலியாகக் கற்பனை செய்துகொண்டு தன்னையே இழத்தலும் தமிழிலேயே முதன்முதலாகத் தோன்றின. கண்ணன் எனும் பாத்திரம் முல்லை நிலத்தெய்வமாக மாயோன் மால் என்ற பெயர்களில் பாராட்டப் பட்டது. பரிபாடலிலும் சிலம்பிலும் திருமாலின் திருவிளையாடல்களைப் பற்றிய பாடல்கள் இடம்பெற்றிருக்கின்றன. ஆழ்வார்களின் பாடல்களில் கண்ணன் தெய்வீகக் காதலனாகப் பன்முகப் பாத்திரமாகப் படைக்கப் பட்டிருக்கிறான். ஆண்டாள் மிகத் தலை சிறந்த பெண்ணடியார் ஆவார். அவருடைய பாடல்கள், தன் தலைவனாகிய இறைவனுக்காக ஏங்கும் ஒரு பெண்ணின் காதற் பாடலைக் காணமுடிகிறது. தன்தலைவனோடு கூடிட வேண்டி ஒருவிதச் சடங்கு - வழிபாடு - அதற்காக மன்மதனிடம் மன்றாடுதல் ஆகியன காட்டப்பட்டு, கனவில் பல்வேறு சடங்குகளோடு மணம் செய்து கொள்கிறார். பெரியாழ்வார் கண்ணன் எனும் தெய்வக் குழந்தை செய்யும் குறும்புகள் பலவற்றைப் பாடுகிறார். அக்குழந்தையின் மழலைப் பருவத்தில் உற்ற எல்லா நிகழ்ச்சி விவரங்களையம் அதன் அன்புத் தாயார் நிலையில் மெய்யுருகப் பாடுகிறார். இராமன், கண்ணன் ஆகியோரின் கதைகளில் அவரைக் கவர்ந்த காட்சிகளை நாடகப் பாணியில் நனிசிறக்கப் பாடுகிறார். கோபியருள் ஒருத்தி குறும்புக்காரக் கண்ணன் குறித்த புகார்கள் எழுப்புவதாக அமைத்து எவ்வளவு உருக்கமாக,

எவ்வளவு உளப்பூர்வமாக, எவ்வளவு நடப்பியல் உண்மைக்கு உகந்ததாகப் பாடுகிறார். கண்ணனைத் தன் மகனாகப் பெற்றிருந்தும் அவனைச் சீராட்டிப் பாராட்டி வளர்க்கும் நற்பேறு தனக்குக் கிடைக்கவில்லை என ஏங்கிப் புலம்பும் தேவகியாய்த் தம்மை பாவித்துப் பாடும் பாடல் பாசப் பண்பினைப் பாங்குற வெளிப்படுத்துவார். திருமங்கை ஆழ்வார் காதல் மரபுரிமையையும் மீறித்தான் தன் காதலனுக்காக மடல் ஏறும் செய்தியினை வெளிப்படுத்துவார். நம்மாழ்வார் நெஞ்சைத் துளைக்கும் அழுகுரலும் இதயத்துள் எழும் விளக்கிக் கூறவொண்ணா இன்பக் களிப்பும் இவரின் பாக்களில் காணக்கிடக்கும். நம்மாழ்வார் தம்மைத் தலைவியாகவும் தலைவியின் தாயாகவும், தோழியாகவும், மாற்றிக் கொண்டு திருமாலைத் தலைவனாக்கி அவன் அருளை இறைஞ்சுவார்.

பக்திப் பரவசத்தில் நெக்குருகப் பாராட்டப்படும் இக்கண்ணன் “ரிக் வேதத்தில் ஓர் அரக்கனாகவும் இந்திரனுடைய பகைவனாகவும் உள்ளான்” எனக் கோசாம்பி பண்டைக்கால இந்தியா ப. 206 கூறுகிறார். இழிந்த குலத்தினன், தேவர்களுக்கு விரோதி எனக் காட்டப்படும் கண்ணன் தன்னுடைய தாய்மாமனான கம்சனிடமிருந்துத் தப்பி உயிர் பிழைப்பதற்காகக் கோகுலத்தில் ஊட்டி வளர்க்கப்பட்டான். பிருந்தாவனம் என்றால் வனதேவதைக் கூட்டத்தின் காடு என்று பொருள். இக்காவியத் தலைவனின் சட்டப்பூர்வமான மனைவிமார்கள் - விருந்தா - ராதா - நீங்கலாக - மொத்தம் 16108 என்று கணக்கிடப்பட்டுள்ளது. காட்டில் வாழ்ந்த ‘ஜாரன்’ என்ற வேடனால் எய்த அம்பொன்று குதிகாலில் தைக்கவே மனித வடிவில் இருந்த யதுகுல வீரனாகிய கிருஷ்ணபரமாத்மா உயிர் துறந்தார். அந்த வேடன் கிருஷ்ணனுடைய மாற்றாந் தாய் மகனே. டி. டி. கோசாம்பி, பண்டைய இந்தியா - பக் 206-256. கி.பி. 13 ஆம் நூற்றாண்டுக்கு முன்னர் வடமொழியிலோ, வடஇந்தியாவின் பிற மொழிகளிலோ சங்கு சக்கர அவதாரக் கருத்துக்களைப் பெறவில்லை என்னும் காமில் புல்கே கூற்றை அ.அ. மணவாளன் கூறுகிறார். ப. 120.

‘மனித சமுதாயம்’ எனும் நூலில் சாங்கிருத்தியாயன், “இவ்வுலகத்தில் சமூகச் செல்வாக்கிற்குப் பதிலாகத் தனிநபர் செல்வாக்கு வளர வளர தெய்வங்களில்கூட சர்வவல்லமை படைத்தவராக்கப் பட்டனர். மனிதன் தெய்வமாக மாறுவதற்கு எவ்விதத் தடையுமில்லை. பதினாறாயிரம் ராணிகளுடன் களியாட்டங்களில் மூழ்கித் திளைத்த கண்ணன், வாசுதேவன் போன்றோர் கூட தெய்வங்களாகவும், பரம தெய்வங்களாகவும், பரமேஸ்வரர்களாகவும் செலவாணியாவதற்கு எந்தவிதத் தடையும் இருக்கவில்லை” என்ற கூற்று. ப. 140-சாதாரண

மனிதனாகப் பிறந்த இராமனும் கண்ணனும் காலப்போக்கில் கடவுளர்களாக மாறியதைக் காட்டுகிறது. அவதார புருடனான கண்ணன் அனைத்திந்திய அளவில் காதல் லீலைகளுக்குக் காமக் களியாட்டங்களுக்குக் கண்கண்ட தெய்வமாகக் கருதப்பட்டார். இன்னொரு அவதாரப் புருடன் இராமனோ இந்த அளவுக்கு ஏற்றம் பெறவில்லை. காரணம் இந்த இப்பிறவியில் இருமாதரை சிந்தை யாலும் தொடேன் என்ற சங்கல்பம் பாமர மனிதர்களிடம் செல்வாக்குப் பெற முடியாமல் போயிற்று.

காலங்காலமாக நம்பிவந்த இந்தக் காதல் லீலைகளை 12-ஆம் நூற்றாண்டில் ஜெயதேவரும், 14-ஆம் நூற்றாண்டில் வித்யாபாரதியும், 17-ஆம் நூற்றாண்டில் முத்துபழனியும் "இராதை" எனும் பெண்ணோடு இணைத்துக் 'கண்ணன் இராதை" காதற்கவிதைகளைப் படைத்தனர். இந்த மூன்று படைப்புகளும் மூன்று மொழிகளில் படைக்கப்பட்டவை. ஜெயதேவரின் 'கீத கோவிந்தம்' பற்றிக் கோசாம்பி, படைப்பிலக்கிய அழிவுக்கு முன்னோடியாக இலக்கிய வானத்தின் ஒரு அந்திம ஒளி பிரகாசித்தது. படைப்பிலக்கியத்தில் மிகச் சிறந்த கடைசி முயற்சியான கீத கோவிந்தம் ஜயதேவரால் இயற்றப்பட்டது. இது கிருஷ்ணனும் - ராதாவும் கொண்ட தெய்வீக இணைப்பை மெட்டமைத்துப் பாடக் கூடிய கவிதை நாடகமாக இயற்றப்பட்டிருந்தது. தொடக்கத்தில் மிகவும் காமரசம் ததும்பியிருந்த தெய்வீகக் கதையும் புராணங்களும் மேன்மைப்படுத்தப்பட்டிருப்பினும் கூட இப்பாடல்களில் பொதிந்திருந்த விரசங்கள் கணிசமானவை. இதே கதைப் பொருளை மையமாகக் கொண்ட மற்ற எல்லாப் படைப்புகளுடன் ஒப்பிட்டுப் பார்க்கும் போது இசை நயம் பரவிய இவர் கவிதைகளே தரத்தில் மேலோங்கி உள்ளன. ப. 421. வடமொழியில் எழுதப்பட்ட கீத கோவிந்தம் எனும் நூல் கி.பி. 1179-க்கும் 1025-க் கும் இடைக்காலத்தில் தொகுக்கப்பட்டது. பன்னிரண்டு பிரிவுகளான இந்நூல் இருப்பினும் இருபத்து நான்கு அஷ்டபதி என்று பெயர். இந்த சமஸ்கிருத இசை நாடகத்தை மோனிகா வர்மா 1968 இல் ஆங்கிலத்தில் மொழிபெயர்த்தார். பேரா. முனைவர் பழனி அரங்கசாமி 2009 - இல் தமிழில் மொழிபெயர்த்தார். முனைவர் பாலா "கி.பி 6 ஆம் நூற்றாண்டில் எழுதப்பட்ட கண்ணனின் கதை" எனும் தொடரைப் பயன்படுத்துகிறார். இக்கதையாரால் எழுதப்பட்டது என்று எந்தவிதக் குறிப்பும் இடம்பெறவில்லை. தொடர்ந்து அவரே, "ஜெயதேவர், வித்யாபதி போன்ற கவிகளின் கைகளில் காதல் இலக்கியமாக மலர்ந்தது. ராதையைக் கண்டுபிடித்து உருவும் உணர்ச்சியும் தந்து அம்பிகாபதி அமராவதி போன்ற அமர காதலர்கள் வரிசையில் ராதை கண்ணனை நிறுத்திய பெருமை இந்தக் கவிதைகளையே சாரும்" எனக் குறிப்பிடுகிறார். கண்ணன் ராதை பற்றிய காதற் கோட்பாடு ஆறாம்

நூற்றாண்டில் அரும்பி ஜெயதேவர் வித்யாபதி ஆகியோர் காலத்தில் மலர்ந்து மணம் வீசியதை உணர முடிகிறது. வித்யாபதி 14 ஆம் நூற்றாண்டைச் சார்ந்தவர். சமஸ்கிருதத்தில் ஆழ்ந்த புலமை பெற்றிருந்தாலும் அந்தப் பகுதியில் பாமர மக்களின் பேச்சு மொழியாகிய 'மைதிலி' மொழியில் தம் கண்ணன் ராதைக் கவிதைகளைப் படைத்து அம்மொழியை மக்கள் அங்கீகாரம் பெறச் செய்தார். ஜெயதேவரைப் போல் கண்ணன் மீது தீராக் காதலும் பக்தியும் கொண்டிராமல் கண்ணனைவிட இராதையை அதிகம் சார்ந்து நிற்பதை அவரின் கவிதைகள் காட்டுகின்றன. கீத கோவிந்தம் போல் வித்யாபதியின் பாடல்களும் இசைத்தன்மை கொண்டவை. அரசரின் அந்தப் புரத்தில் முதலில் அரங்கேறிய இக்காதற் கவிதைகள் ஊரிலும், நாட்டிலும் வெகு விரைவில் பரவியது. ஜெயதேவர் கவிதைகள் போலவே வித்யாபதியின் கவிதைகளிலும் 'காமரசம்' சொட்டுகிறது.

'இலா தெய்வயாமு' - இலாவின் கதை - முத்து பழனி 1739 - 1790 - என்பவரால் தெலுங்கில் எழுதப்பட்டு 1887 - இல் சி.பி. ப்ரௌன் என்ற ஆங்கிலேயரால் பதிப்பிக்கப்பட்டது. நான்கு அத்தியாயத்தில் 584 பாடல்களைக் கொண்டது. இந்நூலாசிரியர் தஞ்சை நாயகி என்னும் தாசிகுலத்தைச் சேர்ந்த தமிழச்சி முத்து பழனியாவார். தெலுங்கு - சமஸ்கிருதம் - தமிழ் ஆகிய மும்மொழி வல்லுநர். ஆங்கில அரசால் தடைசெய்யப்பட்ட நூல். தடையை விலக்கி நூலாக வெளிவர உதவியவரும் நாகரத்தினமா என்ற தேவதாசியே. இவர் தாம் வாழ்ந்த காலத்தில் 'பெங்களூர் நாகரத்தினம்மா' என்று அழைக்கப்பட்டார். இந்நூல் ஒரு 'சிருங்கார பிரபஞ்சம்' வகையைச் சார்ந்தது. இந்நூலை பேரா. முனைவர். த. உமாதேவி என்ற தில்லிப் பல்கலைக்கழகப் பேராசிரியர் தமிழில் மொழிபெயர்த்திருக்கிறார். இந்த நூலுக்குச் சிறப்புரை வழங்கிய எல். இராமமூர்த்தி - முதல்வர் - தென்னிந்திய மொழிகளின் மையம் "புராண இதிகாச கருவை எடுத்துக்கொண்டு படைப்பாளியின் கண்ணோட்டத்தோடுப் புதியவகை உத்தியில் படைக்கப்பட்டுள்ளது" என எழுதுகிறார். ஆசிரியர் இராமமூர்த்தி முத்துபழனியே கூறியதாக, "என்னுடைய முலைகளைப் பிடிப்பவன் கோட்டைக்கு அதிபதியாகவும், முகத்தைப் பார்ப்பவன் அரசனாகவும் ஆகும் தகுதியுடையவர்கள்" என்று எழுதியிருக்கிறார். கீதா கோவிந்தம், வித்யாபதியின் காதற் கவிதைகள் ஆகிய இரண்டு நூல்களைக் காட்டிலும் இந்நூல் காமக் கலவையைக் கற்போர் உள்ளங்களில் படம்பிடிப்பாகவே காட்டுகிறது. மற்ற இரண்டு நூல்களும் கண்ணன் ராதை காதல் - கலவி ஊடல் போன்றவற்றைக் கூற, 'ராதிகா சாந்தவனம்' எனும் இந்நூல் கண்ணன் ராதிகா இலா என்னும் முப்பரிணாம - முக்கோணக் காட்சியைப் படம் பிடித்துக் காட்டுகிறது. கோகுல கண்ணன் மாமன் மகள்

இலாவோடு இரண்டறக் கலந்து இணையும் காட்சியையும், தன் சொந்த அத்தையாகிய இராதிகாவோடு பின்னிப் பிணைந்து கலவி செய்யும் காட்சியையும் கொக்கோகப் படமாக முத்து பழனி முழு நிர்வாணமாகக் காட்டியிருக்கிறார். இந்த நூல் ஏன் தடைசெய்யப்பட்டது என்பதற்கான காரணங்கள் எங்குமே நிறைந்து காணப்படுகின்றது. ஜெயதேவரும், வித்யாபதியும் தங்களின் ஆழங்காற்பட்ட பரந்துபட்ட நூலறிவால் பக்குவமாக வெளியிடுவதற்கு அவர்தம் ஆளுமையும் ஆழ்ந்த அறிவும் துணைசெய்கின்றது. "இராதிகா சாந்த வன"த்தைக் காட்டிலும் அதிகமாக ஆபாசங்கள் அடங்கிய "வைஜெயந்தி விலாசம்" எனும் நூலில் இருக்கின்ற உடல் உறவுச் செய்திகள் முத்து பழனி நூலில் அவ்வளவாக இல்லை என்ற கூற்றைக் கவனிக்கும் போது அந்தக் காலத்துத் தெலுங்கு இலக்கியத்தின் தன்மையை நம்மால் புரிந்துகொள்ள முடிகிறது.

'கீத கோவிந்தம்' 'வித்யாபதியின் காதற் கவிதைகள்' 'இராதிகா சாந்தவனம்' மூன்றுமே ஆயர்பாடிக் கண்ணனின் காதல் லீலைகளை காமக்களியாட்டங்களைச் சிருங்கார சுவையுடன் சிறப்பாகக் கூறப் பட்டிருந்தாலும் பேரா. முனைவர் மு. அருணாசலம் 'வித்யாபதியின் காதற் கவிதைகளை மட்டுமே எடுத்துக்கொண்டு சங்க அக இலக்கியப் பாடல்களோடு இணைத்து ஒப்பாய்வு நிகழ்த்தியுள்ளார். ஓர் இலக்கியத்தை மற்றொரு இலக்கியத்துடனோ ஒப்பிட்டு அல்லது ஒன்றுக்கு மேற்பட்ட இலக்கியங்களுடனோ ஆய்வது ஒப்பாய்வாகும். ஒப்பியல் இலக்கியம் பற்றிப் பேசவந்த தெயின்-Hippolyte Taine 1828-1893-என்பவர் ஒப்பியல் இலக்கியம் இறுதியில் உலக இலக்கியக் கோட்பாட்டிற்கு நம்மை அழைத்துச் செல்லும், அழைத்துச் செல்ல வேண்டும்" எனக் கூறுகிறார். க.கைலாசபதி, ஒப்பியல் இலக்கியம் முன்னுரை ப.11. ஒரு மொழிக்குள் தோன்றிய இலக்கியங்கள், ஒரு நாட்டின் பல்வேறு மொழி இலக்கியங்கள், உலக மொழிகளில் உள்ள இலக்கியங்கள் என ஒப்பிலக்கிய ஆய்வு விரிந்தும், பரந்தும் செல்லும் இயல்புடையது. ரெனிவெலாக் ஆஸ்டின் வாரன் - இந்தியக் கொள்கைகள் ப. 66-67. 1912 இல் இலக்கிய ஒப்பாய்வுக்கு எச். எம். சாட்விக் H. M. Chadwick - இட்ட விதை முளைத்து, கிளைத்து உலகம் முழுவதும் செழித்து வளர்ந்து வருகின்றது. உலகம் அதனை உற்று நோக்குகின்றது. காரணம் ஒப்பீட்டு முறையால்தான் ஒன்றினை மற்றொன்றின் தரத்திலிருந்து உயர்த்திக் காட்ட முடியும் என்பார் மாக்சுமில்லர். All higher Knowledge is gained by comparision and rests on comparision. இலக்கிய வகைகளின் அமைப்பு, வனப்பு, உள்ளடக்கம் என்பன பற்றிய மூல பாட ஆய்வும் - Textual criticism - இலக்கியங்கள் எழுந்த சமூகப் பின்னணிகள் ஆய்வும் - Social criticism - என்று ஒப்பியல்

அமையும். ஒப்பாய்வுச் சிந்தனை மூலம் ஒன்றின் தோற்றம் - தொன்மை பற்றிய புதிய சிந்தனை எழுச்சி பெறத் தொடங்கியது. ஆதிகவி என்றும் அவர் பாடிய இராமாயணம் மிகச் சீர்த்தியது என்ற நம்பிக்கையை டாக்டர் யாகோபி, டாக்டர் வெபர், டாக்டர் தினேங் சந்திரகென் போன்றோர் மறுபரிசீலனையை முன்வைத்தனர். குறிப்பாக டாக்டர் வெபர் Alberth Weber - ஹோமரின் காப்பியமாகிய இலியதம் - Iliad - இராம கதையின் தோற்றத்திற்கு மூல காரணம் என்றார். Uberdas Ramayana - Berlin - *1870* pp. *1-88*. பாழ்நிலம் பாடிய டி.எஸ். இலியட் What is a Classic எனும் பகுதியில் ஒப்பாய்வு பற்றிப் பேசும்போது வர்ஜிலின் ஈனிட் Aeneid - காப்பியம் ஹோமரின் இலியட்டைவிட சிறந்தது என்பார். "மனித மூளையின் மாபெரும் படைப்பு" The Greatest work done by the Human Brain" எனும் மில்டனின், இழந்த சொர்க்கம் - Paradise Lost - இங்கிலாந்து மக்களாலேயே மறுபரீசிலனைக்கு உட்படுத்தப்பட்டது. இவைபோன்ற புதிய கோட்பாடு உருவாகிட ஒப்பியல் பார்வையே உதவி செய்கிறது.

காதல், கவிஞர்கள் பாடிப் பாடித் தீராத பொருளாக நிற்பது. இளங்கோவடிகளால் தீராக் காதல் எனப் பேசப்பட்ட இதனைப் பாவேந்தர் 'மண்டைப்பேகாதல்' என்பார். 'தமிழ்க்காதல் கண்ட வ.சுப. மாணிக்கனார் 'காதல் என்பது உள்ளத்துக்கு நல்லது, உடலுக்கு நல்லது, உயிருக்கு நல்லது, ஊருக்கு நல்லது, உலகிற்கே நல்லது' எனக் கூறுவார். முந்துநூல் தந்த முனைவர் தொல்காப்பியர் "இன்பம் என்பது எல்லா உயிர்க்கும் தான் அமர்ந்துவரும் மேற்றாகும்" என இலக்கணம் வடிப்பர். காதலின் அருமையையும், பெருமையையும், உயர்வையும், ஒப்புயர்வற்ற தன்மையையும் சங்கத் தலைவி ஒருத்தி "நிலத்தினும் பெரிதே நீரினும் ஆர ஆழமுடையதென்றும், வானினும் உயர்ந்ததென்றும் கூறுவாள். உண்மைக் காதலால் உன்னத நிலையை அடைய முடியும் என்பதை "நாறும் சாக்கடையில் புரளும் ஓர் அற்பப் புழு தன்னைத் தானே தூய காதலால் உயர்த்திப் புனிதமான பெருநிலையை அடையலாம்" என்று கூறுவர். A worm in the ditch has been elevated to the divinity by the way of Pure Love - மாதவியும் கிளியோபாத்ராவும் - என் குமாரசாமி - ப. 212. சங்கச் சான்றோர் இதனை 'அன்பின் ஐந்திணை' என்பர். கிரேக்கமோ நான்கு வகையாகக் கூறும் ஈராஸ் - Eros - ஃபிலியோ Phileo ஸ்டோர்ஸ் Stores - அகேப் Agape என்று.

கால வளர்ச்சிக்கு இடையிலே கலை வளர்ச்சியும், இலக்கிய வளர்ச்சியும் தொடர்ந்து நடைபெறுவதை வரலாறு காட்டும். சங்ககால சமய நெறிக்கும் பிற்கால சமய நெறிக்கும் எத்தனையோ வேறுபாடுகள். இறைவனை முன்னிறுத்தி அவனோடு பேசும் வகையில் பல பக்திப்

பனுவல்கள் தோன்றி, விரிவடைந்து வளர்ச்சியுற்று சிற்றிலக்கியமாக மலரப் பெற்றது. கோவை, உலா, மடல் போன்ற அகக் கருத்துக்கள் அவ்விலக்கியங்களில் காணக்கிடக்கின்றன. தொல்காப்பியத்திலும் சங்கத்தொகைகளிலும் மிகுந்துகிடக்கும் பொருள் அகப் பொருளாதலின் அதனைப் பரப்பத் தோன்றிய இவ்விலக்கியங்கள் பேரிலக்கியங்களாகக் கருதப்பட்டன. வீடும் துறவும் வேண்டி வாழ்ந்த இடைக்காலத் தமிழ்ச் சமுதாயத்தார் சிற்றின்பம் கூறும் இவ்வகை இலக்கியங்களைப் பேரின்பக் குறிக்கோளுக்கும் கொண்டு சென்றனர். சிவப்பிரகாசர் "இவள் தந்த இன்பத்தைச் சிற்றின்பம் என்பது எம்பெருமான் நடஞ்செய்யும் அம்பலத்தைச் சிற்றம்பலம் என்பது போலும்" என மங்கை ஓரத்தி தரும் சுகத்தை மனதாரப் பாராட்டுவார். தொல்காப்பியர் கருத்தும் சங்க நூற் செய்திகளும் அகத்திணை மாந்தர்க்குப் பெயரிடுதல் கூடாது' சுட்டி ஒருவர் பெயர் கொளப் பெறார்-தொல்-1000- என்பது இலக்கணமாகும். கடவுளர்கள் பல சிற்றிலக்கியங்களில் பெயர் சுட்டியே பேசப்படுகின்றனர். இது கால வளர்ச்சி-மரபில் புதுமை இதனைத்தான் கீத கோவிந்தமும் வித்யாபதியும், முத்து பழனியும் பின்பற்றுகிறார்கள். இது பழமை மரபில் பூக்கும் புதுமை மரபு.

"வித்யாபதியின் காதற் கவிதைகள்" எனும் பெயரில் மொழி பெயர்த்த கவிஞர் பாலா, வித்யாபதி மைதிலி மொழியில் பாடிய கவிதைகளின் எண்ணிக்கையை எங்கும் பேசவில்லை. இருப்பனவற்றுள் இரு நூற்றைம்பதைத் தேர்ந்தெடுத்து மொழிமாற்றம் செய்துள்ளேன் எனக் கூறுகிறார். இவரின் இந்த நூலில் எண்பத்தொரு பாடல்களே காணப்படுகின்றன. வித்யாபதி கொடுக்காத கவிதைத் தலைப்புகளைக் கவிஞரே கொடுத்திருக்கிறார். இந்த எண்பத்தொரு கவிதைகளில் ஆய்வாளர் ஐம்பத்திரண்டு பாக்களுக்கு அகப்பாடல்களோடு இணைந்து ஒப்பாய்வு செய்துள்ளார். கவிஞர் பாலாவிடமும் ஆய்வாளர் அருணோடும் 'ஏன்? என்ற கேள்வியை எழுப்புவது நம் வேலை அல்ல. ஆனால் இருவரிடமும் 'எப்படி' என விடைகாண முயல்வதே அறம். 'கீத கோவிந்தம்' உடலின்பத்தை உள்ளது உள்ளபடியே வர்ணிக்கும் போக்கினை அப்படியே பாடுவதால் வித்யாபதி "அபிநய" ஜெயதேவர் என்றும் அழைக்கப்பட்டார். ஒவ்வொரு கவிதையிலும் கண்ணன் ராதை ஆகிய அவ்விருவரின் ஓர் அம்சத்தை - ஒரு நிகழ்ச்சியை ஒரு கூட்டத்தைக் காணமுடிகிறது. இப்பாடல்களில் கவிஞரே அவர்களுள் ஒருவராக நின்று அதைக் கண்ணுறுவதாகவும் அல்லது வேறு ஒருவர் கொண்டு அறிந்து கொள்வதாகவும் காட்டப்படுகிறது. எண்பத்தொரு கவிதைகளடங்கிய 'வித்யாபதி காதற் கவிதைகளில் வித்யாபதி பன்னிரண்டு இடங்களில் தோன்றுகிறார். "தங்களுடைய உணர்ச்சியை எல்லோரும் தம்முடைய உணர்ச்சியாக உணரக் கூடிய பொது

நிலையாக உயர்த்தும் போதே பாவாகும். எவ்வளக்கெவ்வளவு பாவலன் தன்னை மறைத்துக்கொள்ள முடியுமோ அவ்வளவுக்கவ்வளவு அவன்பாவானது பொதுமை உணர்ச்சியாக இருக்கும். என டாக்டர் தெ.பொ.மீ கூறுவது இங்கு சிந்திக்க வேண்டியதுள்ளது. 10,587 பாக்கள் பாடிய கம்பன் தன்னை ஆதரித்த சடையப்ப வள்ளலை ஆயிரம் பாடலுக்கு ஒரு பாடல் வீதந்தான் சிறப்பிக்கின்றான். அது மட்டுமல்ல; வேறு எந்த சமகாலப் பெரிய அரசனைப் பற்றிய நேரடிக் குறிப்பும் அவனின் 'இராம காதை'யில் இடம்பெறவில்லை என்பதே உண்மை.

இந்திய மொழிகள் நடுவண் நிறுவனத்தின் - தென்னிந்திய மொழிகளின் மையத்தலைவர் எல். இராமமூர்த்தி "பாலுணர்ச்சிப் பாடல்களும் தகாத உறவுக் கதைகளும் நாட்டுப் புறப்பாடல்களில் ஏராளமாகக் காணப்பட்டாலும் அவை எல்லாம் சமூக வக்கிரங்கள் என இலக்கியக் காவலர்களால் புறந்தள்ளப்படும். ஆனால் அதே செய்திகள் புராணங்களில் காணப்படும் பொழுது அது பக்தியாகவும் அவதாரங்களாகவும் போற்றப்படுகின்றன. ஒரு பெண்ணோ, ஆணோ பலருடன் உறவுகொள்ளுதலையும் தகாத உறவுகளையும் கண்டிக்கும் சமூகம் புராணக் கதையாடல்களில் அவற்றை லீலைகளாக வணங்குகிறது. இறைவனுக்குப் படைக்கும் சாதாரண உணவு பிரசாதமாவது போல, கோயில்களிலும் தேர்களிலும் காணப்படும் ஆண் பெண் உறவுக் காட்சிகள், கலைகளாகவும் காணப்படுகிறது. பாலுணர்ச்சித் தூண்டும் படைப்புகளும், சமயச்சாயம் பூசும் பொழுது பக்தி இலக்கியமாகப் பரிமாணம் பெறுகின்றன. ராதிகா சாந்தவனம். ஆய்வுரை - என்பதை இங்கு நினைவு கூரவேண்டும்.

கீதகோவிந்தத்தை ஆங்கிலத்தில் மொழிபெயர்த்த பார்பராஸ்டொலர் மில்லர் "தமிழிலக்கியத்தில் ஆழ்வார் பாடல்களும் ஆண்டாளின் திருப்பாவையும் கண்ணனது மனைவியாக நப்பின்னையைக் குறிப்பிடுகின்றன. அவள் மீது கண்ணன் அளவுகடந்த பாசமும் பற்றும் வைத்திருந்தான். இந்த நப்பின்னையை மனதிற் கொண்டே பிராகிருத மொழி இலக்கியங்கள் ராதை என்னும் நாயகியை உண்டுபண்ணி அவளோடு கண்ணனுக்கு இருந்த உறவினை மிகைப்படுத்தியும், சுவைப்படுத்தியும் ரச லீலைக்கு ஆட்படுத்தியுள்ளன" என சில மேற்கோள்களுடன் சுட்டிக் காட்டிக் கூறுகிறார். அறிஞர் ராமச்சந்திர தீட்சிதர், சிலப்பதிகாரத்தில் வரும் குரவைக் கூத்தை வடமொழி இலக்கியங்கள் ரஸக் கிரீடையாக மாற்றியுள்ளன எனக் கூறுகிறார். முனைவர் பழனி அரங்க சாமி. கீதகோவிந்தம் ப. 18. இனப்பெருக்கக் கடவுளாகக் கருதப்படும் கண்ணனைப் பற்றிய புராணச் செய்திகள் தென்னிந்தியாவிலிருந்தே வடமொழிக்குச் சென்றிருக்கலாம் என ஏ.எல். பாஷம் கருதுகிறார். மகாபாரத காலத்தில் புராணிக வீரனாக

மட்டுமே கருதப்பட்ட கண்ணன் காலப்போக்கில் கடவுளரின் நிலையில் வைத்துப் போற்றப்படத் தொடங்கியுள்ளான். வடமொழியிலுள்ள பதினெண் புராணங்களுள் ஒன்றாகிய பாகவதத்தின் பத்தாம் கண்டத்தில்தான் கண்ணனின் பிறப்பும் வளர்ப்பும் செயல்களும் விரிவாகக் குறிக்கப்பட்டுள்ளன. ராதா, கிருஷ்ணனின் அத்தை, நந்தபாலாவின் கடைசித் தங்கை. 'அயனகோசர்' என்பவரின் மனைவி. கிருஷ்ணனைவிட வயதில் மூத்தவள் ராதா. இருவரின் காதல் உறவு கலவி, புலவி ஒழுக்கம் மீறியதும் தகாப் புணர்ச்சியும் ஆகும். இந்த ராதையைப் பற்றிய எந்தக் குறிப்பும் மகாபாரதம், ஹரிவம்சம், விஷ்ணுபராணம், பாகவதம் ஆகிய எந்த நூல்களிலும் காணப்படவில்லை. பாகவதத்தில் கண்ணன் கோபியர்களுடன் கூடிக் கலந்து களிப்படைந்த செய்திகள் கூறப்பட்டாலும் 'ராதை' எனும் பெயர் இடம்பெறவில்லை. 'காதா சப்த சதி' என்று சமஸ்கிருதத்தில் அழைக்கப்படும் 'காஹா சத்தசாயில்' மகராஷ்டிர பிராகிருதத்தில் அமைந்த அப்பாடல் தொகையில் ராதை பற்றிய குறிப்பு இடம்பெறுகிறது. வடமொழி இலக்கிய வரலாறு எழுதிய "கீத்", இதன்காலம் கி.பி 200 க்கும் 450 க்கும் இடையில் என எழுதுகிறார். காஹா சத்தசாயியில் இடம்பெற்றுள்ள பிராகிருதப் பாடல்கள் சங்க இலக்கியத் தாக்கமுற்றவை என ஜார்ஜ் ஹார்ட் தன்னுடைய The poems of ancient Tamil, Their milieu and their sanskrit counter parts' என்னும் நூலில் விரிவாக ஆய்வு செய்து கூறியிருக்கிறார். காதா சத்தசாயியில் தலைவன், தலைவி பெயர் சங்க இலக்கியத்தைப் போல் குறிப்பிடப்படவில்லை என்பது குறிப்பிடக் கூடியது. கண்ணன் பற்றிய குறிப்புகள் புராணச் செய்திகள் தென்னிந்தியாவிலிருந்தே வடமொழிக்குச் சென்றிருக்கலாம் என ஏ.எல். பாஷம் கருதுகிறார். உள்ளுந்தோறும் உள்ளுந்தோறும் உணர்ச்சியில் ஊறித் திளைக்கும் சங்க அகப்பாடல்களையும் வித்யாபதியின் காதற்கவிதைகளையும் ஒப்பாய்வு செய்திருக்கிறார் பேரா. முனைவர் மு. அருணாசலம்.

பெரியார் ஈ.வெ.ரா கல்லூரித் தமிழ் உயர் ஆய்வு மையத்தில் பேராசிரியராகப் பணியாற்றும் மு.அருணாசலம், 'ஏதில் மாக்கள் பொதுமொழிகொள்ளா தீதறு நெஞ்சத்தார்', 'நின்ற சொல்லர். நீடுதோறும் இனியர்'. 'உற்றுழி உதவி உறுபொருள் கொடுத்துப் பிற்றை நிலைமுனியாது கற்பிப்பவர்'. பொதுமையும் புதுமையும் அமைந்த புத்தம் புதிய நூல்களைக் கொங்குதேர் வாழ்க்கை அஞ்சிறுத் தும்பிபோல ஆய்ந்து தோய்ந்தவர். வாங்கும் நூல்களை வானாள் வைப்பு நிதியாக வைத்துக்கொள்ளாமல் ஊன்றிப் பார்ப்பவர். எழுத்தினை விழிகள் தாவ இதயத்தால் என்றும் வாசிப்பவர். ஆய்வு மாணாக்கர்கள் பலரை உருவாக்கிய ஓய்வறியா உழைப்பாளர். பழைய துரு ஏறிய

பகுதிகளைத் துடைத்துக் கொண்டிருக்காமல் புதிய ஒளி பாய்ச்சும் புதுமை விரும்பி 'திருநங்கைகள்' பற்றிப் பேசக் கூசும் பலரின் மத்தியில் ஆய்வுத் தலைப்பாக்கித் தம்முடைய ஆய்வு மாணவர்களை அழகுபட நெறிப்படுத்தியவர். 'விளிம்பு நிலை மாந்தர்கள்' பற்றிய இவரின் வழிகாட்டுதலில் முனைவர் பட்டம் பெறச் செய்தது இவரின் சாதனைகளில் ஒன்று. ஒப்பியல் நோக்கில் திருவள்ளுவர், சுபாஷிதம், சிலப்பதிகாரமும் கிரேக்கத் துன்பியல் நாடகங்களும் எனும் தலைப்புகளில் முனைவர்பட்ட மாணவர்களுக்கு ஆய்வுத் தலைப்பு நல்கி அவர்களை முனைவர் ஆக்கியவர். அகன்ற கேள்வி அடங்கிய கொள்கை கொண்ட 'அருண்' அவர்களின் "சிலப்பதிகாரம் ஒப்பாய்வுகள்" என்ற ஆய்வு நூல் மூலம், பிறர்க்கு உவமம் தான் அல்லது தனக்குவமம் பிறர் இல்லையெனும் புறப்பாடலை அறப்படுத்துகிறது. 'வித்யாபதியின் காதற் கவிதைகள்' என்ற நூலுள் அன்புடை நெஞ்சம் தாம் கலந்த சங்க அகப்பாடல்களுடன் ஒப்பீடு செய்து, 'காதன்மை கண்ணுள்ளேயடக்கிக் கண்ணெனும் தூதினாற் துனிப்பொருள் உணர்த்தும் காதல் சித்திரங்களை வரைந்து காட்டியிருக்கிறார்.

இயற்கை நெறியால் வாழ்ந்த சங்ககாலக் காதலில் இயற்கைப் புணர்ச்சி, இடந்தலைப்பாடு, பாங்கற் கூட்டம், பாங்கியர் கூட்டம், இரவுக்குறி, பகற்குறி, இற்செறித்தல், அருங்கடி படுத்தல், இரங்குதல், ஏங்குதல், அறத்தொடுநிற்றல், உடன்போக்கு என்ற நெறிப்பட்ட நிகழ்வுகளோடு நாடகம் நடைபெறும். இவை போன்ற இலக்கண வரம்புகள் ஏதுமில்லா வித்யாபதியின் காதற் கவிதைகளில் கண்ணன் ராதை ஆகியோரின் காதல் ஏக்கங்களையும் கலவியின் தன்மைகளையும் புலவியின் புலம்பல்களையும் மட்டுமே காட்டும் பாடல்களில் பழந்தமிழ்க் காதற்தன்மைகளை ஒப்பிட்டு, நெடுநுகத்துப் பகல் போல நடுவுநின்று எழுதியுள்ளார். ஆய்வாளர் அருண் கிணற்றின் ஆழத்தையும் அறிவார், கயிற்றின் நீளத்தையும் நன்கு அறிவார்.

ஒப்பீட்டாளர் 'அகப்பாடல்கள்' என்று எழுதியிருந்தாலும் சங்க இலக்கியத்தில் 'அகப்பா' எனும் சொல்லாட்சி இரண்டு இடங்களில் மட்டுமே - நற்றிணை - 14, பதிற்றுப்பத்து 22 - இடம்பெற்றிருக்கிறது. அதேபோல ஆய்வாளர் பல இடங்களில் சுட்டும் பெண்களின் எழுவகைப் பருவங்கள் குறித்து சங்க இலக்கியமும் பேசவில்லை, வடமொழி இலக்கியங்களும் பேசவில்லை. மொழிபெயர்ப்பாளர் வித்யாபதியின் கவிதைகளில் எண்பத்தொரு கவிதைகளை மொழி பெயர்த்துள்ளார். பேரா அருண் ஐம்பத்திரண்டு பாடல்களை மட்டுமே எடுத்துக்கொண்டு தமிழ் அகப்பாடல்களோடு ஒப்பிட்டுப் பார்த்துள்ளார். வித்யாபதியின் ஐம்பத்திரண்டு பாடல்களைச் சங்கச் சான்றோர்களில் நூற்றுப் பதினாறு பாடல்களோடு இணைத்துக் காட்டித் தொன்மரபின்

தாக்கமும் செல்வாக்கும் வடமரபு கவிதைகளில் எவ்வாறு இடம் பெற்றிருக்கின்றன என்பதனைத் தெள்ளத் தெளிவாக அள்ளித் தந்திருக்கிறார், கிள்ளித் தந்திருக்கிறார். நற்றிணையில் 14, குறுந்தொகையில் 23, ஐங்குறுநூற்றில் 07, கலித்தொகையில் 20, அகநானூற்றில் 52, சங்க அகப்பாடல்களில் ஆய்வாளருக்கு இருக்கும் ஆழத்தையும் அகலத்தையும் இது அங்கை நெல்லிக்கனி எனப் புலப்படுத்துகிறது. எட்டுத்தொகைப் பனுல்களில் அகநானூறே ஆய்வாளரைப் பெரிதும் ஈர்த்திருக்கிறது.

வடகடலிட்ட வான்கழி தென் கடலிட்ட நுகத்தில் புகுந்தாற் போலக் களவுக் காதலின் முதற்சந்திப்பு இடம்பெறும். இது வட மரபுக்குப் பெரிதும் ஏற்புடைத்தாயிருக்காது. வித்யாபதியின் காதற் தலைவி கண்ணனின் சொந்த அத்தை. மணமானவள், வயதில் பெரியவள். காயாம்பூவண்ணன் கண்ணனோடு காதல் செய்து கலவியில் ஈடுபடுவது, புலவியில் புலம்புவது இவையெல்லாம் தமிழ் நெறிக்கு அப்பாற்பட்டது. இருவரிடம் ஏற்படும் உள்ளூறு புணர்ச்சியைக் காட்டிலும் மெய்யுறுபுணர்ச்சியே விதந்து காணப்படுகின்றது. இதனைக் காதல் நெறி என்று கூறுவதை விடக் கடவுள் நெறி எனக் கொள்வதே பொருத்தமாகும். திணைமாலை நூற்றைம்பது 88,எனும் சங்கப் பாடலோடு வடமொழிப் பாடல்களை ஒப்பிட்டுப் பார்த்தால் தான் தமிழர்தம் பண்பாட்டின் உச்சியினைப் பார்க்க முடியும். இங்கு ஏற்படும் சிக்கல்கள் ஏராளம். மொழிபெயர்ப்பாளருக்கும் மைதிலி மொழி தெரியாது. ஆய்வாளர் அருணுக்கும் அம்மொழி தெரியாது. வித்யாபதியின் மூலக்கருத்தை இவ்விருவராலுமே புரிந்துகொள்ள முடியாது. மைதிலி மொழியிலிருந்து சமஸ்கிருத மொழிக்கு மாற்றம் செய்து சமஸ்கிருதத்திலிருந்து ஆங்கிலத்திற்கு மாற்றம் செய்து, ஆங்கிலத்திலிருந்து தமிழுக்கு மாற்றம் செய்திருக்கும் வித்யாபதியின் காதற் கவிதைகள் எங்கெல்லாம் எப்படியோ மாற்றம் பெற்றிருக்கும். மொழிபெயர்ப்பு செய்த கவிஞர் பாலா, “கவிதைத் தலைப்புகள் நான்தந்தவை” எனக் கூறுகிறார். இவற்றை எல்லாம் உற்றுநோக்கும் போது சாறினை விட்டு விட்டு சக்கையினை மெல்லுதல் கதைபோல் இருக்கிறது. வித்யாபதியின் காதற் பாடல்களை ஒப்பிடும்போது ஆய்வாளர் தமிழ் மரபுக்கு உட்பட்டு, தமிழ் நெறிக்கு ஆட்பட்டுச் சொல்கிறார். உதாரணமாக மொழியெர்ப்பாளரின் முதற் கவிதையை ஆய்வாளர் அப்படியே எடுத்துக் கொள்கிறார். இரண்டாவது கவிதையை வரிசைப்படி தொடாமல், காதலர் சந்திப்பிற்கு அடுத்துக் காதலின் உயர்வைக் காட்ட வித்யாபதியின் 85 - வது பாடலை எடுத்திருப்பது பெரிதும் பாராட்டிற்குரியது. காதல் நெறியும் இலக்கண முறையும் தமிழ்நெறியும் ஆய்வாளரை முறைமைப்படுத்தியிருக்கிறது என்பதே உண்மை. ஆய்வில் முதற் பாடல் ‘பூப்பு’ பற்றியது. பெண்ணின்

பூப்பு வளமையின் வெளிப்பாடு. பெண் என்பவள் வெறும் போகத்திற்கு மட்டும் உரியவள் அல்லள். அவள் ஈன்று புறம்தரல் அவளின் கடன். வருங்கால சமுதாயத்தை - வாரிசை உருவாக்கும் பெரும் பொறுப்பு அவள் என்பதை வெளிக்காட்ட, நிலைநாட்ட ஆய்வாளர் தேர்ந்தெடுத்த அப்பாடல் அவரின் மரபு வழிபட்ட தன்மையினை வரையறை செய்கிறது. வளமையில் தொடங்கி, இறுதியாக அவர்தம் வாழ்வோடு முடிக்கிறார். ப. 129. இதனை முந்துநூல் கண்ட முனைவன் "சிறந்தது பயிற்றல் இறந்ததன் பயனே" என்பார். வாழையடி வாழையென வரும் மரபு தடுமாறாமல் செல்வதைக் காட்டுகிறது. இதுபோன்ற ஒளிதரும் ஒப்பாய்வு நூலில் கண்ணில்பட்ட இடமெல்லாம் தட்டுப்படுகிறது.

'பூப்பு' பற்றிப் பேசும் ஆய்வாளர் வித்யாபதியின் ஒரு பாடலுக்கு, அகநானூறு 315, அகநானூறு 07, குறுந்தொகை - 337, குறுந்தொகை 159, ஆகிய நான்கு அகப்பாடல்களை எடுத்துக் காட்டுகிறார். நான்கு பாடல்களிலும் தோழி கூற்றாக அமைந்த குறுந்தொகைப்பாட்டு ஒன்றே போதுமானது. இந்நிகழ்வு பெண்கள் சூழ நடப்பது. கூடியவரை ஆண்கள் அங்கு வருதலை வேண்டா வெறுப்பாகத்தான் பார்ப்பர். இந்நான்கினுள் தலைவன் கூற்றாக வரும் குறுந்தொகை 337 - ஐ ஆய்வாளர் தவிர்த்திருக்கலாம். உடன்போக்கு மேற்கொண்ட தலைவியின் பா கூறுத் தேவை இல்லாதது. அகநானூறு 315 ஒன்று. பூப்பு பற்றிய நல்ல ஒரு பாடலை மட்டும் சிறப்புற விளக்கிக் காட்டிவிட்டு இதனை ஒப்பவே இருக்கின்ற அகப் பாடல்களின் எண்களை மட்டும் குறித்திருக்கலாம். வித்யாபதி காதற் காதலில் 'அல்குல்' கூறப்படவில்லை. இருப்பினும், "ஒரு பொன் மின்னல் அங்கே தோன்றக் கண்டான்" என்ற வரிகளில் பொன் மின்னல் எங்கு தோன்றியது என்ற வினாவை எழுப்பினால் 'மார்புகள் மீது கூந்தல் சரிந்திருக்கிறது. மார்புக்குக் கீழே, அது அல்குல்தானே. மெல்லிய ஆடை. குளித்தெழுந்து வரும் காதலி. கண்ணன் பார்க்கிறான் அங்குலம் அங்குலமாக. மார்பைப் பார்த்த அவனின் செயலைக் கண்டிக்க, கூந்தலைக் கொண்டு மறைக்கிறாள். அவனின் பார்வை மார்பிலிருந்து கீழே இறங்குகிறது. ராதையோ அச்சத்துடன் தன் மெல்லிய ஆடையை இழுத்து மறைக்கிறாள். அந்த ஒரு நொடியில் ஒரு பொன் மின்னல். இல் உள்ள அது அதுவேதான். ஆய்வாளர் அருண் ப. 8 தழையணி அல்குலுக்குக் "கோடேந்து அல்குல்" என விளக்கம் தருகிறார். புலவர் நினைத்திருந்தால் கோடேந்து அல்குல் எனப் பாடியிருக்க முடியும். சங்க அகப்பாடல்களில் அல்குல் பற்றி 100 இடங்களிலும், முலை பற்றி 170 இடங்களிலும் பேசப் பட்டிருக்கிறது உண்மை என்றாலும், ஆய்வாளர் இல்லாத ஒன்றை - கோடேந்தும் சொல்லைச் சொல்லியிருக்க வேண்டாம். "பொன்மொழித்

தொகுப்பாக உள்ள ஒரு நூலில் இவ்வளவு மேலோங்கிய அறிவுத்திறன் அடங்கியுள்ளதாக உலக இலக்கியங்களிலேயே அநேகமாக வேறெதுவும் இல்லை" ஸ்வைட்சர் ஆல்பர்ட் இந்தியச் சிந்தனையும் அதன் வளர்ச்சியும் ப. 199 பாராட்டப்பட்ட திருக்குறளில் 'கல்லாதான் சொல் காமுறுதல் முலையிரண்டும் இல்லாததாள் பெண் காமுற்றற்று' 402 - என்னும் குறளில் பெண்ணிற்கும், காதலுக்கும் காமத்திற்கும் உள்ள 'முலை'யின் தவிற்க வொண்ணா தன்மையினை வெளிப்படுத்துவார்.

காதலின் உயர்வு பற்றிப் பேசவந்த ஆய்வாளர் குறுந்தொகை மூன்றாம் பாடலைத் தலைவி கூற்றாகக் கூறுகிறார். மிகத் துல்லியமான தேர்வு இப்பாடல். நிலம் - நீர் - வான் இம்மூன்றைத் தவிர பிற எந்தப் பொருளும் காதலின் உயர்வுக்கு உவமையாக முடியாது. இதனை சங்க அகப்பாடல் ஆய்ந்து அறிந்து சங்க அகப்பாடல்களும் வித்யாபதியின் காதற்கவிதைகளும் பாராட்டுகிறது. மூன்று உவமைகளை வித்யாபதியும் கூறுகிறார். வைரம் பொன் கடல். இம்மூன்றனுள் இரண்டு செயற்கை ஒன்றே இயற்கை. வித்யாபதி கடல் என்று கூறியிருக்க, அகப்பாடலோ வெறும் 'நீர்' என்று குறிக்கிறது. இந்நீர் கடலாக மட்டுமல்லாமல் மாக்கடலாகவும் இருக்கலாம் அல்லவா? இயற்கை நெறியில் வாழ்ந்த சங்க காலப் புலவருக்குச் செயற்கை உவமை கூறாமல் இயற்கை உவமையையே கூறியிருப்பது உணர்ந்து இன்புறத்தக்கது. காதல் பற்றியும் காதலின் பெருமை பற்றியும் பாடிய காதற் ஓவியங்கள் ஏராளம் என்றாலும் சேக்ஸ்பியரின் 'ஆண்டனியும் கிளியோபாத்ராவும்' நாடகம் காதல் உள்ளளவும் பேசப்படும் ஒரு படைப்பு. 'நீங்கள் என்னை உண்மையிலேயே காதலித்தால், சொல்லுங்கள் அந்தக் காதல் எவ்வளவு என்று கிளியோபாத்ரா கேட்டதற்கு - If it the love indeed tell me how much - ஆண்டனி 'அப்படியானால் நீ ஒரு புதிய சொர்க்கத்தையும், புதிய பூமியையும் கண்டுபிடிக்க வேண்டும்' Then must thus needs find out new heaven new earth" என்று கூறுவான். சேக்ஸ்பியர் இப்படி எழுதியதற்குக் காரணம் பழைய பூமியில் உள்ள மிகப் பெருமை பொருந்திய இயற்கைப் பொருளான நிலம், நீர் வானத்தைத் தமிழ்த் தலைவி தக்கவைத்துக் கொண்டாள். வேறு சிறந்த உவமை அந்தப் பூமியில் இல்லை. ஆகவேதான் புதிதாகப் படைத்துக் கொள்கிறான். குறுந்தொகைப் பாடலில் ஈற்றுவரி, 'நாடனொடு நட்பே' ப. 09 என முடிகிறது. அப்பாட்டுடைத் தலைவி நாடனொடு 'காதல்' என்றோ 'கேண்மை' என்றோ 'காமம்' என்றோ கூறாமல் 'நட்பு' எனக் கூறுவது பெரிதும் சிந்திக்க வைக்கிறது. காதலும் மாறலாம். காமமும் தீரலாம் நட்போ மாறாது, தீராது. காதலா? நட்பா? என்ற கேள்வியை எழுப்பும் கிரேக்கச் சிந்தனையாளன் பிளாட்டோ, ஓர் ஆடவனுக்கும் பெண்ணுக்கும் இடையே ஏற்படும் காதல் சாதாரணமானது, இயற்கையானதும் கூட.

ஆனால் ஓர் ஆடவனுக்கும் இன்னுமோர் ஆடவனுக்கும் இடையே ஏற்படும் உண்மையான உயிர் நட்போ எல்லையற்றது. என்றும் அழியாது. The love A man to woman is a thing common and of course natural but true friendship between man and man is infinite and immortal என்று பேசுகிறார்.

காதளவோடிய எத்தனிக்கும் கருவி. கருநெடுங்கண்கள் காதலனைக் கவர வித்யாபதி, தலைவியின் கண்களுக்கு நிலவைக் கூறுவதோடு அமையாமல் இராகு எனும் பாம்பு அவற்றை விழுங்கவரும் மூடிக்கொள் எனக் காதலன் உவமையில் புராணக் கூறுகள் பொருந்தி யிருப்பதைக்காட்ட, சங்க அகப்பாக்கள், கண்களை கள்ளோடும், கவினுறு மலர்களோடும் ஒப்பிட்டுரைப்பதை ஐந்து அகப்பாடல்கள் வழியே எடுத்துக்காட்டியிருக்கிறார். தலைவியின் இரு கண்களுக்கு அகம் 343, நற்றிணை 13, குறுந்தொகை 259, நற்றிணை 160 என ஐந்து பாக்களை அடுக்கடுக்காகத் தருகிறார். ஆய்வாளரின் சங்க நூல் பயிற்சியின் பறைசாற்றலே இது. உண்டால்தான் போதை தரும் கள், இவள் கண்களோ கண்டாலே போதை தரும் என்றோடு நில்லாமல் 'அரிமதர் மழைக்கண்' எனும் தொடரால் அவை பார்ப்பவருக்குக் குளிர்ச்சியையும் தரும் எனும் கருத்தமைந்த அந்த அகம் 343 வது பாடல் ஒன்றே போதும். காமம் பரவும் வேகம் பக். 15, 19 அழகுபட சித்திரிக்கப்பட்டுள்ளது. வித்யாபதி தலைவி கூற்றில் நின்றுபார்க்கிறார் வெள்ளிவீதியாரோ தலைவன் கூற்றாகத் தோழனிடம் கூறுவதாகக் கூறுகிறார். ஆய்வாளரின் சரியான தேர்வை இது காட்டுகிறது. மைதிலித் தலைவி படும் பாட்டைவிடப் பைந்தமிழ்த் தலைவன் படும்பாடு இரங்கத்தக்கது. 'நாணம்' பற்றி கவிதைகள் இரண்டுமே சிறந்தது: உயர்ந்தது. தலைவியின் கூற்றாக இரண்டும் இருந்திருக்கின்றது. தமிழ்த் தலைவி பிடியையும் களிறையும் உவமித்துக் காட்டியிருக்கின்ற அந்த ஒரு பாடலே போதுமானது- ப.20 21. 'முதல் இரவுப் பாடம் - பக் 33, 34, 35மிகச் சிறப்பாக ஆய்வாளரால் படம்பிடித்துக் காட்டப் பட்டிருக்கிறது. பார்க்க முடியாதவையைப் பார்க்கக் கூடாதவையை அருண் மிக அற்புதமாக எழுத்தோவியத்தில் வரைந்து காட்டியிருக்கிறார். இவற்றிற்கெல்லாம் ஆய்வாளரின் ஆழங்காற்பட்ட படிப்பறிவே.

'முதலிரவுப் பாடம்' முடிந்தபின் எதற்கு 'முதல் காதல்' ப.36. இருந்தாலும் இராதைபடும் சங்கோஜத்தையும் அகப்பாடல் தலைவி படும் சொல்லொண்ணா காதற் மயக்கத்தை சொல்ல முடியாமல் மெல்லவே நாணுகிறாள், நடுங்குகிறாள். ராதையின் செயலுக்குச் சங்கத் தலைவி முழுக்க முழுக்கத் துணை போகிறாள். அகப்பாடல் செல்வாக்கு செல்லமாய் உள்ளே நுழைகிறது. பெண்புரியும் காதல் ஆட்சி ப. 42. 'இராதை கண்ணனின் மேற்கிடந்து ஆட்சி செய்யும்

திருநாள் இன்று" என்று கவிதையைத் தொடங்குகிறார் வித்யாபதி. அவளின் செய்கையால் மேகலை மணிகள் நாதம் எழுப்புகின்றன. ஆட்சியின் மாட்சி முடிகிறது. இக்காட்சியை ஆய்வாளர் அகம் 142, அகம் 328, அகம் 36 என்று மூன்று அகநானூற்றுப் பாடல்களுடன் ஒப்பிடுகிறார். "தொடிக்கண் வடுக்கொள முயங்கினர்" என்றும், 'யாம் முயங்கு தொறும் முயங்குதொறும் முகந்த' என்றும், 'வார் முலைமுற்றத்து நூலிடை விலங்கினும் விலகாது, கழிபெரும் காமத்து இன்புறு புணர்ச்சியை' இயல்பாகக் காட்டியிருக்கிறார் ஆய்வாளர். இராதை கோகுல கண்ணன் மீதமர்ந்து கலவி நாடகத்தை அரங்கேற்றுகிறார். அவளின் பட்டறிவு இங்கு பலன் தருகிறது. செம்மொழித் தலைவியின் காட்சி ராதையில் செல் திறத்தை மிஞ்சும் வண்ணம், "யாம் முயங்குதொறும் முயங்குதொறும் முகந்த காட்சியைக் கண்களுக்கு விருந்தாகப் படைத்திருக்கின்றாள். அகநானூற்றுத் தலைவியின் முயக்கமே வித்யாபதியின் இராதைக்கு மேகலை நாதங்களாக அமைகின்றன.

காதலும் மோதலும் கலவியும் புலவியும் காட்டப்படுகின்றன. இராதை கண்ணன் கூட்டம் மாலை தொடங்கிக் காலை வரை நடக்கிறது. சரியே. தோழி ஒருத்தி "காகம் கரைகிறது. கதிரவன் எழுகிறது. விடு அவளைக் கண்ணா விரைந்து அனுப்பிவிடு" எனக் கெஞ்சுகிறாள். எங்கு நடக்கிறது இந்தப் புணர்ச்சி. ஆய்வாளர் இங்கு கொஞ்சம் விளக்கியிருக்கலாம். விட்டுவிட்டார். ப. 59, குறுந்தொகை 157 - வது பாடலை ஆய்வாளர் அருண் மிக அழகாக, நுணுக்கமாக, நுன்மாண் நுழை புலத்துடன் நுழைத்திருப்பது அவர்தம் தேர்வைப் பளிச்சிட்டுக் காட்டுகிறது. 'கொங்கை மார்பின் அழகும் முயங்குதலும்' ப. 65. இராதையின் நெஞ்சிரண்டை இறைவன் வடித்தான் எனக் கண்ணன் கூறுகிறான். ஆனால் பாடலில் உள்ள, பௌர்ணமிப் பொன்னி நிலவை உரை கல்லில் தோய்த்து உருவாக்கியதுதான் உன்முகம். அப்போது உதிர்ந்த மிஞ்சிய துகளை மேலும் தூய்மை செய்து உன் நெஞ்சிரண்டையும் இறைவன் வடித்தான்". இப்படி முழுமையாகக் காட்டினால்தான் துகள்கொண்டு நெஞ்சிரண்டைப் படைத்திருக்க முடியும். இதற்கு ஒப்பாக ஆய்வாளர் அகம் 130, கலித்தொகை 22, குறுந்தொகை 159, கலித்தொகை 20, ஐங்குறுநூறு 250, குறிஞ்சிக்கலி 03, முல்லைக்கலி 106, நெய்தற்கலி 14, என ஏழு அகப்பாடல்களோடு ஒப்புமைப் படுத்தியுள்ளார். வித்யாபதியின் காதற் கவிதையிலும் ஒப்புமைப்படுத்திய ஏழு அகப் பாடல்களிலும் 'கொங்கை' எனும் சொல் இடம்பெறவில்லை. "நெஞ்சைப் பேச, ஆய்வாளர் முலைகளைப் பற்றிக் கூறியிருக்கிறார். பொருள் ஒன்றுதான் என்றாலும் தலைப்பை அதுபோல் தந்திருக்கக் கூடாது. 'வலிதின் புணரும் இன்பம்' பக் 84. இந்தப் பகுதியில் இராதை, 'காதல் கசக்குமா? இனிக்குமா என்பது கூட எனக் கூறுவது

தகுமா? அப்படியே ஆய்வாளர் இந்தப் பாடலைப் போட்டுத்தான் தீரவேண்டும் என்றால் பக்கம் இருபத்தைந்துக்கு முன்னர் இதனைப் போட்டிருக்க வேண்டும். எல்லாமே நடந்த பிறகும் இனிக்குமா கசக்குமா எனக் கேட்பது வேடிக்கையாக இருக்கிறது. ஐங்குறுநூறு, கலித்தொகை இரு பாடல்கள் ஒப்பிடப்படுகின்றன. ஐங்குநூற்றுத் தலைவி 'இளையவள்' கலித்தொகை தலைவியோ முன் அனுபவம் பெற்றவள். ஆகவே, ஐங்குறுநூறு பாடல் முன்னர் இடம்பெற்றுப் பின்னரே கலித்தொகைத் தலைவி வந்திருக்க வேண்டும். அகப்பாடல்களைப் பொருத்திக் காட்டும் அழகு சிறப்பு. ஆனால், வித்யாபதியின் பாடல்களை இன்னும் சற்று ஆழமாகப் பார்த்து வரிசைப் படுத்தியிருக்கலாம்.

'நாளைவரல் நம்பிக்கை' பக் 109 - 112. பிரிவில் ஏங்கும் தலைவியின் நிலை. 'நாளை நாளை என்றெழுதி' அலுத்துப் போய்விட்டாள் ராதை ஊரார் கேட்கின்றார். 'உன் நாளை எப்போது வரும்'? என்று வித்யாபதியின் அற்புதமான பாடல். பிரிவிலேதான் பரிவு உண்டு. இன்பத்தில் கிடைக்கிற இன்பத்தைக் காட்டிலும் துன்பத்தில் கிடைக்கும் இன்பம் சுகமானது, சுவையானது. ஆங்கிலக் கவிஞன் ஷெல்லி, The Pleasure that is in sorrow is more sweeter than the pleasure of pleasure itself' என்பான். ராதைக்கு ஏற்பட்டிருக்கும் இக்காட்சியை விவரிக்க ஆய்வாளர் அருண், நான்கு அகப்பாடல்களைக் குறுந்தொகை 176, குறுந்தொகை 358, பாலைக்கலி 36, மருதக்கலி 17 காட்டுகிறார். நான்கு பாடல்களும் நனிசிறந்த பாடல்களே. மருதக் கலிப் பாடலில் தலைவி வந்து சென்ற தலைவனின் செயல் பற்றிக் கூறி வேதனை எய்துகிறாள். 'மாரிக்கு அவாவுற்றுப் பீள் வாடும்' என்ற ஒரு தொடர் மூலம் புலவர் தலைவியின் உள்ளத்தில் ஒளிந்து கிடக்கும் வேட்கை உண்மைகளை வெளிப் படுத்துகிறார். அதுமட்டுமல்ல 'ஓர்யாட்டு ஒரு கால் நின்வரவு' என்ற தொடரில் எப்போதோ வருகின்ற தலைவனின் இயல்பு கூறப்படுகிறது. வந்தவன் தந்தச் சிலை தலைவியை ஆரத் தழுவி அட்டில்லாமல் அழகுபட முயங்கினான் என்றால் அதுவும் இல்லை. நெல் வாடுகிறது மழைக்காக - மழை வரவில்லை. தூவல் தான் விழுந்தது. பலநாள் பசியோடு இருப்பவனுக்கு உணவைக் காட்டிவிட்டு உண்ண முடியாமல் செய்வதைப் போல் வறண்டு கிடக்கும் தலைவியின் காம நிலத்தில் மடை திறந்த வெள்ளம் போல் நீர் வராமல் ஒழுகு நீராக தண்ணீர் போல் வரும் நிலைமை பேசப்பட்டது. தலைவனின் கூடா ஒழுக்கம், தலைவியின் காதல் - கலவி - ஏக்கம் - நோக்கம் எல்லாவற்றையும் - உளவியல் கோட்பாட்டுடன் காட்டும் அகப்பா உலக இலக்கியங்களில் ஒப்பற்றது; உயரியது; நனிசிறந்தது. இப்பாட்டில் காவியமும் ஓவியமும் களிநடம் புரிகிறது.

காதல் நாடகத்தில் நடந்தேறும் அனைத்துக் காட்சிகளும் மிக நுணுக்கமாக - நுட்பமாக - தெளிவாகக் காட்டப்பட்டிருக்கிறது. ஆய்வாளரின் பட்டறிவும் படிப்பறிவும் அகப்பாடல்கள் தோறும், பார்க்கும் இடங்களிலெல்லாம் நீக்கமற நிறைந்து ஊக்கம் தரும் வகையில் எங்கும் காணக்கிடக்கிறது. மேலோட்டமாகப் பார்க்காமல் ஆழமாகப் பார்த்தால் புராணக் காதலில் 'கலவி' இலைமறையாகக் காட்டாமல் வெளிப்படையாகப் பேசியிருப்பது கொஞ்சம் நெஞ்சை வருடுகின்றது. இராதையின் முலை பற்றிக் கூறும் பொழுதெல்லாம் தங்கக்குடம் கவிழ்த்த பால்நுனி என்று வித்யாபதி கூறுகிறார். இந்தப் பாடல் ஆய்வாளரால் இரு இடங்களில் ப. 43, ப. 64 சுட்டப் படுகின்றது. "வேண்டாம் வேண்டாம் என்று அவள் எத்தனை முறை வேண்டினும் விட்டு விடாதே" ப. 62. "மோதி அழித்துவிட்டான் என் உயிரையே எடுத்துவிட்டான்" ப.71. "சாறுமுற்றிவிட்டால் கரும்புகூட வெடித்துவிடுகிறது" ப. 90. இவைபோன்ற எண்ணற்ற வரிகள். கீதகோவிந்தத்திலும், இராதிகா சாந்தவனத்திலும் கொக்கோகப் படங்களாகப் பாடல்கள் காட்டப்பட்டிருக்கின்றன. இவற்றிற்கான காரணம் "சிருங்காரமே". இதைப் பற்றிப் பேசும் கோசாம்பி மேல்நிலையில் வைத்துப் போற்றக்கூடிய முதல் நாடக ஆசிரியரும் கவிஞருமான பௌத்தர் அசுவகோஷர், பிற்காலத்தில் தோன்றிய நாடக ஆசிரியர்களுக்கெல்லாம் ஒரு முன்மாதிரியை வகுத்துக் கொடுத்தவர். "புத்த சரிதம்" எழுதியவர். 'சௌந்தர நந்தா' என்ற பாடல் காவியம் ஒன்றை உருவாக்கினார். இது துறவிகள் அனைவரும் புறக்கணித்து ஒதுக்கிய அரண்மனை சுகபோகங்களையும், காம சுகங்களையும் மிக விரிவாக சித்திரிக்கின்றது. இன்றும் அஜந்தா குகையில் சுவர் ஓவியமாக ஜொலிக்கிறது. பண்டைய இந்தியா ப. 413. புகழ்மிக்க பௌத்த மடாலய குகைகளின் வளமிக்க ஓவியங்களையும் காமரசம் ததும்பும் சிற்பங்களையும் போலவே சமஸ்கிருத இலக்கியத் துறையில் உள்ள பௌத்த நாடகங்களும் பௌத்தம் குலைந்து காணப்படுகின்றன. சிருங்காரச் சுவையே இவற்றின் சிறப்புக் கூறாக இருந்தது. காளிதாசனின் 'மேக தூதம்' விரகத் தாபத்தால் வெந்திடும் தலைவியை வெட்ட வெளிச்சமாக்கிக் கூறுகிறது. 'குமார சம்பவம்' பற்றிப் பேசும் பேராசிரியர் மருதநாயகம், சிவனும் உமையும் இடையறாப் புணர்ச்சியில் ஈடுபட்டிருப்பதாகக் காட்டும்' எட்டாம் சருக்கத்தைக் கண்டு நாணி ஒதுங்கும் செய்தியை வடவிலக்கிய வல்லுநர்கள் எழுதுகிறார். பக்தி இயக்கமும் தமிழ்க் கவிதை வளர்ச்சியும் - ப. 45. வடநூலாரின் எல்லையற்ற கூடல் பண்பாட்டை, மகாபாரதம் - ஆதிபருவப் பாடல்களை இராகுல் சாங்கிருத்தியாயன் - மனித சமுதாயம் பக் 112-120 - அப்பட்டமாகத் தோலுரித்துக் காட்டியிருக்கிறார். கொங்கைகளை சிவலிங்கமாகப் பூஜித்தவன் எனப் பேசப்படும் காளிதாசரின் சகுந்தலையின்

அங்கீகரிப்பு' நாடகத்தில் வரும் சகுந்தலை, துஷ்ய மன்னனுக்கு வரையும் மடலில் உன்னுடைய உள்ளநிலை அறிகிலேன் உன்பாலே மன்னுடைய என் வேட்கை மலிவற்று என் உறுப்பைக் காமன் இரவும் பகலும் கனற்றுகின்றான் ஏமரில்லா இவண் என எழுதுகிறாள். பண்டிதமணி கதிரேசச் செட்டியார் மொழிபெயர்ப்பு. மாதவி கோவலனுக்கு வரைந்த மடல்களை ஒப்பிட்டுப் பார்த்தால்தான் தெரியும் தமிழ்ப் பண்பாட்டின் எச்சத்தை உச்சத்தை. யாழ்ப் போட்டியில் சீவகன் காந்தர்வதத்தையை வென்று கைப்பிடிக்கிறான். முதலிரவு இருவர்க்கும். கலவியைக் காட்ட வந்த திருத்தக்கதேவர், தேனீயானது பூவின் தேனை அதன் இதழ்களும் கூட சலனப்படாமல் மென்மையாகச் சுவைக்கும் நிகழ்வினை கலவு கொள்ளும் நிகழ்வுடன் ஒப்பிட்டுக் காட்டுவார். டாக்டர் ஜி.யு.போப், "தமிழ்மொழிக்கு இலியட்டும் இதுவே, ஒடிசியும் இதுவே" எனப் பாராட்டிய சிந்தாமணியை, தெ.பொ.மீ. "இக்கவிஞர் சமணத்துறவியேயாயினும் காதல் நிகழ்வுகளை வரைபடம் போல மிக விவரமாக அவ்வப்போது புணர்ச்சி ஈர்ப்புத் தருபவைகளைத் தவிர்ப்பதைக் கூட முடியாமல் வருணிக்கிறார்" என வேதனைப்படுகிறார். தமிழ் இலக்கிய வரலாறு. தமிழர் நாகரிகமும் தமிழ் மொழிவரலாறும் - தொகுதி - 9. பக் - 478. வடநூலார் பாட்டு என்பதனை சுவையை உயிராக உடையது என்பர். அந்தச் சுவை சிருங்காரக் காமச் சுவையே. தமிழ்மரபு இதற்கு அப்பாற்பட்டது. மக்கள் வாழ்விலும் இலக்கிய வாழ்விலும் எல்லோராலும் விரும்பப்படுவது காதற் சுவையே என்பதில் இரு வேறு கருத்துக்கு இடமில்லை. பிற்காலச் சிற்றிலக்கியங்கள் கூட எல்லை மீறாமல் கண்ணிற்கும் மனத்திற்கும் தொல்லை தராமல் பாடியிருக்கிற தன்மையைப் பார்க்க முடிகிறது. மாறன் கோவையில் ஒரு பாடல் - நாணிக்கண் புதைத்தல் துறை, 'மால்வரைத் தையல் நல்லீர், மலைமீது அலர்கின்ற காந்தளம் போது மலைதெரிய அலைமீது எழுங்கடல் எல்லாம் மறைத்தது அதிசயமே' எனப் பாடுகிறார். அவளின், செப்புக்குடமோ செவ்விளநீரோ என்று ஒப்புமை கூற முடியா முலை மலையை ஒத்தது. கைகளோ மலையில் அலரும் காந்தள் மலர்கள். கண்களோ கடலை ஒத்தன. தலைவனைக் கண்டவுடன் நாணத்தால் கண்களைக் கைகளால் மூடுகிறாள். கவிஞன் கூறுகிறான் மலைதெரியவிட்டுக் கடலை மூடும் பெண்டீர் என்கிறான்.

காமக் காதலைப் பாடும் ஆற்றல் இல்லையோ என்பார்க்கு, கவிமாமன்னர் ஒட்டக்கூத்தன் 'உலா' இலக்கியத்தில் ஒரு பாடல் பாடுகிறான். குலோத்துங்கன் சோழன் உலா - நாணிக் கண்புதைத்தல் மங்கைப்பருவத்தாள் ஒருத்தியின் காமவேட்கையினால் அங்கங்கள் எல்லாம் பொங்கிப் பெரிதாகிப் பெரிதாகக் கிடக்கிறதாம். காமம் என்பதன் வேர்ச் சொல் கமம் என்பதாம். கமம் என்றால் நிறைவடைதல்

என்பது பொருள். அந்த நிறைவு எய்துதலே பேரின்பம். இதனை “பெண்களோடு கூடினாலும் பெருநிலையினை அடைய முயலுதல் வேண்டும். மாதரை வாழ்க்கைத் துணையாகக் கொண்டு அன்பினைப் பெருக்கி உயர்நிலை அடைந்து உய்ந்துபோதல் வேண்டும். இவ்வாறு பெண்ணிலையினின்றும் உயரச் சென்றியங்காது பெண்களிடத்தே உயிரற்ற பிணம் போலச் செயலற்று நின்று விடுகின்றனரே இவ்வுலகினர். தண்ணீர் பல இடங்களில் புகுந்து பாய்ந்தாலும் மேலும் மேலும் ஓடிக்கொண்டே இருக்குமானால் மாசெல்லாம் நீங்கித் தூயதானது. ஓரிடத்திலேயே நிற்குமானால் புழுத்துப் போகின்றது. மாதொரு நிற்றல் ஒருநிலை அஃதொரு வழியேயாகும். அதற்கு மேலும் செல்லவன்றோ அஃதொரு வழியாகின்றது. போகும் ஊரை மறந்து வழியிலேயே நின்றவனை என் என்பது? மேற்சென்று உழையாத போது உடலம் பழுப்பதன்றி உயிரும் புழுத்துப் போகின்றது” பல்கேள்வித் துறை போகிய தொல்லாணை நல்லாசிரியர் பலரால் ‘குருதேவர்’ என்றழைக்கப்படும் தெ.பொ.மீ. அவர்களின் கூற்று இது. - பக்தி இயக்கமும் தமிழ்க் கவிதை வளர்ச்சியும் ப.75. காதலாகட்டும், வீரமாகட்டும் எதிலும் உயர்நிலை எய்தல் வேண்டும் என்பதே தமிழர்தம் கொள்கை, கோட்பாடு.

பேரா. முனைவர் அருணாசலம், விசும்புதோய் உள்ளம் கொண்டவர். நிலம்புடை பெயர்வதாயினும் கூறிய சொற்புடை பெயர்தலறியா கற்புடையார். செறுநரும் விழையும் செம்மலோன். அரும்பிணி உறுநர்க்கு வேட்டது கொடாது மருந்தாய்ந்து கொடுக்கும் மாண்புடையார். நுண்ணிய பன்னூல் அறிவும், ஒப்பிட்டு உரைகாணும் செப்பறிய திறனும் நுட்பமும் கொண்டவர். வித்யாபதியின் காதற்கவிதைகள் - சங்க அகப்பாக்கள் ஓர் ஒப்பாய்வு எனும் இவ்வொப்பிலக்கியத் திறனாய்வு அவர்தம் தன்னறிவு - முன்னறிவு - பட்டறிவு - படிப்பறிவு ஆகியவற்றின் பிரதிபலிப்பு. எம்முளும் உளன் ஒருவன் என இறுமாப்புடன் பெருமைபடப்பேசும் நல்லோர் நாயகனே!. உயிர் ஓர் அன்ன செயிர்தீர் நட்புடன் நும் ஆய்வுப்பணி தொடர வாழ்த்துகிறேன். தாயெழில் தமிழை எந்தன் தமிழரின் கவிதை தன்னை ஆயிரம் மொழியில் காண இப்புவி அவாவிற்று என்ற கருப்புக் குயிலின் நெருப்புக் குரலை சூள் ஏற்று இப்பால் இருத்திய வாள் வேங்கை உப்பாலுக்கும் அப்பால் செல்ல புதுப் பார்வையும் புதுத்தடமும் போடட்டும் என வாழ்த்துகிறேன்.

அன்புடன்

31.12.2021

கு.ப.க

நீல வண்ண
ஆம்பல் மலர்களும்-மிதிலைக் குயிலும்

செம்மொழியாம் தமிழ் மொழிக்குரிய தனித்த கோட்பாடு கைகோள் அகமாகும். இது களவு, கற்பு என்னும் இரு கோட்பாடாகப் பிரிக்கப்படுகின்றது. 'அன்போடு புணர்ந்த ஐந்திணைக் காமக்கூட்டமாகக் கூறப்படுகின்றது. மலையாள அறிஞர், அய்யப்ப பணிக்கர், பொருளதிகாரம் குறித்து தெரிவித்துள்ள மதிப்பீடு மனங்கொள்ளத்தக்கதாகும். "இரண்டாயிரம் ஆண்டுகளுக்கு முன்பு வாழ்ந்த தென் திராவிட மக்களின் அழகியல் உணர்வுகளின் பதிவேடான கோட்பாடு நூலே (நூலின் பகுதி) என்று கூறலாம். 659 நூற்பாக்களைக் கொண்ட பொருளதிகாரம்" என்னும் கருத்து அகத்திணைக்கோட்பாட்டின் சிறப்பை உணர்த்துகின்றது. தொல்காப்பியம் கூறும், களவு-கற்பு கோட்பாடுகளின் இலக்கிய ஆவணமாகத் (Document) திகழ்பவை சங்க அகப்பாடல்கள். சங்க அக இலக்கியப் பாடல்கள் தனிப்பாடல்கள். பல்வேறு காலகட்டங்களைச் சேர்ந்த பல்வேறு புலவர்களால் பாடப் பெற்று தொகுக்கப்பட்டவை. சங்க காலத்தினைப் பொதுவாக கி.மு. நான்காம் நூற்றாண்டிலிருந்து கி.பி. ஒன்றாம் நூற்றாண்டு வரையிலான காலகட்டம் என்று வரையறை செய்வர்.

சங்க அகப்பாடல்களின் தாக்கமும், செல்வாக்கும் இந்தியா முழுவதும் உண்டு. வடமொழிக் கவி வாணர்களான காளிதாசன், பாரவி, பாஸன், பவபூதி, ஹாலா, ஜெயதேவர், வித்யாபதி, சண்டிதாசர், துளசி ஆகியோர் மீது சங்க அகப்பாடல்களும், தமிழ் பக்தி இலக்கியப் பாடல்களும் மிகுந்த செல்வாக்கினைச் செலுத்தி மாற்றத்தையும், ஏற்றத்தையும் அவர்களின் இலக்கியப் படைப்பில் செய்துள்ளன. பேராசிரியர் மருதநாயகம் தமிழின் பக்தி இலக்கிய இசைப்பாடல்கள் பாரத கண்டம் முழுவதும் மட்டுமில்லாது தென்கிழக்கு ஆசியப் பகுதியினைச் சார்ந்த நாடுகளிலும் தாக்க ஆக்கத்தினைப் புரிந்துள்ளதாகப் பாகவத புராணத்தில் முதல் அத்தியாயத்தில் நாற்பத்தி எட்டாம் பாடல் எடுத்துக்காட்டி விளக்குவார்.

"பிருந்தாவனத்தில் வயது முதிர்ந்த இரண்டு பெண்களைக் கண்ட நாரதர் நீங்கள் யார்? என்று கேட்க, அவர்களுள் ஒருத்தி "என் பெயர் பக்தி; இவள் பெயர் வைராக்கியம். நாங்கள் இருவரும் திராவிடத்தில் பிறந்து வளர்ந்தோம். அங்கே அழகும் இளமையும், உள்ளவர்களாக

இருந்தோம். நாளடைவில் அங்கிருந்து கர்நாடகத்தில் புகுந்தோம். அங்கே எங்கள் இளமைக்கோலம் குறையத் தொடங்கியது. பிறகு கூர்நகரத்திற்கு வந்தோம். இங்கு இளமை முழுவதும் அழிந்து அழகு கெட்டு முதுமை தட்டிய வைணவ பக்தி நிலையில் உள்ளோம்" என்று தமிழக சைவ, இலக்கியங்கள் செலுத்திய செல்வாக்கினைக் கூறுவர். இதன் பிற்காலத் தாக்கத்திற்கு உட்பட்டவர்களே இந்தி மொழியின் கபீரும், வங்க மொழியின் 'சைதன்யரும்' ஆவார்கள். தாய்லாந்து நாட்டில், அரண்மனை ஊசல் விளையாட்டில் பாடப்பெறும் 'லொரி பாய்' பாவை வழிபாட்டின் தாக்குரவு ஆகும். சங்க அகப்பாடல்களின் தொடர்ச்சியாகவே தமிழ் பக்தி இயக்கப் பாடல்கள் அமைந்தன. சமயம், இசை, கவிதை என்னும் முப்பேறு பெற்ற மீஉயர் இலக்கியங்களாகப் பக்தி இலக்கியங்கள் திகழ்ந்தன. தொல்காப்பியர் காதற்கேண்மையில் இறைவனைப் போற்றிப் பாடுவதை புறத்திணையில் தெரிவிக்கின்றார். சங்க அகப்பாடல்களில் இடம்பெற்ற தலைவன் தலைவி களவுக் காதலை, பக்தி இலக்கியங்கள் நாயகன் நாயகியாக மடைமாற்றம் செய்து கொண்டன. நாயகன் இறைவன், நாயகி அடியார் ஆவார். (நாயகி என்பது இறைநிலையில் ஆன்மாவினையும் குறித்திடும் சொல்லாகும்.) அகத்திணை மரபின் காதல் ஒழுக்கத்தினை இறைவன் மீது கொண்ட காதலாக மாற்றிட வழிகண்டவர் சைவ சமய ஞானியாகப் போற்றப்படும் அப்பரே ஆவார். தன்னை இறைவனின் காதலியாகக் கருதுகின்றாள் ஆண்டாள்.

"ஆன்மாவைப் பாடும் பாடல்களின் தொடக்கம் அப்பர் பாடல்களில் அமைந்துள்ளது. இத்தகைய பாடுபொருளையும், உத்தியும் கொண்ட பக்தி இயக்கப் பாடல்கள் பின்னாட்களில் தமிழில் மட்டுமல்லாமல் பிற இந்திய மொழிகளிலும் பலவாகப் பெருகுவதற்கு அப்பர் தேவாரமே மூலமாய் இருந்திருத்தல் வேண்டும்" என்னும் பேராசிரியர் மருதநாயகத்தின் கூற்று வலிவும், பொலிவும் சேர்க்கும். இதற்குச் சான்றாக, திருவெண்காட்டு திருத்தாண்டகத்தில் உள்ள ஒரு பாடலைச் சான்றாகவும் பேராசிரியர் தந்திடுவதும் எண்ணத்தக்கது.

"நென்னலையோர் ஓடேந்திப் பிச்சைக்கென்று
வந்தார்க்கு வந்தேன் என்று இல்லே புக்கேன்
அந்நிலையே நிற்கின்றார் ஐயம் கொள்ளார்
அருகே வருவார்போல் நோக்குகின்றார்.
நுந்நிலைமை ஏதோநும் ஊர்தான் ஏதோ
என்றேனுக்கு ஒன்றாகச் சொல்லமாட்டார்
மென்முலையார் கூடி விரும்பி யாடும்
வெண்காடு மேவிய விகிர்த னாரே"

என்பதே அப்பாடலாகும். இளம்பெண்களைக் கூடி முயங்கிடும் காதல் தலைவனாகச் சிவபெருமான் சித்திரிக்கப்படுகின்றார்.

வைணவ பக்தி இலக்கியத்தின் தலைமகனாகிய 'மாயோன்' எனப்படும் திருமாலின் பத்து அவதாரங்களில் ஒன்றாக யமுனைத் துறைவன் கண்ணனின் அவதாரம் கூறப்படுகின்றது. காதல் கலையில் உயர்வற உயர்நலம் உடையவனாகக் கண்ணன் பக்தி இலக்கியங்களில் போற்றப்படுகின்றான். கீரந்தையார், பரிபாடலில் திருமால் பற்றி எழுதிய இரண்டாம் பாடலே இந்தியாவில் திருமால் பற்றிய முதல் பக்தி பாடல் கவிதையாகும். "திருமாலைப் பற்றியும் முருகனைப் பற்றியும் உள்ள பரிபாடல்கள் இந்தியாவில் முதன்முதலில் எழுதப்பட்ட பக்திக் கவிதைகள் என்றும், ஒரு தாய் மொழியில் தோற்றம் பெற்ற சமயக் கவிதைகள் என்றும், அவற்றில் வடவிலக்கிய உத்திகளும் கருக்களும் தமிழ் உத்திகளோடும் கருக்களோடும் ஒன்றோடொன்று இணைந்தும் ஒன்றை ஒன்று மாற்றியும் செயல்படக் காணலாம்" என்பார் அறிஞர் ஏ.கே. ராமானுஜன். சிலப்பதிகாரத்தில் ஆய்ச்சியர் குரவையில் கண்ணனின் புகழ் பரக்கப் பேசப்படுகின்றது. அகநானூற்றில் கண்ணன் குருந்தமரத்தை ஒசித்த நிகழ்வு பதிவு செய்யப்பட்டுள்ளது. மகாபாரதம், அரிவம்சம், பாகவதம் போன்ற நூல்களிலே கண்ணனின் பெரும் புகழ் விதந்து உரைக்கப்படுகின்றது. **"இனப்பெருக்கக் கடவுளாகக் கருதப்படத்தக்க கண்ணனைப் பற்றிய புராணச் செய்திகள் தென்னிந்தியாவிலிருந்தே வடமொழிக்குச் சென்றிருக்கலாம்"** என்பார் ஏ.எல். பாஷம். ஆயர்குலத் தலைவனாக இருந்த கண்ணனைக் கோபியர்கள் கொஞ்சும் காதல் தலைவனாக மடைமாற்றி உயர்த்தியதில் தமிழ் இலக்கியத்திற்குப் பெரும்பங்குண்டு. சிலம்பில் ஆய்ச்சியர் குரவையில் ஏறு தழுவிய கண்ணன் நப்பின்னை (பிஞ்ஞை) காதல் நாடக ஓவியமாகப் படம்பிடித்துக் காட்டப்பெறுகின்றது. மணிமேகலைக் காப்பியத்தில் சாத்தனாரும் இதனை வழிமொழிகின்றார். இதன் தொடர்ச்சியாக ஜெயதேவர் தனது 'அஷ்டபதி' என்றழைக்கப்படும் 'கீதகோவிந்தத்தைப் படைத்துள்ளார். சிருங்கார சம்போகச் சுவையுடன் படைக்கப்பட்ட இசை தழுவிய நாடக நூல் இதுவாகும். ராதையிடம் கண்ணன் காட்டும் காதல் பாவனைகள், ராதையின் ஊடல், அது தணித்திட ராதையின் கால்களில் வீழ்ந்து அடிபணிதல், புதர் மறைவில் கூடுதல் என்று கீதகோவிந்தம் அமைகின்றது. காதலில் தலைவனின் தாள் அடிபணிதல் உண்டு. சிவபெருமான்கூட உமையின் கால்களால் எட்டி உதைக்கப்பட்டு ஆனந்தம் அடைந்ததை காரைக்கால் அம்மையாரின் அற்புதத் திருவந்தாதியும் (பாடல்-111) சங்கரரின் சௌந்தர்ய லஹரியும் காட்டுகின்றன. சங்க அகப்பாடல் ஒன்றில் நெய்தல் தலைவியின்

தாள் அடிபணிகின்றான் கொண்கன். சிலப்பதிகாரத்தில் வரும் ஆய்ச்சியர் குரவைக்கூத்தே வடமொழி இலக்கியங்களில் ரஸக்கிரீடையாக மாற்றம் பெற்றுள்ளதாக அறிஞர் ராமச்சந்திர தீட்சிதர் சுட்டுவதும் ஒப்பிடத்தக்கது. கண்ணனைக் காலப்போக்கில் ராதையோடு இணைத்து அவளைக் காதலித்தலும், கலத்தலும் புனைந்து இலக்கியம் படைப்பது நாடக மற்றும் உலக வழக்காக மாறிவிட்டன. இதன் சான்றாகவே, முத்துபழனி படைத்த 'ராதிகா சாந்தவனம்' நூலையும், 'வித்யாபதியின் 'பதாவலி' வையும் கூறலாம்.

பாகவத புராணத்தில் ராதை பற்றிய குறிப்பு ஏதும் இல்லை. பிரம்ம வைவர்த்த புராணமே முதன்முதலில் ராதைக்கும் கண்ணனுக்கும் திருமணம் நடைபெறுவதாகக் கூறுகின்றது. இந்நூலில் பரகீயா நாயகி (மாற்றான் மனைவி) என்னும் குறிப்பு இல்லை. பிருந்தாவனத்தில் அயனகோசர் மனைவியே ராதா ஆகும். இதனை மாற்றி ராதாகிருஷ்ணா காதல் லீலைகளைப் பற்றி வடமொழியில் பாடிய ஜெயதேவரின் கீதகோவிந்தமே இவ்வகையில் முதன்மையானதாகும். இதற்குப் பிறகு வங்க மொழியில் சண்டிதாசரும், மைதிலி மொழியில் வித்யாபதியும் கிருஷ்ண -ராதா லீலைகளைப் பாடிடத் தலைப்பட்டனர். ஜெயதேவரை வித்யாபதியின் முன்னோடியாகக் கருதலாம். ஜெயதேவருக்கு இத்தகைய சிந்தனை உதித்திட தமிழ் அக இலக்கியங்களும், சிலம்பின் ஆய்ச்சியர் குரவையும் காரணமாக அமைந்திருத்தல் வேண்டும். தமிழில் ஆயர்குல மகள் நப்பின்னைக்கு பதில் வடமொழியில் ராதா இணைக்கப்படுகின்றாள். ஆண்டாள் கூட திருப்பாவையில் ராதாவின் காதலை பாடவில்லை. நப்பின்னை மீது கண்ணன் கொண்ட காதலையே (திருப்பாவை பாடல்-19) பாடியுள்ளமை குறிக்கத்தக்கது.

மைதிலி மொழிப் பிரதேசம் இமயமலையின் அடிவாரத்தில் இயற்கை எழில் கொஞ்சிட அமைந்திருக்கும் நிலப்பகுதியாகும். ஜனகனின் மகள் மைதிலி (சீதா) பிறந்த புண்ணிய பூமியாகும். நியாயம் என்னும் தர்க்க சாத்திரத்தை நிறுவிய கௌதம முனியின் நாடாகும். இருபெரும் இதிகாசங்களான இராமாயணத்திலும், மகாபாரதத்திலும் இடம்பெற்ற நாடாகும். மைதிலி அல்லது மிதிலை என்றழைக்கப்படும் நாடு மைதிலியாகச் சீதையையும், மிதிலைக் குயில் என்று போற்றிப் புகழப்படும் வித்யாபதியையும் வழங்கிய சிறப்பிற்குரியது. "வங்க மாநிலத்துக்கு மேற்குப்புறமாக, வடக்கில் இமயமலைச் சாரலை ஒட்டி, கிழக்கில் 'கௌசிகி' என்ற கோசி நதியும், தெற்கில் கங்கையும், மேற்கில் 'நாராயணி' ஸ்தாநீரா என்ற கண்டகி நதியும் தவழ விளங்கும் மிதிலை பண்டைக் காலத்தில் கார்மேகங்கள் சீருடன் உலாவ, வன

வனாந்தரங்களும் சோலைகளும் சூழ ரம்மியமாகத்தான் இருந்தது. மேற்கூறிய எல்லைகளுக்கு நடுவில் தர்பங்கா, முஜ.ஃபூர், சம்பாரன் என்னும் மூன்று மாவட்டங்கள், பாகல்பூர் மற்றும் பூர்ணியா மாவட்டப் பகுதிகள் தவிர நேபாளத்தின் கீழேயுள்ள `தராயீ' பிரதேசம் உள்ளிட்ட நிலப்பகுதியே மிதிலையாகும். இன்று மிதிலை பகுதியின் பரப்பளவு 30,000 சதுர மைல்களாகவும் ஏறத்தாழ ஒருகோடி மக்கள் மைதிலி மொழி பேசுபவர்களாகவும் திகழ்கின்றனர்.

தென்னிந்தியாவிலிருந்து குறிப்பாக கர்நாடகாவில் இருந்து சென்ற நான்யதேவர். கி.பி. 1079இல் பால அரசர்களை வென்று மிதிலையில் கர்நாடக வம்சத்தைத் தோற்றுவித்தார். இதனால் தென்னிந்தியாவின் கலாச்சாரம், கலைகள், இலக்கியங்கள், மைதிலி நாட்டில் பரவின. 1324-வரை தொடர்ந்த கர்நாடக அரசர்கள் காலத்தில் மிதிலை இலக்கியம் சிறப்புற்றுத் திகழ்ந்தன. அயோத்தி மன்னன் இட்சுவாகுவின் மகன் 'மிதி' என்னும் அரசனால் உருவாக்கப்பட்ட 'விதேகமே' மிதிலை ஆகும். அவன் பெயரிலே 'மிதிலை' என்றழைக்கப்படுகிறது. மகாபாரதத்தில் 'க்ஷேம துர்த்தி' என்னும் அரசன் துரியோதனன் பக்கம் இணைந்து போராடியதாகக்' குறிப்பு இடம்பெறுகின்றது. மிதிலை அரசர்கள் 'விதேஹர்' அல்லது ஜனகர் என்ற பரம்பரை பெயருடன் அழைக்கப்படுகின்றனர்.

மாகதி பிராகிருதத்தில் இருந்து கிளைத்த மொழி மைதிலி ஆகும். ஆதியில் மைதிலி 'அவ ஹட்ட' அல்லது மைதிலி 'அபப்பிரம்சா' என்று வழங்கப்பட்டது. ஹேமச்சந்திரர் அவஹட்ட மொழிக்கு இலக்கணம் வகுத்தார். இதிலிருந்து மைதிலி மொழியின் இலக்கியப் பயணம் தொடர்கின்றது. மைதிலி நாட்டின் தலைசிறந்த கர்மகாண்டியான 'மண்டன மாஸ்ரனா' வை ஆதிசங்கரர் வாதப்போரில் வென்று அத்வைத தரிசனத்தை நிலைநாட்டியதும் சுட்டத்தக்கது.

மிதிலைக் குயில் (அல்லது) மிதிலைக் கோகிலம் என்றழைக்கப்படும் வித்யாபதி ஒயின்வார் அரச வம்ச ஆட்சியில் ஆதரிக்கப்பட்ட அரசவைக் கவிஞராகப் புகழ் ஒளி பெற்றவர். ஒன்பது ஒயின்வார் அரசர்களின் காலத்தில் அரசவைக் கவிஞராகவும், பக்தி இயக்கக் கவிஞராகவும் பட்டொளி வீசியவர். ஒயின்வார் அரசன் கீர்த்திசிம்மனின் விளையாட்டுத் தோழராக விளங்கியவர். மகாராஜா சிவசிம்மனும், அவன் மனைவி அகிமாவும் வித்யாபதியை மிகவும் நேசித்தனர். அவரின் முடிசூட்டல் விழாவின்போது வித்யாபதிக்கு அவரது சொந்தக் கிராமம் ஜாகிராக வழங்கப்பட்டது. இந்த மன்னரைப் புகழ்ந்து வித்யாபதி `புருஷ பரிஷா' என்னும் சிறு கவிதைகளை இயற்றி உள்ளார். வித்யாபதி சிறந்த சிவபக்தர்.

வித்யாபதிக்கு வான்புகழ் தேடித்தந்தவை மைதிலி கீதங்களாகும். அவர் ராதா கிருஷ்ண காதல் பிரேமையை மையமாக வைத்துக் காதல் ரசம் நனி சொட்டச் சொட்டப் பாடியுள்ளார். தனித்தனிப் பாடல்களாக அமைந்து, கேட்பவர்களை ஈர்த்து இன்ப வெள்ளத்தில் மூழ்கடிக்கும் வகையில் இப்பாடல்கள் அமைகின்றன. மானுடர்களின் நிணமும், சதையும் கொண்ட உடல் காதலையும், காமத்தையும், உள்ளக் காதலையும், வித்யாபதி கண்ணன் என்னும் நாயகன், ராதா என்னும் நாயகியின் கூடல் வழியாகச் சிருங்காரச் சுவையோடு சித்திரிக்கின்றார். கூடல், ஊடல், பிணக்குகள், பிரிவின் சோகம், பிரிவில் அழுகை, தோழியர் தூது, விரகதாபத்தின் வேதனைகள், வெறுப்பு, மீண்டும் கூடல் என்று ஒளிவு மறைவின்றி நேரடியான எளிமையான மக்கள் மொழியில் காதல் கீதங்களைத் தந்திடுகின்றார். வடமொழிக்குக் காளிதாசர் போன்று, மைதிலி மொழிக்கு வித்யாபதி அமைகின்றார். இதற்குக் காரணமாக 'பதாவலி கீதங்கள்' என்னும் காதல் வெற்றிக்கொடி கவிதைகள் அமைகின்றன. வித்யாபதியின் கீதங்கள் இன்றும் நிலைத்திருப்பதற்குக் காரணம் அதன் சொல் அழகும், பொருள் அழகும், எளிமை அழகும் ஆகும். வழிப்போக்கர்கள், கால்நடை மேய்ப்பவர்கள், பாரத மக்கள், சிறுவர்கள் முதற்கொண்டு வித்யாபதியின் காதல் கீதங்களை மைதிலி மொழி பிரதேசத்தில் பாடி மகிழ்ந்து வருகின்றனர். வித்யாபதியின் புகழ் பூத்த 'காதல் கீதங்களில்' தமிழ்ச் சங்க அகப்பாடல்களின் தாக்கமும், ஆக்கமும் உண்டு. இதனை இந்திய மொழி ஆக்கம் என்றுகூடக் கூறலாம். சங்க அகப்பாடல்களில் இடம்பெற்றுள்ள உடல், உள்ள காதல் உணர்வுகள் வித்யாபதியின் காதல் கீதங்களிலும் இடம்பெற்றுள்ளன. ஒரு வேறுபாடு: வித்யாபதியில் கண்ணன் - ராதை என்று சுட்டி ஒருவர் பெயர் கூறப்படுகின்றனர். தமிழ் அகக் காதல் பாடல்களில் 'சுட்டி ஒருவர் பெயர்கொளப் பெறார்' என்னும் தொல்காப்பிய இலக்கணக் காதல் மரபே இடம்பெறுகின்றது. இவ்வேறுபாடு மட்டும் தவிர்த்துப் பார்த்தால் வித்யாபதியின் காதல் கீதங்கள் மைதிலி மொழியில் சங்கப்புலவர்களால் பாடப்பட்ட சங்க அகப்பாடல்களோ என்னும் எண்ணத்தை உருவாக்கிடும். அத்தகு நிலையே, 'சங்க அகப்பாடல்களும் - வித்யாபதியின் காதற் கவிதைகளும்' என்னும் ஒப்பாய்வு நூல் உருவெடுக்க வழியமைத்தது. கரோனா தீநுண்மி காலத்தில் ஓர் ஒப்பாய்வுக் கட்டுரையாக எழுதலாம் என்று அமைந்த எண்ணம் சங்க இலக்கியங்களையும் வித்யாபதியின் காதற் கவிதைகளும் (பாலா மொழிபெயர்ப்பு) வாசித்தபோது என்னுடைய கருத்தை, சிந்தனையை மாற்ற வைத்தன. அதன் தொடர் விரிவாக்கமாக இந்நூல் மலர்ந்துள்ளது. சங்க அக இலக்கியங்களின் மீது புதிய புரிதலையும், அறிதலையும்

உருவாக்கியவர் பாவேந்தர் பேரொளி முனைவர் கு.ப.க.. அவரோடு தொடர்ச்சியாக நிகழ்ந்த உரையாடல்கள் இந்நூலுக்குப் புதிய பரிமாணத்தை சேர்த்துள்ளன. இந்த ஒப்பாய்வு நூலுக்கு கு.ப.க. அவர்கள். நீண்டதொரு அறிமுக ஆய்வுரை நல்கி உள்ளார். அவருக்குத் தேன்மொழி தமிழில் நன்றிகள் நவில்கின்றேன்.

'சங்க அகப்பாடல்களும் வித்யாபதியின் காதற் கவிதைகளும்" ஒப்பாய்வு நூல் நியூ செஞ்சுரி புத்தக வெளியீடாக வெளிவருவதற்கு இசைந்து வழிமேல் விழி வைத்துக் காத்திருப்பது போல் காத்திருந்து, வெளியிட்ட அன்புத் தோழர் என்.சி.பி.எச். நிறுவன பொது மேலாளர் திரு. தி.ரெத்தின சபாபதி அவர்களுக்கும், என்.சி.பி.எச். நிறுவன மேலாண்மையர் சண்முகம் சரவணன் அவர்களுக்கும் நனி நன்றிகளைத் தெரிவித்துக் கொள்கின்றேன்.

'சங்க அகப்பாடல்களும், வித்யாபதியின் காதற் கவிதைகளும் ஒப்பாய்வு நூலின் காதல் களங்களுக்கு உங்களை அழைக்கின்றேன். காதல் முத்துக்களும் கூழாங்கற்களும் மென்மையாக கைகளை வருடிச்செல்லலாம். அற்சிரவாடையும் - தென்றலும் தழுவிச் செல்லலாம். சங்க அகப்பாடல்களின் நீல வண்ண ஆம்பல் கையுறைகளும், வித்யாபதியின் வாயுரைக் காதல் குயில் கீதங்களும் உங்களின் கைகளிலும், செவிகளிலும் நிறையட்டும். காதலும் இசை தானே. புரையப் புரையக் கனிவதற்கு.

திருச்சி **அன்புடன்**
18.01.2022 **மு. அருணாசலம்**

அலைபேசி : 98944 40530

நன்றி

முனைவர் ரா.சரளா, தாவரவியல் துறைத்தலைவர் மற்றும் இணைப் பேராசிரியர், பெரியார் ஈ.வெ.ரா. கல்லூரி (த), திருச்சி 23.

கண்மணி அ.ச. இலக்கியா, பி.டெக்., BTSA, ZS Associates, Pune

முனைவர் கு.ப. கணேசன், முன்னைத் தமிழ்ப் பேராசிரியர், பெரியார் ஈ.வெ.ரா.கல்லூரி (த), திருச்சி-23.

பேரா. இராஜா. முத்திருளாண்டி, முன்னை ஆங்கிலப் பேராசிரியர், பெரியார் ஈ.வெ.ரா.கல்லூரி (த), திருச்சி-23.

முனைவர் கா. வாசுதேவன், தமிழாய்வுத்துறைத் தலைவர், பெரியார் ஈ.வெ.ரா.கல்லூரி (த), திருச்சி-23.

முனைவர் வ. நாராயண நம்பி, தமிழ் இணைப்பேராசிரியர், பெரியார் ஈ.வெ.ரா.கல்லூரி (த), திருச்சி-23.

முனைவர் இ.ஆர். இரவிச்சந்திரன், முதல்வர், உருமு தனலட்சுமிக் கல்லூரி, திருச்சி-19.

முனைவர் இரா. புகழேந்திரன், வணிகவியல் துறை இணைப் பேராசிரியர் பெரியார் ஈ.வெ.ரா. கல்லூரி(த), திருச்சி-23

முனைவர் இரா. கருணாநிதி, தமிழாய்வுத்துறைத் தலைவர், திரு கொளஞ்சியப்பர் அரசு கலைக்கல்லூரி, விருத்தாசலம்.

முனைவர் ம. இளையராஜா, தமிழாய்வுத்துறைத் தலைவர், அரியலூர் அரசு கலைக்கல்லூரி, அரியலூர்.

முனைவர் இராஜா வரதராஜா, தமிழாய்வுத் துறைத்தலைவர், மன்னர் சரபோஜி கல்லூரி, தஞ்சாவூர்-5.

முனைவர் சுரா.சுரேஷ், பெரியார் ஈ.வெ.ரா. கல்லூரி(த), திருச்சி-23

முனைவர் சி.கோபி, தமிழ் உதவிப் பேராசிரியர், வள்ளுவர் கலை அறிவியல் கல்லூரி, கரூர்.

இராமர், முனைவர் பட்ட ஆய்வாளர், பெரியார் ஈ.வெ.ரா.கல்லூரி(த), திருச்சி-23.

முனைவர் கவிஞர் தமிழச்சி தங்கப்பாண்டியன், தென்சென்னை நாடாளுமன்ற உறுப்பினர், சென்னை.

திரு. குமார், என்.சி.பி.எச். மண்டல மேலாளர், திருச்சி.

திரு. சுரேஷ், என்.சி.பி.எச். நிறுவனம், திருச்சி.

பொருளடக்கம்

1. சங்க அகப்பாடல்களும் வித்யாபதியின் காதற்கவிதைகளும்   61

சங்க அகப்பாடல்களும் வித்யாபதியின் காதற்கவிதைகளும்

வடநாட்டில் மைதிலி மொழியில் புகழ்பெற்ற கவிஞர் வித்யாபதி (மைதிலி - இந்தியும் நேபாளி மொழியும் கலந்து உருப்பெற்ற மொழி). வித்யாபதி பீகாரில் மதுபனி (மதுவளம்) பகுதியைச் சேர்ந்தவர். விசபி கிராமத்தில் கி.பி. 1353இல் பிறந்தவர். இராமாயணக் காலத்துச் சீதைக்கு மைதிலி என்னும் பெயர் இருப்பதால் இப்பகுதி மைதிலி என்றழைக்கப்பட்டது.

இமயமலையின் மடியில் தவழ்ந்திடும் இயற்கை எழில் கொஞ்சிடும் பிரதேசம் இதுவாகும். இவரது தந்தை அரசவைப் பணியில் ஈடுபட்டிருந்தவர். மிதிலை அரசர் கீர்த்திசிம்மனின் புகழ்பாடும் 'கீர்த்தி லதா' வித்யாபதியின் முக்கியமான படைப்பாகும். சமஸ்கிருத இலக்கியக் கல்வியும், மரபும் நன்கறிந்த வித்யாபதி கீர்த்திசிம்மனின் புதல்வன் தேவசிம்மன் ஆட்சிக்கு வந்தபோது அவரது அரசவையில் சமஸ்கிருத அறிஞராகத் திகழ்ந்தார். அதுசமயம் உலகப் பிரதட்சணம் (புபரிக்ரமா) என்னும் நூலைப் படைத்தார்.

வித்யாபதி ஏராளமான நூல்களைப் படைத்து இருந்தாலும் அவருக்குப் புகழ்தேடித்தந்தவை காதல் கீதங்களாக அகத்துறையில் அமைந்த தனிப்பாடல்களே ஆகும். வித்யாபதியின் காதல் கவிதைகள் இராக, தாளத்துடன் பாடும் வகையில் அமைந்துள்ளன. மிதிலைப் பகுதியில் நடைபெறும் திருமணங்களில் இன்றும் பாடப்படுகின்றன. புதுமணப்பெண்ணை 'வித்யாபதியின் பாடல்கள்' எத்தனை தெரியும் என்று கேட்கும் மரபு இப்பகுதியில் இன்றும் நிலவுகின்றது. வங்கத்தில் வித்யாபதி கிருஷ்ண பக்தராகக் கருதப்படுகின்றார்.

வித்யாபதி மைதிலி மொழியினைத் தனது மாபெரும் ஞானத்தாற் அரியணையில் ஏற்றி வைத்தவர். சமஸ்கிருதத்தில் மரபான வருணனைப் போக்கில் இருந்து விடுபட்டு இயற்கையான எளிமையான காதலைக் குயிலின் குரலில் இசைத்திடுவன இவரது காதல் பாடல்கள்.

"சமஸ்கிருத காதல் வருணனைகள் ஒரு தெளிவான மரபைப் பின்பற்றின. அவை உடல் வழி இன்பத்தை மறுக்கவில்லை. அதை உறை போட்டு மூடவில்லை. அதற்கு ஆன்மிக விளக்கம் அளிப்பதில்லை.

அவை இன்பக் கண்ணோட்டத்தையே அடிப்படையாகக் கொண்டிருந்தன. அழகின் மறுபக்கமே இன்பமென்பதால் உடல் அழகையும் அதற்கு உவமையான இயற்கை எழிலையும் வர்ணிப்பது அவசியமாயிற்று. கவிதை மொழியும், நிலவும், பாடி உலவும் வண்டினமும், கீதமிசைக்கும் குயில் கூட்டங்களும், வானும், காற்றும், மேகமும் மழையும் காதலுடன், கூடலுடன் விரகத்துடன் இக்காவிய மரபுலகில் தொடர்பு கொண்டிருந்தன. இவையனைத்தும் வித்யாபதியின் கவிதைகளில் இன்றியமையா அம்சங்களாக விளங்குகின்றன" என்னும் கூற்று வித்யாபதியின் இயற்கை ஈடுபாட்டையும் காதல் ஈர்ப்பையும் விளக்கும்.

சமஸ்கிருத மரபில் கி. பி. 12ஆம் நூற்றாண்டில் தோன்றிய ஜெயதேவர் இயற்றிய கீதகோவிந்தம் (கோவிந்தன் பாட்டு) ஒரு புதிய காதல் மரபை, அதாவது கண்ணன் - இராதை என்னும் புதிய அத்தியாயத்தைத் தொடங்கி வைத்தது. திருமாலின் ஓர் அவதாரமாகக் கருதப்பட்டதால் கண்ணன் சமூக மரபில் ஏற்றமும், மரியாதையும் பெற்றுக் காதல் தலைவனாக ஏற்றுக் கொள்ளப்பட்டான். கண்ணனைப் பாடும் காதல் பாடல்கள் துதிப்பாடல்களாக மாற்றம் பெற்றன. கண்ணன் மீது பக்தி, காதல் வர்ணனையில் ஈர்ப்பு, இயற்கை அழகில் ஈடுபாடு, கவிதையில் சொற்களின் வலிமை என்று ஜெயதேவரின் கவிதைகள் அமைகின்றன. பாலுணர்வு மனிதர்களின் மனங்களில் மாற்றமும் பரிணாமமும் பெற்றுக் காதல் இலக்கியங்கள் தோற்றம் பெற்றிட வழிவகுத்தன. ஜெயதேவருக்கு இருநூறு ஆண்டுகள் பிற்பட்ட வித்யாபதியின் கவிதைகளிலும் கண்ணன்-இராதை உறவும், காதலும் புதுமை நிலையில் வெளிப்பட்டதுடன் தானே அவர்களில் ஒருவராக நின்று காதல் கீதங்களை இசைத்துள்ளார். சங்க அகத்துறைப் பாடல்களில் அதிகம் தலைவியின் நிலையில் இருந்து காதல் உணர்வுகள் எடுத்துரைக்கப்படுவது போல் இராதையின் நிலையில் இருந்தே காதலின் பன்முக விதிமுகங்களை வித்யாபதி எடுத்துரைக்கின்றார். கண்ணன் வித்யாபதியைப் பொறுத்தவரை நீரில் விழுந்த நிலவின் நிழலாக வந்து செல்லும் நாயகனாகவே இடம்பெறுகின்றான்.

வித்யாபதியின் பாடல்களுக்காக மன்னன் சிவசிம்மன் 'விஷபி' கிராமத்தையே பரிசாக அளித்தார். வித்யாபதியின் காதல் சிருங்காரப் பாடல்கள் ஒருவகையில் உருவகமாக மன்னன் சிவவர்மனைக் கண்ணனாகவும், அவனது மனைவியர்களைக் கோபியர்களாகவும், பிரதிபலிக்கின்றார் என்று கூட அறிஞர்கள் கூறுவர். சிவவர்மன் கி. பி. 1406இல் போரில் தோற்று தலைமறைவான பிறகு வித்யாபதி காதற் பாடல்கள் எழுதவில்லை. சமய நூல்கள், நீதி நூல்களைப் படைத்தார். கி. பி. 1448இல் தனது தொண்ணூற்று ஆறாம் வயதில் மறைந்தார்.

சமஸ்கிருத மரபின் அகக்கவிதைகளுக்கு (அல்லது) சிருங்காரப் பாடல்களுக்குத் தமிழின் அகப்பாடல்கள் தாக்கமும் ஆக்கமும் செய்துள்ளன என்பது அறிஞர்களின் ஆய்வு முடிவுகளாகும். சங்க அகப்பாடல்களில் இடம்பெறும் உடலை மறுக்காத உள்ளப் புணர்ச்சி கவிதைகள் வடமொழியில் தோற்றம் பெற்றிட சங்கக் கவிதைகளே உதவி புரிந்து உள்ளன. இதுகுறித்து கவிஞர் பாலா,

இந்தக் கவிதைகள் மைதிலி மொழியில் எழுதப்பட்டிருந்தாலும் வடமொழி இலக்கிய மரபைத் தழுவியே அமைந்துள்ளன. வடமொழிக் காதல் இலக்கிய மரபு தமிழ்க் கவிதை மரபிலிருந்து வேறுபட்டதல்ல. இயற்கை சார்ந்த வாழ்வு விளைவிக்கும் உணர்ச்சிப் பின்புலமும் மன ஆழத்தை நுண்ணியதாகப் படம்பிடிக்கும் சாமர்த்தியமும் இரண்டிற்கும் பொது, வடமொழி மரபு உடல் சார்ந்த உணர்வெழுச்சிகளைத் தயக்கமின்றி எடுத்து வைக்கிறது" என்னும் கூற்று சங்க அகப்பாடல் நெறிகளின் தாக்கத்தினை வெளிப்படுத்துகின்றன. சங்க அக இலக்கியங்களில் காணப்படும் குறிப்புப் பொருள் உத்தியான உள்ளுறை, இறைச்சி ஆகியவற்றை வித்யாபதியிடம் அதிகம் காணமுடிவதில்லை. நேரடியான வருணனைகளும், உவமைகளும் பாடல்களில் கொலுவீற்றிருக்கின்றன. சங்க அகப்பாடல்களில் தலைவியின் நிலையில் இருந்து காதல் உணர்வுகள் எடுத்துரைக்கப் படுவது போல், வித்யாபதியின் கவிதைகளில் 'இராதை' என்னும் கற்பனைத் தலைவியின் நிலையில் இருந்து காதல் உணர்ச்சியின் நுட்பமான களங்கள் சித்திரிக்கப்படுகின்றன.

வடமரபின் காதல் மற்றும் பக்தி இயக்கக் கவிதைகளில் இராதையைக் கண்டெடுத்தவர்கள் பட்டியலில் ஜெயதேவரும், வித்யாபதியும் முக்கிய இடம்பெறுகின்றனர். வித்யாபதியின் காதற்சுவை மிக்க கவிதைகளில் அவரே பாத்திரமாக இடையீடு செய்து கருத்துரைக் கின்றார். சங்க அகப்பாடல்களில் இத்தகு தன்மையினைக் காண முடிவதில்லை. சங்கப்புலவர்களின் இடையீடு பாடல்களில் இருப்பதில்லை. உடலை மறந்த காதல் என்பது செடிகளில் இருக்கும் மலர்கள் உதிர்ந்தது போன்றது ஆகும். வித்யாபதியின் கவிதைகளில் உடலின் இன்புறு புணர்ச்சியின் வேகமும் போகமும் விதந்து போற்றப் படுகின்றது. தமிழின் அகப்பாடல்களில் பெண்ணின் உடல்மொழியும் உள்ளப் புணர்ச்சியும் உளவியல் நுட்பத்துடன் பதிவு செய்யப்பட்டுள்ளன.

தொல்காப்பியர் களவாகிய காதலுக்கு உரைத்திடும் இலக்கணம் சங்க அகப்பாடல்களுக்குப் பொருந்துவது போல் வித்யாபதியின் காதல் கவிதைகளுக்கும் பொருந்துகின்றது.

"வேட்கை ஒருதலை உள்ளுதல் மெலிதல்
ஆக்கம் செப்பல் நாணுவரை இறத்தல்
நோக்குவ எல்லாம் அவையே போறல்
மறத்தல் மயக்கம் சாக்காடு என்றுஅச்
சிறப்புடை மரபின் அவை களவு எனமொழிப"

(தொல். களவியல், நூற்பா 9)

என்பதே ஆகும். சங்க அகப்பாடல்களையும், வித்யாபதியின் காதல் கவிதைகளையும் ஒப்பிட்டு ஆராய்வதன் மூலம் தென் மரபாகிய தமிழ் அக மரபின் தாக்கமும், செல்வாக்கும், ஆக்க விளைவுகளும் வடமரபுக் கவிதைகளில் இருப்பதும், சில கூறுகள் தனித்து இருப்பதும் புலப்படுகின்றன. சங்க அகப்பாக்களும், வித்யாபதியின் காதல் கவிதைகளும் கீழ்வருமாறு ஒப்பாய்வு செய்யப்படுகின்றன.

அங்கே பொன் மின்னல் - ஒரு பேதை அல்லை - மேதை

பெண்களின் பருவ வளர்ச்சி பேதையில் தொடங்கிப் பேரிளம் பெண்ணில் முடிகின்றது. பெண்களின் இளமைப் பருவ நிகழ்வுகளும், அதில் இருந்து முகிழ்க்கும் காம உணர்வுகளும் சங்க அகப்பாடல்களிலும், வித்யாபதியின் காதல் கவிதைகளிலும் பதிவாகி உள்ளன. வித்யாபதியின் கவிதையில் பேதைப் பருவப் பெண்ணாகிய இராதை படிப்படியாக வளர்ச்சியுற்று பொலிவுற்று இளம்பருவத்தை அடைந்திடுவதாகச் சித்திரிக்கின்றார்.

"நாள்தொறும் நாள்தொறும்
அவள் மார்புகள் விம்மி எழுந்தன
அவள் இடை வனப்பால் வளர்ந்தது
ஒவ்வொரு நாளும் சிறுத்தது
அவள் கண்கள் காதல் ரகசியம் உண்டென
அவளிடம் குடியிருந்த குழந்தைத்தனம்
திடுக்கிட்டு எழுந்து வெளியேற முனைந்தது
மெல்லிய ஆடையை மேனி மறைக்க
மார்புகள் மீது கூந்தல்சரிய
ஒரு பொன்மின்னல் அங்கே தோன்றக் கண்டான்"

(வித்யாபதியின் காதற் கவிதைகள், ப.14)

என்று பெண்களின் அணங்காக, பொன் மின்னலாக, ஆண்களை ஈர்க்கும் ஆசை ஈர்ப்பு விசையாக வளர்ச்சி பெற்றுக் குழந்தைப் பருவத்திலிருந்து வெளியேறி இளமைப்பருவத்தில் இராதை காலடி எடுத்து வைத்திடுவதாக உரைக்கின்றார்.

சங்க அக இலக்கியத்தில் தலைவியின் இளமைப் பருவ வளர் நிலைகள் தாயின் பார்வையில் இருந்து சுட்டப்படுகின்றது. அகநானூற்றில் குடவாயிற் கீரத்தனார் பாலைத்திணைப் பாடலில் இளமைப் பருவம் எய்திய தலைவி, தலைவனுடன் உடன்போக்கு மேற்கொண்டதை எண்ணி நற்றாய் கூற்று வழியாக பெண்ணின் பருவ மாறுபாடுகளை, வளர்ச்சிகளைக் கூறுகின்றார்.

> "கூழையும் குறுநெறிக் கொண்டன;
> முலையும் சூழி மென்முகம் செப்புடன் எதிரின
> பெண்துணை சான்றனள் இவள்"   (அகநானூறு:315)

என்று தலைவியின் தலைமுடிகள் குறுகிய நெறிப்பை உடைய கூந்தலாக மாறின. முலைகளும் மெல்லிய கண்களுடன் நன்கு வளர்ந்து சிமிழ்கள் போன்று வளர்ச்சியுற்றன. இவள் பெண்மைத்தன்மை அடைந்துவிட்டதாகத் தாய் கூறுகின்றாள். 'பெண்துணை' என்னும் சொல் தலைவி இளமைப் பருவத்தில் காலடி வைத்திடுவதைக் குறிக்கின்றது. இத்தகு தலைவியைக் கண்களைத் துணையாகக் கொண்டு ஆராய்ந்து இற்செறிக்காமற் விட்டுவிட்டதாகப் புலம்புகின்றாள். அகநானூற்றில் தலைவி இளமைப் பருவம் எய்தியவளாகவும், அதனால் இற்செறிக்கப்படுவதாகவும் அதனை மீறித் தலைவி உடன்போக்கு நிகழ்த்துவதாகவும் செவிலித்தாய் கூற்றின் மூலம் தெரிவிக்கப்படுகின்றது. இளமைப் பருவம் எய்திட்ட தலைவி வலையினைக் கண்ட மான் அதிலிருந்து தப்பி விரைந்து ஓடுவது போன்று உடன்போக்கினைத் தலைவனோடு நிகழ்த்தி விட்டதாகப் புலம்புகின்றாள்.

> "முலை முகம் செய்தன; முள் எயிறு இலங்கின
> தலை முடிசான்ற; தண் தழை உடையை;
> அலமரல் ஆயமோடு யாங்கணும், படாஅல்;
> மூப்புடை முது பதி தாக்கு அணங்கு உடைய;
> காப்பும் பூண்டிசின்; கடையும் போகலை;
> பேதை அல்லை – மேதை அம் குறுமகள்!
> பெதும்பைப் பருவத்து ஒதுங்கினை புறத்து"   (அகநானூறு-7)

என்று அடிவரைந்து பரவிய முலைகள், விழுந்தெழுந்த பற்களின் ஒளி, கூந்தல் வளர்ச்சி, குளிர்ந்த தழையுடையைத் தலைவி இளமைப் பருவம் எய்தியதையும், பேதைப் பருவத்தில் இருந்து பெதும்பைப் பருவத்தில் மலர்ந்து காலடி எடுத்து வைத்திடுவதால் புறத்து அனுமதிக்கப்படாத செயலும் கூறப்படுகின்றது.

குறுந்தொகையில் பொதுக்கயத்துக் கீரத்தையார் தலைவன் தலைவி புணர்தலுக்கு ஏற்ற பருவத்தினை அடைந்ததாகக் கூறி, அவளை வருணித்துக் குறிஞ்சித்திணையில் பாடுகின்றார்.

"முலையே முகிழ் முகிழ்த்தனவே; தலையே
கிளைஇய குரலே கிழக்கு வீழ்ந்தனவே;
செறிமுறை வெண்பலும் பறிமுறை நிரம்பின;
சுணங்கும் சில தோன்றினவே; அணங்குதற்கு
யான் தன் அறிவல்; தான் அறியலளே
யாங்கு ஆகுவன் கொல் தானே
பெருமுது செல்வர் ஒருமட மகளே"

(குறுந்தொகை-337)

என்று பெருமுது செல்வரின் ஒரே மகளாக இருப்பதால் தலைவி தன்னை வழங்கிட இயலாத நிலையில் இருப்பதாகக் கூறுகின்றார். தலைவியின் பருவ வளர்ச்சி உடல்நிலை மாற்றங்கள் தலைவனின் நிலையிலிருந்து சுட்டப்பெறுகின்றன.

குறுந்தொகையில் தோழி இளமைப் பருவம் எய்திய தலைவியின் பொலிவினைக் கூறி இதைப்பற்றிக் கவலைப்படாமல் இருந்திடும் ஊரினை 'பேதையூர்' என்று இகழ்ந்துரைக்கின்றாள். தலைவியின் இளமைப்பருவ வனப்பு ஓவியமாக வடமவண்ணக்கண் பேரிசாத்தனாரால் வரைந்து காட்டப்படுகின்றது.

"தழையணி அல்குல் தாங்கல் செல்லா
நுழைசிறு நுசுப்பிற்கு எவ்வம் ஆக,
அம்மெல்லாக நிறைய வீங்கிக்
கொம்மை வரிமுலை செப்புடன் எதிரின;
யாங்கா குவள்கொல் பூங்குழையென்னும்,
அவல் நெஞ்சமொடு உசாவாக்
கவலை மாக்கட்டு-பேதையூரே"

(குறுந்தொகை-159)

என்று மென்மையான மார்பகம் பருத்து வீங்கியிருக்கின்றது. அதன் கீழே இடையோ மெலிதாகவும் நுண்மையாகவும் இருக்கின்றது. அதன் கீழே கோடேந்து அல்குல் திகழ்கின்றது. சிற்றிடை மேலேயும், கீழேயும் பாரத்தைத் தாங்க முடியாமற் துன்புறுகின்றது. இதைப்பற்றிக் கவலை கொள்ளாமற் ஊர் இருந்திடுவதாகத் தோழி பழிமொழி கூறுகின்றாள். தலைவியின் இளமைப் பொலிவு வளர்ச்சி கலைநயத்தோடு சுவையுடன் வருணிக்கப்படுகின்றது.

வித்யாபதியின் காதல் கவிதைகளில் பேதைப் பருவத்திலிருந்து இராதை இளமைப்பருவத்தில் காலடி வைத்திடும்போது நடைபெறும் பெண் உறுப்பு வளர்ச்சி மாற்றங்களையும், மேனியில் ஏற்படும் பொலிவினையும் பதிவு செய்கின்றார். சங்க அகப்பாடல்களும் பேதைப் பருவத்திலிருந்து பெதும்பைப் பருவம் வந்த குறுமகள் தலைவியின் உடல் உறுப்பு வளர்ச்சிகளையும் மேனி வனப்பினையும் ஓவியமாகத் தீட்டிக் காட்டப்படுகின்றன. தாய், தலைவி, தோழி ஆகிய நிலைகளில் இருந்து இவ்வளர்நிலைகள் காட்டப்படுகின்றன.

காதலின் உயர்வு

வித்யாபதியின் காதற் கவிதைகளில் இராதை-கண்ணனோடு கொண்ட காதல் கேண்மை வையகத்தினும் உறுதி வாய்ந்ததாக, பொன்னினும் மதிப்பு மிக்கதாக, கடலினும் ஆழம் மிக்கதாக அமைந்திடுவதாக உறுதிபட உரைத்திடுகின்றாள்.

"வைரத்திலும் உறுதி வாய்ந்ததாய்
பொன்னினும் மதிப்பு வாய்ந்ததாய்
கடலிலும் ஆழம் மிக்கதாய்
அமைந்தது எங்கள் காதல்"

(வித்யாபதியின் காதற்கவிதைகள், 85)

என்று காதலின் மேன்மைத்தன்மையைச் சிறப்பிக்கின்றார். வித்யாபதியின் பாடலில் குறுந்தொகை குறிஞ்சித்திணையின் மூன்றாம் பாடலின் தாக்கம் பளிச்சிடுகிறது. தலைவி, குறிஞ்சி வெற்பனோடு கொண்ட காதல் கேண்மையை நிலம், வான், கடல் என்று மூன்றோடு ஒப்பிட்டுக் கூறுகின்றாள்.

"நிலத்தினும் பெரிதே வானினு முயர்ந்தன்று
நீரினு மாரள வின்றே சாரற்
கருங்கோற் குறிஞ்சிப் பூக்கொண்டு
பெருந்தேனிழைக்கும் நாடனோடு நட்பே'

(குறுந்தொகை-3)

என்று மலைப்பக்கத்தில் கரிய கொம்புகளை உடைய குறிஞ்சி மலர்களில் தேன் கொண்டு உயர்ந்த இடங்களில் தேனிறால்களை உருவாக்கும் தேன் வண்டுகள் நிறைந்திருக்கும் மலை நாடனோடு நட்பு புவியைக் காட்டிலும் அகன்றது. ஆகாயத்தைக் காட்டிலும் உயர்ந்தது. கடலைக் காட்டிலும் அளத்தற்கரிய ஆழமுடையது. தலைவி தலைவனோடு செய்த நட்பின் சிறப்பினைப் போற்றுகின்றாள்.

வித்யாபதியின் இராதை காதலின் நட்பை வைரம், பொன், கடல் என்னும் மூன்றை உவமை கூறி மேன்மைப்படுத்துகின்றாள். குறுந்தொகைத் தலைவி இதைக் காட்டிலும் சிறப்புற நிலம், வான், கடல் என்னும் மூன்று கடந்த பெருமைக்குரிய கேண்மை நட்பாக குறிஞ்சி நிலத்தலைவனின் உறவைப் போற்றுகின்றாள். குறுந்தொகைப் பாடலின் நேரடித்தாக்கம் வித்யாபதியின் கவிதையில் துலங்குகின்றது.

தலைவியரின் தோற்ற நலமும், குணநலன்களும்

தலைவியின் தோற்ற நலன்களை அழகிய முரண்களாக வித்யாபதி தெரிவிக்கின்றார். காதல் பீடத்தில் கொலு வீற்று இருக்கும் அனல்காத்த தலைவி திகழ்வதாகத் தலைவன் தெரிவிக்கின்றான்.

“இரவுபோல் இருண்ட கூந்தல்
முழுநிலவு போல் ஒளிவீசும் முகம்
ஓ! காதல் பீடத்தில் இணைந்திருக்கும்
நம்ப முடியாத முரண்கள்!
அவள் கண்கள்
தாமரைகளை வெல்கின்றன
இன்று அவளைக் கண்டதிலிருந்து
என்னை ஆசைகள் துரத்துகின்றன”

(வித்யாபதியின் காதற் கவிதைகள், ப.19)

என்று தலைவியின் தோற்றப் பொலிவில் நெஞ்சம் பறிகொடுத்து கண்ணன் இரங்கி உரைக்கின்றான். ஆசைகள் வெந்திடும் நெருப்புத் தணலாகவும் தகிக்கின்றான்.

சங்க இலக்கியத்தில் அகநானூற்றில் எருக்காட்டூர்த் தாயங் கண்ணனார் பாடலில், தலைவியின் தோற்றப் பருவ அழகினையும், குணப்பண்புகளையும் தோழி கூறுகிறாள்.

“அணங்கு என உருத்த நோக்கின், ஐயென
நுணங்கிய நுசுப்பின், நுண்கேழ் மாமை
பொன்வீ வேங்கைப் புதுமலர் புரைய
நல்நிறத்து எழுந்த, சுணங்கு அணி வனமுலை
சுரும்புஆர் கூந்தல் பெருந்தோள், இவள்வயின்
பிரிந்தனிர் அகறல் சூழின், அரும்பொருள்
எய்துக மாதோ நுமக்கே, கொய்தழைத்
தளிர் ஏர் அன்ன, தாங்குஅரு மதுகையள்
மெல்லியள், இணையள், நனிபேர் அன்பினள்”

(அகநானூறு-319)

என்று அணங்கெனத் தோற்ற வடிவு கொண்ட கண்களும், அழகிய மெலிந்த நுசுப்பினையும், மாந்தளிர் நிறத்தினையும், வேங்கையின் பொன்னிறப் புதுமலர் போன்று தேமலை உடைய மார்பகத்தில் முகிழ்த்து எழுந்த முலைகளையும், வண்டுகள் ஒலிக்கின்ற கூந்தலையும் பெரிய தோளினையும் உடையவள் என்று தோற்றப் பொலிவு, நலன்கள் தெரிவிக்கப்படுகின்றன. தளிர் போன்ற மென்மையள், பிரிவினைத் தாங்கும் வலிமையற்ற மதுகையள், இளையவள், தலைவன் மாட்டு நனி பேரன்பு உடையவள் என்று குணப்பண்புகளும், தலைவிக்குச் சொல்லப்படுகின்றது, இத்தகைய தோற்றப்பொலிவும், குணப்பண்புகளும் உடைய தலைவியை நீங்கிச் செல்லும் பிரிவினைத் தவிர்ப்பீராக என்று தோழி தலைவியின் மென்மை, மேன்மைகளைக் கூறித் தலைவனுக்குக் குறிப்பால் உணர்த்துகின்றாள்.

வித்யாபதியின் காதல் கவிதையில் தலைவியின் உடல் தோற்றப் பொலிவு நலன் கண்டு தலைவன் ஆசை உற்றதாகக் கூறுகின்றான். அகநானூற்றில் தலைவியின் தோற்ற நலமும், வளமும், உளத்தின் தாங்குஅரு மதுகைத்திறத்தின் நனிபேரன்பும் தோழியாற் தலைவனுக்குக் குறிப்பாகச் சுட்டப்படுகின்றது.

தலைவியின் கண்களின் வலைவீச்சு

வித்யாபதி, தலைவியின் முகம் நிலவைத் திருடிக்கொண்டதாகக் கற்பனை செய்கின்றார். இதனால் இராகு என்னும் பாம்பினால் விழுங்கப்படும் ஆபத்து இருப்பதாகவும் எச்சரிக்கை புரிகின்றார். முகத்தில் இருக்கும் கண்களின் பார்வை வீச்சுகளை மின்னலின் அம்புகளாக உவமை செய்திடுகின்றார். நிலவென்று நினைத்து உன்னை இராகு விழுங்கக் கூடுமென்று பதைப்பு உறுகின்றான்.

"உன் பார்வைகளைக் கொஞ்சம் நிறுத்து
எவரும் உன்னைப் பாராதிருக்கட்டும் இனிமேல்.
கறுப்பு அஞ்சனம் உண்டு - உன்
கண்கள் மின்னலை வீசும் எங்கும்
அவை அம்பென வந்து பாயும்"

(வித்யாபதியின் காதற் கவிதைகள், ப.18)

என்று தலைவியின் கண்களின் வீச்சை மின்னல் வீச்சாகவும் பாயும் தன்மைக்கு அம்பின் வேகமாகவும் உவமிக்கின்றார்.

சங்க இலக்கிய அகப்பாடல்களில் மலர்களோடு பெரும்பாலும் தலைவியின் கண்கள் இணைத்து உவமிக்கப்படுகின்றன. குறிப்பாகக் குவளை மலர்கள், நெய்தல் மலர்கள் ஆம்பல் ஆகியவை அதிகளவில்

தலைவியின் கண்களோடு ஒப்பிடப்படுகின்றன. அகநானூற்றில் மருதன் இளநாகனார், பாலைத்திணைப் பாடலில் கள்ளின் இனிமையொத்ததாகத் தலைவியின் கண்கள் இருப்பதாகப் புதுமையுடன் காட்டுகின்றார்.

"......................................கள்ளின்
மகிழின் மகிழ்ந்த அரிமதர் மழைக்கண்" (அகம்-343)

என்று கள்ளுண்ட மகிழ்ச்சி போலவும், மகிழ்ச்சிக்குக் காரணமான செவ்வரி படர்ந்த செருக்கமைந்த குளிர்ந்த கண்கள் தலைவியுடையது என்று சித்திரிக்கின்றார். நெய்தல் மலர்கள், கண்கள் போன்று பூப்பதை நற்றிணையில் குறிஞ்சித்திணைப் பாடல்,

"கண்போல் நெய்தல் போர்வில் பூக்கும்" (நற்றிணை-8)

என்றுரைக்கின்றது. ஏனல் காவலர்கள் தினைப்புனத்து மேயவரும் விலங்குகளை அம்பினால் வீழ்த்தி, அவ்வம்பினைப் பறித்தெடுத்த பகழி செவ்வரி போன்ற கண்களை உடையவளாகவும் தலைவி கூறப்படுகின்றாள்.

"ஏனல் காவலர் மா வீழ்த்துப் பறித்த
பகழி அன்ன சேயரி மழைக்கண்" (நற்றிணை-13)

என்று கபிலர் குருதி படர்ந்த பகழியோடு தலைவியின் கண்களை ஒப்பிடுகின்றார். மற்றொரு குறிஞ்சித்திணைப்பாடலில் குவளை மலரின் பிணையல் போன்று செவ்வரி பரந்த கண்கள் தலைவியுடையது என வருணிக்கப்படுகின்றது.

"முதுநீர் இலஞ்சிப் பூத்தக் குவளை
எதிர் மலர்ப் பிணையல் அன்ன இவள்
அரி மதர் மழைக் கண்" (நற்றிணை-160)

என்று குவளை மலர்களோடு தலைவியின் கண்கள் ஒப்பிடப் படுகின்றன. விரிந்த பல்வேறு இதழ்களை உடைய தாமரையோடும் கண்கள் உவமிக்கப்படுகின்றது.

"பல்லிதழ் மழைக்கண் மாஅயோயே" (குறுந்தொகை-259)

பல இதழ்களை உடைய தாமரைப் பூவைப் போன்ற குளிர்ச்சியை உடைய கண்களாகத் தலைவியின் கண்கள் கூறப்படுகின்றன. தலைவியின் கண்களின் குளிர்மையைக் குறித்திட அகப்பாடல்களில் மழை உவமிக்கப்படுகின்றன.

வித்யாபதி, மின்னல் வீச்சு அம்பின் கண்களாகத் தலைவியின் கண்களை உவமிக்கின்றார். சங்க அகப்பாடல்களில் தலைவியின் கண்கள் மலர்களோடு ஒப்பிடப்பட்டு மழையின் குளிர்மை சார்ந்ததாகக் கூறப்படுகின்றன. நற்றிணையில் மட்டும் பகழி பாய்தல் போன்ற குருதி சேயரி மழைக்கண் சுட்டப்படுகின்றது.

கண்பார்வை நோக்கும் - கலங்கும் தலைவன் நெஞ்சமும்

கண் பார்வை நோக்கம் காதலை மட்டுமல்ல, தலைவனுக்குள் காமத்தைத் தட்டி எழுப்பிடும் கொல்லன் துருத்தியாகவும் அமைந்திடுகின்றது. தலைவி கண்களால் தலைவன் உள்ளத்தில் கணைகள் பாய்ச்சுகின்றாள். தலைவனின் நிலையோ ஒரு கஞ்சனைக்கூட விடமுடியாத பிச்சைக்காரனின் சூழலுக்கு அழைத்துச் சென்றுவிடுகின்றது.

"கடைக்கண் பார்வையால்
கணைகள் பாய்ச்சுகின்றாள்.
இனிய முகம், அழகிய புருவம்
தேன் குடித்த இரு வண்டுகள்
பறக்கச் சிறகடித்தது போல்
ஒளி உமிழும் இரு கண்கள்
அவள் அழகுடன்
கட்டுண்டது என்மனம்
காமன் தண்டித்துவிட்டான்
என் மனத்தை அந்த இடத்திலேயே
சிறைவைத்து விட்டான்"

(வித்யாபதியின் காதற்கவிதைகள், பக்.22-23)

என்று தலைவியின் பார்வை நோக்கால் தண்டிக்கப்பட்டு தலைவன் சிறைக் கைதியாக்கப்பட்டதாகக் கூறப்படுகின்றது.

குறுந்தொகையில் தலைவி விருப்பத்தை வெளிப்படுத்தும் பார்வையால் தன்னைக் கட்டி வைத்து விட்டதாகத் தலைவன் மொழிகின்றான்.

"சாஅய் நோக்கினள் மாஅயோளே"

(குறுந்தொகை-132)

கன்று பசுவினைப் பார்த்திருத்தலைப் போன்ற விருப்பப் பார்வை உடையவள் தலைவி என்கின்றான். குறுந்தொகை நெய்தல் திணைப் பாடலில் பரதவர் மடமகளின் கண்வலையில் தலைவன் நெஞ்சம் ஆட்பட்டு சிறை வைக்கப்பட்டதையும், இந்நிலை தனக்கு மட்டும் இல்லாமற், யாராயினும் அவ்வலையிலே படுவர் என்றும் தலைவியின்

கண்கள் காமநோயைத் தூண்டும் கனல் துண்டங்களாக இருப்பதாகவும் உரைக்கின்றான்.

"நுண்வலைப் பரதவர் மடமகள்
கண்வலைப் படூஉங் கானலானே"

(குறுந்தொகை -184)

என்று கானலம் பெருந்துறைக்குச் செல்பவர்கள் கண்வலையால் துன்புறுவது உறுதி, யான் அறிந்த உண்மை என்கின்றான்.

வித்யாபதி தலைவியின் கண்களின் பார்வைக் கணைகளால் நெஞ்சம் சிறை வைக்கப்பட்டதாக மொழிகின்றார். சங்க அகப்பாடல்களில் தலைவியின் விருப்பப் பார்வையால் நெஞ்சம் கட்டுண்டு தலைவன் சிறைபட்டுத் திகழ்கின்றான். தலைவியின் கண் பார்வை வலையில் சிக்கித் தவிக்கும் காம நோய் கொண்ட மீனாக, சிறை வைக்கப்பட்ட நெஞ்சமாகத் தலைவன் திகழ்வது ஒப்பிடத்தக்கது. இரு மரபிலும் தலைவியின் கண்கள் கணைகளாகவும், வலைகளாகவும் இருந்து தலைவனின் நெஞ்சினைச் சிறை வைத்துக் காமநோயின் வாயில்களாக இருப்பதைக் காணமுடிகின்றது.

தலைவியின் பேரழகு நினைவுகள்

தலைவனுக்குத் தலைவியின் நினைவுகள் மூன்று உலகங்கள் நிறைந்திடுவதாக வித்யாபதி கூறுகின்றார். தலைவியின் பேரழகினைக் கண்ட நேரம் கணநேரமே ஆகும். தலைவனுக்குத் தலைவியின் நினைவுகள் மலர்ச்சரமாக நீண்டு நெஞ்சிற்குள் காதல் அலைகளை எழுப்பிடுகின்றன.

"கால்கள்
தாமரை மலர்களைச் சொரிகின்றன
மேனி வெளிச்சம்
மின்னல் அலைகளை அழைத்து வருகின்றன
அவள் மயக்கும் அழகு
என் மனத்தில் நுழைந்து விட்டது
தாமரை பூத்ததுபோல்
கண்கள் மலர்த்துகின்றாள்
பார்க்கும் அனைவரையும்
புன்னகையால் வீழ்த்துகிறாள்
ஒரு மின்னலைக் கண்டதுபோல்
கணநேரம்தான் அவள் அழகு கண்டேன்"

(வித்யாபதியின் காதற் கவிதைகள், ப.22)

என்று தலைவியின் பேரழகினை உவமை அடுக்குகளாக அடுக்கித் தன் மன அடுக்கு மாளிகையில் அவள் குடியேறிவிட்டதாக நெடிது நினைத்து வெப்பப் பெருமூச்சில் வெந்து தணிந்து நிற்பதாகக் கூறுகின்றார்.

சங்க அகப்பாடலில் நற்றிணையில் பாண்டியர் மாறன்வழுதி தோழி கூற்றாகக் குறிஞ்சித்திணைப் பாடலில் தலைவியின் அழகினை உவமைகளால் அடுக்குகின்றார்.

"நீள் மலைக் கலித்த பெருங் கோற் குறிஞ்சி
நாள் மலர் புரையும் மேனி, பெருஞ் சுனை
மலர் பிணைத்தன்ன மா இதழ் மழைக் கண்,
மயில் ஓரன்ன சாயல், செந்தார்க்
கிளி ஓரன்ன கிளவி, பணைத் தோள்
பாவை அன்ன வனப்பினள் இவள்" (நற்றிணை-301)

குறிஞ்சி நாள் மலர் போல் புரையும் மேனி உடையவள். தலைவி, எப்பொழுதும் மணம் நீங்காத கூந்தலிலே நறுமணம் வீசும் நெய்யினைத் தடவி இருப்பவள். இளையவள், குவளை மலர் பிணையல் போன்ற குளிர்மையான இமைகளை உடைய கண்களைக் கொண்டவள். சாயலில் மயில் போன்றவள். கழுத்திலே சிவந்த கோடுகளை உடைய கிளியைப் போன்று பேசக்கூடியவள். பருத்தத் தோள்களை உடையவள். கொல்லிப்பாவை போன்று என்றும் அழியாத அழகு பெற்றவள். நீடுநினைத்து நெஞ்சம் மறக்க முடியாத இளம்பெண்ணாக இருப்பதாகக் கூறப்படுகிறாள்.

வித்யாபதியின் காதற் கவிதையில் தலைவன், தலைவியின் பேரழகால் ஈர்க்கப்பட்டுத் தனது மனஅடுக்கு மாளிகையிற் அவளைக் குடியேற்றிவிட்டதாகக் கூறுகின்றான். நற்றிணைப்பாடலில் தலைவனின் மன அடுக்கு மாளிகையில் குடியேறப் போகும் தலைவியின் ஒட்டுமொத்த அழகினை மாறன்வழுதி உவமைகளாக அடுக்கிக் காட்டுகிறார். இரு பாடல்களிலும் தலைவியின் அழகு நலங்கள் உவமைகளாக அடுக்கப் படுகின்றன.

காமம் பரவும் வேகம்

வித்யாபதியின் காதல் கவிதையில் தலைவனை அரைக்கண்ணால் பார்த்திட்ட காரணத்தாற் தலைவி காம நோயினால் தாக்குண்டு படாதபாடு படுகின்றாள். கடும்புனலாகப் பரவிடும் காமநோய் வெள்ளத்தில் நீந்திக் கரை ஏற முடியாத அளவிற்குத் தத்தளிக்கின்றாள்.

"அரைக்கண்ணிலும் அரைக்கண்ணால்தான்
அவளைப் பார்த்தேன்
அதற்குள் காமன் படுத்தும்பாட்டை

எப்படிப் பொறுப்பேன்
பார்க்குமிடமெல்லாம்
கண்ணனைத்தான் பார்க்கிறேன்
இருந்தும் என்நோய் மட்டும்
அதிகரிக்கிறதே, அது எவ்வாறு?"

(வித்யாபதியின் காதற் கவிதைகள், ப.21)

என்று பெருகிப் பரவும் காமநோயினைத் தணிக்க முடியாத காரணத்தாற் துன்பப் புதைகுழிக்குள் மூழ்கிக் கொண்டிருப்பதாகத் தலைவி புலம்புகின்றாள்.

சங்க அகப்பாடல்களில் குறுந்தொகையில் காமநோயாற் துன்புறும் தலைவன் அதைப் பொறுத்துக் கொள்ள முடியாமற் பாங்கனிடம் புலம்புகின்றான். காமக் கடும்புனலை நீந்துவதற்கு வழிவகைக் கண்டிட அவனை வேண்டி நிற்கின்றான்.

"இடிக்குங் கேளிர்! நுங்குறையாக
நிறுக்க லாற்றினோ நன்றுமற்றில்ல
ஞாயிறு காயும் வெவ்வறை மருங்கிற்
கையில் ஊமன் கண்ணிற் காக்கும்
வெண்ணெய் உணங்கல் போலப்
பரந்தன்று இந்நோய் நோன்று கொளற்கு அரிதே"

(குறுந்தொகை-58)

என்று வெள்ளிவீதியார் பாடுகின்றார். சூரியன் சுட்டெரிக்கும் பாறையில் கையில்லாத ஊமன் கண்ணிற் காக்கும் வெண்ணெய்போல் உண்டான காமநோய் பரந்து பரவுகின்றது. இதனைப் பொறுத்தல் அரிதாக இருப்பதாகப் புலம்புகின்றான்.

வித்யாபதியின் பாடலில் கண்ணனை அரைக்கண்களால் கண்ட காரணத்தாற் உண்டாகிய காமநோய் கடும்புனலாகப் பொங்கிப் பரவுவதாகத் தலைவி கூறுகின்றாள். குறுந்தொகையில் ஞாயிறு எரிக்கும் பாறையில் வைக்கப்பட்ட வெண்ணெய் உருகுதல் போல் காமத்தாற் உருகி அழிந்து கொண்டிருப்பதாகத் தலைவன் கூறுகின்றான். இருபாடல்களும் காமநோய் பரத்தலையும், அதைத் தணித்தற்குரிய வாயில் கிட்டாமற் துடிப்பதையும் பதிவு செய்திடுகின்றன.

வித்யாபதியின் தலைவிபடும் பாட்டைக் காட்டிலும் வெள்ளி வீதியாரின் தலைவன்படும் பாட்டிற்கு கையில் ஊமன் உவமை உணர்ந்து இன்புறத்தக்கது. வித்யாபதியின் தலைவி வேதனையோடு கேள்வி கேட்கின்றாள். வெள்ளி வீதியாரின் தலைவனோ வெந்து தணியாத வேதனையை வெளிப்படுத்துகின்றான்.

நாணம்

"அச்சமும் நாணும் மடனும் முந்துறுத்த
நிச்சமும் பெண்பாற்கு உரிய என்ப"

(தொல். களவியல்,8)

பெண்களுக்குரிய பயிர்ப்புகளில் நாணம் ஒன்றாக அமைந்திடுகின்றது.

"உயிரினும் சிறந்தன்று நாணே"

(தொல்.களவியல்-23)

என்று தொல்காப்பியம் நாணம் பற்றிக் குறிப்பிடுகின்றது. கூடல் பொழுதில் 'நாண்' அதனை மிகுவிக்கும் பெண்மைக்குரிய அணிகலன்களில் ஒன்றாகத் திகழ்கின்றது.

வித்யாபதி காதற்கவிதையில் தலைவனுடன் நிகழும் கூடல் பொழுதில் 'நாண்' இடையில் வந்து போர் தொடுத்த காரணத்தாற் அதன் சுவையினை முழுமையாக அனுபவிக்கவில்லை என்கின்றாள். தலைவன் கூடாமல் முயங்கித் தவிக்க, தலைவியோ நாண் உடைமையாற் முழுமையாகக் கூடலில் இயங்க முடியாமற் தத்தளிக்கின்றாள்.

"என் நாணம் ஆசைகளுடன்
போர் தொடுத்தது
அவன் என் மாலை பற்றினான்
கூந்தலைப் பிடித்தான்
நெஞ்சோடு நெஞ்சு ஏற்றினான்
தன்னந்தனியாய்
உதவிக்கு ஓர் ஆளுமின்றி
என் அறியாமையால்
நான் மகிழவில்லை தோழி!
ஒரே மூச்சில் அவன்
எல்லாம் வேண்டினான்
ஒரு சிறிதுதான்
நான் கொடுத்தேன்
உணர்ச்சி நாடகம் முடிந்தது
நான் ஒன்றுமே பேசவில்லை"

(வித்யாபதியின் காதற் கவிதைகள், ப.55)

'நாண்' தடுத்த காரணத்தாற் முதற்சந்திப்பின் உணர்ச்சி நாடகத்தில் மகிழ்ச்சியின் இனிமையைச் சுவைக்கவில்லையென்று தோழியிடம் முதல் கூட்டம் நடந்த செயலை தலைவி எடுத்துரைக்கின்றாள்.

கலித்தொகை குறிஞ்சிப் பாடலில் தலைவி தோழியிடம் முதல் காமக்கூட்டம் நடந்த செயலினைச் சித்திரிக்கின்றாள். பொன்னால் செய்யப்பட்ட கோதையையும், அழகிய முன்கைகளில் செறிவுற்ற தொடிகளையும் அணிந்த, அணைவதற்கு ஒத்த தோள்களை உடையவளாகத் தோழியைப் புகழ்ந்துரைத்து தலைவன் செய்த கூடல் செயல்களையும், நாண் உற்றுத்தான் நின்ற நிலையினையும் தலைவி புலப்படுத்துகின்றாள்.

"நரந்தம் நாறு இருங் கூந்தல் எஞ்சாது நனிபற்றி
பொலம் புனை மகரவாய் நுங்கிய சிகிழிகை
நலம் பெறச் சுற்றிய குரல் அமை ஒருகாழ்
விரல் முறை சுற்றி, மோக்கலும் மோந்தனன்.
நறாஅ அவிழ்ந்தன்ன என்மெல் விரற் போது கொண்டு
செறாஅச் செங்கண் புதைய வைத்து
பறாஅக் குருகின் உயிர்த்தலும் உயிர்த்தனன்;
தொய்யில் இளமுலை இனிய தைவந்து
தொய்யில் அம் தடக் கையின், வீழ்பிடி அளிக்கும்
மையல் யானையின்,மருட்டலும் மருட்டினன்
அதனால்,
அல்லல் களைந்தனன், தோழி" (குறிஞ்சிக் கலி, 18)

என்று "நரந்தம் பூ மணக்கும் என் அரிய கூந்தலை முற்றாக நன்கு பற்றினான். பொன்னால் மகர (மீன்) வடிவில் கட்டப்பட்டுச் சமைந்த தலைக்கோலம் முழுமையான (விழுங்கிக் கிடந்த) கூந்தலை நன்றாகப் பற்றினான். அதிலே மேலும் அழகு பெறும்படி சிறப்புறத் தொடுக்கப்பட்ட ஒரு மாலையை விரலாலே முறையாகச் சுற்றி மோந்து பார்த்தான். நறவம் பூ மலர்ந்தாற்போல் உள்ள விரல் அமைந்த என் கையைப் பற்றி, அருள் பொழியும் தன் செங்கண் மறையும்படி வைத்துக்கொண்டு கொல்லனுடைய துருத்தியின் மூக்கு வெப்பமாக உயிர்ப்பது போல மூச்சுவிட்டான். அது மட்டுமா? தொய்யில் எழுதிய இளமையான என் மார்பகத்தையும் மெல்லத் தடவினான். அதே கையினால் தன் விருப்பத்திற்குரிய பெண் யானையிடம் காதல் மயக்கம் கொண்ட களிறு தடவுவது போல் என் மேனி முழுவதையும் தடவினான். அப்படி அவன் கைபட்டதால் ஏற்பட்ட கலக்கத்தைப் போக்கினேன்" என்று நாணினால் காமக்கூட்டம் ஒரு தலையாக நடைபெற்ற முறையினை முழுமையாகப் படம்பிடித்துக் காட்டுகிறாள்.

குறுந்தொகையில் வெள்ளிவீதியார், தலைவியோடு உடன்பிறந்த நாணம் மிக நெடுங்காலம் உடனிருந்து வருந்தியதாகக் கூறுகின்றார்.

உயர்ந்த மணலை உடைய சிறிய கரையினைத் தீம்புனல் நெருங்கி அடித்தலால் அழிந்து வீழ்ந்தாற் போல காமம் நெரிதர, நெரிதர நாணம் கைநில்லாது போய் விடுவதாக வருந்தியுரைக்கின்றார்.

“அளிதோ தானே நாணே நம்மொடு
நனிநீடு உழந்தன்று மன்னே யினியே
....
தாங்கு மளவைத் தாங்கிக்
காமம் நெரிதரக் கைந்நில்லாதே”

(குறுந்தொகை-149)

என்று காமம், நாண் என்னும் இரண்டினுள் நாணத்தைக் காமம் வென்று விட்டதாகத் தெரிவிக்கின்றார். அகநானூற்றில் இளவேட்டனார் நெய்தல் திணைப்பாடலில் நாணம் உற்ற தலைவியைக் காட்டுகின்றார். களவொழுக்கத்தில் தலைவி தன் தோழிகளுடன் கடற்கரையில் சிற்றில் இழைத்து விளையாடுகின்றாள். அப்போது அங்கு வரும் தலைவன் விளையாட்டாக நடத்தும் இல்லறத்தில் எனக்கு உரிமை உண்டா என்று தனக்கு உண்டாகிய காமவேட்கையுடன் அணுகுகின்றான். தலைவி தனக்கு உண்டான காமவேட்கையினை நாணத்தாற் அடக்குவதால் கண்களில் உவகைக் கண்ணீர் வந்திட யாரும் அறியாதவாறு மறைத்து நிலம் நோக்கி முகம் கவிழ்ந்து நிற்கின்றாள்.

“யாம்தற் குறுகின மாக ஏந்து எழில்
அரிவேய் உண்கண் பனிவரல் ஒடுக்கி
சிறிய இறைஞ்சினள், தலையே
பெரிய எவ்வம் யாம் இவண் உறவே”

(அகநானூறு-230)

காமவேட்கையை நாணத்தாற் தடுத்து தலை கவிழ்ந்து நின்ற தலைவியின் துன்பநிலையினை நினைத்து. “பெரிய எவ்வம் யாம் இவண் உறவே” என்று வருத்தம் தோன்றிடச் சொல்கின்றான்.

வித்யாபதியின் கவிதையில் நாண் தடுத்த காரணத்தாற் மகிழ்ச்சியின் இன்பச்சுவையை எய்திட முடியாமற் போனதாகத் தோழியிடம் தலைவி தெரிவிக்கின்றாள். கலித்தொகையில் தலைவி தோழியிடம் முதற்காமக்கூட்டம் நடந்த நிகழ்வினைச் சித்திரித்து நாணினால் அறத்தோடு நிற்பதாகக் கூறுகின்றாள். குறுந்தொகையில் வெள்ளிவீதியார் காமம் நாணத்தை வெற்றிக் கொள்வதாகப் பதிவு செய்கின்றார். நெய்தல் நிலத் தலைவி நாணினால் காமவேட்கையைத் தலைவன் முன்மறைத்துக் கொண்டு உவகையாற் கண்ணீர் சிந்தி தலை

கவிழ்ந்து நிற்கின்றாள். பெண்ணோடு நாணம் பிறப்பில் இருந்தே இணைந்திருப்பதை மேற்சுட்டிய பாடல்கள் மெய்ப்பிக்கின்றன.

தலைவியின் நடைச்சிறப்பு

தலைவியின் தோற்றப் பொலிவினையும், கவின் நலத்தையும், இளமையின் வளமையையும் வருணித்த வித்யாபதி தலைவியின் நடையினை மதர்த்த யானையோடு ஒப்பிடுகின்றார்.

"ஆனைபோல் நீ
அழகு நடை நடக்கிறாய்
உன் மேனியில் பூசிய
நறுமணம் காற்றில் மிதக்கிறது"

(வித்யாபதியின் காதற் கவிதைகள், ப.34)

என்று தலைவியின் நடையினையும், இரவில் காதலனைச் சந்திக்க எழுந்து வரும்போது நறுமணம் காற்றில் மிதக்கும் வகையில் வரும் சிறப்பினையும் சித்திரிக்கின்றார்.

அகநானூற்றில் பாலை பாடிய பெருங்கடுங்கோ உடன்போக்கு நிகழ்த்திய தலைவி திரட்சி உடைய வளையொலிகள் ஒலிக்க கைவீசி, காலிற் சிலம்பொலிக்க அடியிட்டு மெத்து மெத்தென நடை நடக்கின்றாள். அப்போது தலைவன் அவள் நடையழகைக் காண வேண்டிச் சிறிது தூரம் முன் நடந்து சென்றிட வேண்டுகிறான்.

"சில்மெல் ஓதுக்கமொடு மென்மெல இயலி, 'நின்
அணிமாண் சிறுபுறம் காண்கம்; சிறுநனி
ஏகு' என ஏகல் நாணி, ஒய்யென
மாகொள் நோக்கமொடு மடக்கொளச் சாஅய்
நின்றுதலை இறைஞ்சி யோளே" **(அகம்.261)**

என்று தலைவனின் கூற்றைக் கேட்ட தலைவி நாணியவளாய் மான் போன்ற பார்வையோடு மடப்பம் பொருந்திடத் தலைகுனிந்து நிற்கின்றாள். தலைவியின் அந்நிலைக் கண்டு அருஞ்சுரமாகிய அவ்விடத்தே தலைவியுடன் அங்கேயே தங்கி விடுகின்றான். தலைவன், தலைவியுடைய பின்னழகு காணவேண்டி முன்நடந்து செல்வதாக அகம் 321 பாடலிலும் பதிவு செய்யப்பட்டுள்ளது.

வித்யாபதியின் பாடலில் தலைவனைக் காண எழுந்து செல்லும் தலைவியின் நடை மதர்த்த யானையுடன் ஒப்பிட்டு வருணனை செய்யப்படுகின்றது. அகநானூற்றில் தலைவனோடு அருஞ்சுரத்தில் உடன்போக்கு நிகழ்த்தும் தலைவி மெல்லிய மலரென மெத்து மெத்தென நடந்து செல்வதாக வருணிக்கப்படுகின்றது. இவ்விரு

பாடல்களிலும் இரு தலைவியரின் நடை அழகின் சிறப்பு எடுத்துரைக்கப்படுவது இன்புறத்தக்கது.

இதழ் அமுதம் எடுத்தலும் - கொடுத்தலும்:

பெண்ணின் மெய்தொட்டுப் பயிறலலில் தலைவன் தலைவியின் இதழினை அமுதமாகச் சுவைக்கும் செயல்கள் அகத்துறைப் பாடல்களில் இடம்பெறுகின்றன. முப்பாலில் காமத்துப்பால் பாடிய வள்ளுவர் தலைவியின் செம்பவள இதழ்களில் ஊறிக்கிடக்கும் நீரை உண்ணுங்கால் சாவாமருந்தாகிய அமிழ்தம் இருப்பதாகக் காட்டுகின்றார்.

"பாலொடு தேன் கலந்தற்றே பணிமொழி
வால்எயிறு ஊறிய நீர்"

(திருக்குறள், காமத்துப்பால் - 1121)

பாலொடும், தேனும் கலந்த சுவையுடையதாகத் தலைவியின் இதழமுதம் இருப்பதாகத் தெரிவிக்கப்படுகிறது. வித்யாபதியின் தலைவி, தலைவனுக்கு முதலில் புலவி காட்டிப் பின்பு கைகளால் தூண்டிலில் சிக்கிய தலைவன் தலைவியின் இதழினை மலரில் இருந்து தேனெடுக்கும் வண்டாகக் கொள்ளை இடுகின்றான்.

"பொறுமையிழந்த வண்டு
என் மோவாய்ப் பற்றி
இதழ் அமுது உண்டு
என் உணர்வுகளைக் கொள்ளையிடும்"

(வித்யாபதியின் காதற்கவிதைகள், ப.52)

என்று உணர்வுகளைக் கொள்ளையிட்ட வண்டாக தலைவனையும், இதழினை மலராகவும் கூறுகின்றாள்.

அகநானூற்றில் முற்றாத கமுகின் இளங்காயின் நீர் மிக இனிமை உடையதாகக் கூறப்படுகின்றது. தலைவியின் முள்ளை ஒத்த முனையையுடைய கூரிய பற்களிடத்து விடாது ஊறிடும் இனிய நீர் அப்பசுங்காய் நீரினைக் காட்டிலும் மிகமிக இனிமையுடையது. அத்தகைய அமுதூறும் சிவந்த வாயினை உடைய தலைவியின் இதழினைக் 'கொண்டனம்' என்கின்றான் தலைவன். மதுரைத் தத்தங்கண்ணனாரின் பாலைத்திணைப் பாடலில் இடம்பெறும் குறிப்பாகும் இது.

"பூவொடு வளர்ந்த மூவாப் பசுங்காய்
நீரினும் இனிய ஆகி, கூர் எயிற்று
அமிர்தம் ஊறும் செவ்வாய்
ஒண்தொடிக் குறுமகட் கொண்டனம் செலினே"

(அகம்-335)

தலைவியின் செவ்வாய் இதழில் ஊறும் நீர் அமிழ்தமாகவும், தலைவனால் விரும்பப்படும் பெருமை உடையதாகவும் வருணிக்கப் படுகின்றது. நற்றிணையில் தலைவன் "நின் கூர் எயிறு உண்கு" (204) என்று பணிமொழி வாலெயிறு ஊறிய நீரினைச் சுவைப்பேன் என்கின்றான். கலித்தொகையில் தலைவன் "முள் உறழ் முளை எயிற்று அமிழ்து ஊறும் தீம் நீரைக், கள்ளினும் மகிழ செய்யும்" (பாலைக்கலி 4) என்று கள்ளாகச் சுவைக்கின்றான்.

தலைவியின் வால்எயிறு ஊறிய நீர் கரும்பின் அடியில் உள்ள கணுக்களை வெட்டி எறிந்துவிட்டு கிடைக்கும் இடைத்துண்டு கரும்புகளின் சுவையோடு இருப்பதாகத் தலைவன் உவமிக்கின்றான். காலெறி கடிகையார்.

"கரும்பின்
கால்எறிக் கடிகைக்கண் அயின்றன்ன
வாலெயிறு ஊறிய வசையில் தீம்நீர்க்"

(குறுந்தொகை -267)

தலைவியின் செவ்வாயில் ஊறிய கரும்பின் சுவைநீரால் தலைவி தீம்நீர்க் குறுமகள் என்று போற்றப்படுகின்றாள்.

வித்யாபதியின் பாடலில் மோவாய் பற்றித் தலைவியின் இதழ் அமுதத்தைச் சுவைத்திடும் வண்டாகத் தலைவன் கூறப்படுகின்றான். அகநானூற்றில் கமுகின் இளங்காய் நீரினைக் காட்டிலும் சுவையுடையதாக இருக்கும் தலைவியின் கூரெயிற்று அமிழ்தம் ஊறும் செவ்வாயினை உண்டு இன்புறு நுகர்ச்சி நடத்துகின்றான் தலைவன். நற்றிணைப் பாடலும் தலைவியின் வாலெயிறு நீரினைச் சுவைப்பதைப் பதிவு செய்திடுகின்றது. கலித்தொகை, கள்ளினும் இனிதாக அமிழ்து ஊறும் தீம் நீராகத் தலைவியின் செவ்வாயில் ஊறும் நீர் இருப்பதாக உரைக்கப்படுகின்றது. தலைவியின் பால் என்று ஊறிய நீர் இடைத் துண்டு கரும்பின் சுவையோடு இருப்பதாக குறுந்தொகைப் பாடலில் தெரிவிக்கப்படுகின்றது.

ஆரத்தழுவும்போது அணிகலன்கள் தந்திடும் வலிகள்

பெண்களுக்கு அணிகலன்கள் அழகுக்கு அழகு சேர்ப்பது அழகினை மெருகூட்டுவது. பேரழகு வாய்க்கப்பெற்ற பெண்களுக்கு அணிகலன்கள் ஏதும் தேவையில்லை. அணிகலன்கள் இராதைக்குக் கூடலில் சுமையாக மாறிவிடுவதையும், களவு ஒழுக்கத்தினைக் காட்டிக் கொடுத்திடும் குறியீடாகவும் இருப்பதாய் வித்யாபதி அதனை அமைதிப்படுத்தவும், கழட்டவும் செய்திடல் வேண்டுமென்று தோழி வாயிலாகத் தெரிவிக்கின்றார்.

> "காற்சிலம்பை இன்னும் மேலே ஏற்றி விடு
> மேகலை மணிகளின் நாதத்தை
> கைகளால் நிறுத்திவிடு நட
> எவரும் உன்னைக் காணாதிருக்க
> இரவுடன் இரவாய் உன் உடலை இணைத்துவிடு
> காதற் சுகம் காண
> தாமரை மகிழ்ந்து மலர்கிறது
> ஓ! இராதை! உன் கூந்தலை ஏன்
> அழகு செய்தாய்?
> உன் மேனிக்கு ஏன்
> நறுமணம் ஊட்டினாய்?
> உனக்குள் காதல் நிறைந்துள்ளது
> அவனுக்கும் உன் மீது காதல்
> பின் எதற்கு இந்த அணிகலன்கள்
> அவை பழி சொல்லவே பயன்படும்"
> (வித்யாபதியின் காதற் கவிதைகள் -37)

என்று அழகுப்பெண் இராதைக்கு அணிகலன்கள் தேவையில்லை என்பதோடு கூடற் பொழுதில் அவை தடையாக மாறிவிடுவதை சுவைபட எடுத்துரைக்கின்றார்.

வித்யாபதியின் இராதை போன்று இரவின் யாமப் பொழுதில் தலைவனைக் களவொழுக்கத்தில் கூட வந்திடுகின்றாள் குறிஞ்சி நிலத் தலைவி. அகநானூற்றில் பரணர் காட்டும் சித்திரம் வித்யாபதிக்கு உதவியிருத்தல் கூடும். தலைவனின் நன்மொழி மீது விருப்பம் கொண்ட தலைவி தலைவனோடு முயக்கம் கொண்டிட மனையினை விட்டு வெளியே வருகின்றாள். அப்போது அணிகலன்களை ஒலிக்கவிடாமற் செய்கின்றாள். வில்லினைப் போன்ற அழகிய வளையினையுடைய உள்ளே பரல்கள் இடப்பெற்ற சிலம்பினை ஒலிக்கவிடாது அடக்குகின்றாள். வண்டுகள் பின் தொடர குளிர்ந்த மலர்களைச் சூடிக் கொள்கின்றாள். கார்காலத்து மலர்கின்ற மணங்கமழும் மலர்களின் தொகுப்பால் கூந்தல் நறுமணம் வீசுகின்றது. நல்ல வேலைப்பாடு அமைந்த நுண்ணிய நூலால் ஆகிய தூய்மையான ஆடையை தன் உடம்பில் உடுத்திக் கொள்கின்றாள். இளமுகில் சூழ்ந்த மலையிடத்து இருக்கும் மடப்பத்தை உடைய மயில்போல் அஞ்சி அஞ்சி நடந்து வந்து, ஊரார் துயிலும் யாமத்தில் தலைவனோடு கூடி முயங்குகின்றாள். வித்யாபதி இராதைக்குக் கூறிடும் புனைவுகள், அணிகலன் ஒலிப்புத் தடைகள் அனைத்தையும் பரணர் குறிஞ்சி நிலத் தலைவிக்குக் கூறுவது குறிப்பிடத்தக்கதாகும்.

"அரைநாள் யாமத்து விழுமழை கரந்து
கார்விரை கமழும் கூந்தல், தூவினை
நுண்நூல் ஆகம் பொருந்தினள், வெற்பின்
இளமழை சூழ்ந்த மடமயில் போல,
வண்டுவழிப்படர, தண்மலர் வேய்ந்து,
வில்வகுப்புற்ற நல்லாங்கு குடைச்சூல்
அச்சிலம்பு ஒடுக்கி அஞ்சினள் வந்து,
துஞ்சு ஊர் யாமத்து முயங்கினள், பெயர்வோள்"

(அகம்-198)

என்று தலைவனோடு இன்பம் துய்த்து மீண்டும் இல்லம் புகுந்திடும் தலைவியை மாமை நிறம் கொண்ட பெண் அல்லள். 'கவிரம்' என்னும் பெயரை உடைய பக்கமலையின் நீர்நிறைந்த சுனையில் வாழும் சூரர மகளிரே என்று வியந்து நிற்கின்றான்.

வித்யாபதி முயக்கப் பொழுதிற்குக் கூறும் அணிகலன்கள் ஒலிப்புத் தடை போன்று அகநானூற்றுத் தலைவி சிலம்பின் பரல்களை ஒலிக்கவிடாமற் செய்திடுகின்றாள். அகநானூற்றுத் தலைவியின் ஒப்பனைகள் போன்றே இராதையின் புனைவுகள் அமைந்திருக்கின்றன. முயக்கப் பொழுதுகளும் இரு தலைவிகளுக்கும் யாமமாகவே அமைந்திருக்கின்றன.

காதல் வளர்ச்சி:

தலைவன், தலைவி என்னும் இரு இதயங்களில் காதல் இரு இலைபோல் விரித்துத் துளிர்க்கின்றது. பிறகு கிளைகளாக வளர்ந்து, இலைகள் நிரம்பி, மலர்களின் நறுமணத்தோடு வளர்ச்சி பெற்றதாகத் தலைவி கூறுகின்றாள். காதலின் வளர்ச்சி மரத்தின் வளர்நிலைகளோடு ஒப்பிடப்படுகின்றது.

"காதல்
எம்மிரு இதயங்களில் இரு இலை விரித்துத்
துளிர்த்தது பின் கிளைகள் வளர்ந்தன
அதில் இலைகள் நிறைந்தன
ஒருநாள் இலைகளை மலர்கள் மறைத்தன
எங்கும் மலர் மணம்"

(வித்யாபதியின் காதற் கவிதைகள் ப-73)

என்று மாயக்கவர்ச்சி மன்னனாகிய கண்ணனோடு உருவான காதல் உணர்ச்சியை ஒரு மரத்தின் செயல்தன்மைகளோடு ஒப்பிட்டுக் கூறுகின்றாள்.

அகநானூற்றில் ஔவையார் பாலைத்திணைப்பாடலில் தலைவனோடு கொண்ட வேட்கை நோய் மரமாக வளர்ந்து அலர் அரும்புகளைத் தோற்றுவிப்பது தலைவி கூற்றாகப் பதிவு செய்யப் படுகிறது. தலைவியின் முலையில் 'வேட்கை நோய்' என்னும் இளைய முளை முளைக்கின்றது. அது தளர்ந்த உள்ளத்தில் 'துன்பம்' என்னும் தண்டாக வளர்கின்றது. ஊர்ப்பெண்கள் தம்முள் முகிழ் முகிழ்த்துக் கூறும் 'பழிச்சொற்கள்' கிளைகளாகக் கிளைத்து 'ஆராக்காதல்' தளிர்களை ஈனுகிறது. நாணமில்லாத பெரிய மரமாகி, இந்நிலவுலகம் முழுவதிலும் நிழல் பரப்பி 'அலர்' என்றும் அரும்புகளைத் தோற்றுவிக்கின்றது. காதல் நோயின் வளர்ச்சியை மரத்தின் பரிணாம வளர்ச்சியோடு தலைவி உருவகப்படுத்துகின்றாள்.

"முலையிடைத் தோன்றிய நோய்வளர் இளமுளை
அசைவுடை நெஞ்சத்து உய்வுத்திரள் நீடி,
ஊரோர் எடுத்த அம்பல் அம்சினை
ஆராக்காதல் அவிர்தளிர் பரப்பி,
புலவர் புகழ்ந்த நார்இல் பெருமரம்
நிலவரை எல்லாம் நிழற்றி
அலர் அரும்பு ஊழ்ப்பவும், வாரா தோரே"

(அகம் - 273)

என்று தலைவியின் மனத்தின் மென்மைத் தன்மையினை அறிந்திருந்தும் தலைவன் வருவதற்கு மனமின்றி இருப்பதாகக் கூறுகின்றாள். காதல் வயப்பட்ட பெண்களின் நெஞ்சத்து உலகு பற்றி அறிந்து கொள்ளாத, உணர்ந்து கொள்ளாத மாயவனாகத் தலைவன் இருப்பதாக உரைக்கின்றாள்.

காதல் பாடம்

தலைவிக்குத் தோழி தலைவனோடு மேற்கொள்ளவிருக்கும் கூடல் நாடகத்தின் காதல் பாடத்தினைக் கற்றுத் தருகின்றாள். காதற்கலையில் மன்மதனின் பாடங்களாக அவை அமைகின்றன. முதலில் மேனி அழகு புனைவினை மேற்கொள்ளச் சொல்கின்றாள். பின்பு நாணத்துடன் கூடிய பார்வைக் கணைகளால் ஆவலைத் தூண்டிடச் சொல்கின்றாள். பிறகு மார்பினை பாதி மூடி நிற்கச் சொல்கின்றாள். இறுதியாக,

"ஒவ்வொரு நொடியும்
ஆடைகளை இறுக்கி முடிந்து கொள்
முதலில் கோபம் காட்டிப்
பின் காதல் கொட்டு
இவ்வுணர்வைப் பேணு

அப்போதுதான் அவன் வருவான்
பின்னும் பின்னும்"

(வித்யாபதியின் காதற் கவிதைகள் ப-47)

என்று காதற்கலை பாடங்களைக் கற்றுத் தருவதோடு காமன் கூடல் பொழுதில் வழிகாட்டியாக அமைந்து அனைத்து செயல்களையும் கற்றுத் தரும் ஆசிரியனாக இருப்பான். இன்புறு புணர்ச்சியைத் தடையின்றி மேற்கொள்வாயாக என்று வாழ்த்துகின்றாள்.

குறுந்தொகையில் சிறைக்குடி ஆந்தையார் பாங்கனிடம் தலைவன், தலைவி எவ்வாறு காதல் பாடங்களைத் தனக்குக் கற்றுத் தருகின்றாள் என்பதை எதிர்மறையாக விளக்குகின்றான்.

"கவவுக் கடுங்குரையள்; காமர் வனப்பினள்;
குவவுமென் முலையள் கொடிக்கூந்தலளே
யாங்குமறந் தமைகோ, யானே? ஞாங்கர்க்
கடுஞ்சுரை நல்லா னடுங்குதலைக் குழவி
தாய்காண் விருப்பி னன்ன
சாஅய் நோக்கினளே மாஅயோளே"

(குறுந்தொகை - 132)

தலைவி மாமை போன்ற மேனியழகு வாய்க்கப்பெற்றவள். தழுவி முயங்குவதில் விரைவுடையவள். விருப்பம் தரும் வனப்பை உடையவள். குவிதல் உடைய மென்மையான முலைகளைப் பெற்றவள். நீட்சியை உடைய கூந்தலை உடையவள். பக்கத்தில் மேயச் சென்ற நல்ல பால்சுரப்பினை உடைய பசுவினை நடுங்கும் தலையுடன் காண்பதற்கு ஆசைப்படும் கன்று போன்று காதல் விருப்பத்தை வெளிப்படுத்தும் மென்மையான பார்வையை உடையவள். இத்தகு தலைவியை மறத்தற்கு அமைவேன். மீண்டும் மீண்டும் அவளைத் தழுவுவதற்கு பெருவிருப்புடையேன் என்று காதல் பாடங்களை கற்றுத்தந்து புன்னகை இளையோளாகத் தலைவியைச் சித்திரிக்கின்றான்.

வித்யாபதியின் காதற் கவிதைகளில் தோழி தலைவிக்குக் காதற் பாடங்களைக் கற்றுத் தருகின்றாள். குறுந்தொகையில் தலைவனுக்குத் தலைவி காதற்பாடங்களைச் செயலில் நடத்திக்காட்டி மறத்தற்கரிய இயல்புடையவளாகத் தன்னைக் கருதச் செய்திருக்கின்றாள்.

முதல் இரவுப் பாடம்

திருமணம் முடிந்த பிறகு தலைவனோடு தலைவி முதல் இரவில் இணைத்து வைக்கப்படுகின்றாள். தோழி தலைவியிடம் முதல் இரவில் எப்படி நடந்து கொள்ள வேண்டுமென்று விளக்குகின்றாள். நாணத்தையும்,

பயத்தையும் விடச் சொல்கின்றாள். தயக்கத்தை உடைத்து இன்பக்கடலில் மூழ்கிடத் தலைவனின் துணையைப் பற்றிக்கொள் என்கின்றாள்.

“இதெல்லாம் வேண்டாம்
இன்று பஞ்சணையிலே இரு
முகத்தைக் கவிழ்க்காதே
நாணத்தை விலக்கி விடு
உன் கணவன் அருகிலேயே இரு
இது உங்கள் முதல் உறவு
பயம் தவிர்த்து விடு
தாமரையும் வண்டும் இணையட்டும்
தயக்கம் தவிர்த்து விடு
இதோ! உன் கணவன் அழைக்கிறான் போ
ஐயோ, என் துகிலை விடு"

(வித்யாபதியின் காதற் கவிதைகள் ப.45)

முதலிரவு பயத்தால் அச்சமுற்ற தலைவியைத் தணிவித்துத் தாமரையும் வண்டும் போலணைய வேண்டுமென்று ஆற்றுப்படுத்துகின்றார்.

அகநானூற்றில் நல்லாவூர் கிழார் மருதத்திணைப் பாடலில் தலைவன் - தலைவியின் முதல் இரவுக் காட்சியினையும், அதில் தலைவி நாணத்துடன், பயத்துடன், தயக்கத்துடன் முயங்கலுக்குத் தயார் ஆவதையும் சித்திரிக்கின்றார். சுற்றத்தினர் கல்லென்ற ஒலியினராய் விரைந்து வந்து வாழ்த்தி புதுமணத்தை நடத்தி முடிக்கின்றனர். தலைவியைத் தலைவனுடன் ஓர் அறையில் கூட்ட ஒன்று கூடிய புணர்ச்சிக்குரிய முதல் இரவாக அது அமைந்திருக்கின்றது. முதல் இரவு அறைக்குள் தலைவி முதுகில் புதிய பூந்துகில் கலிங்க ஆடையினைப் போர்த்திக் கொண்டு ஒடுங்கிக் கிடக்கின்றாள். தலைவன் அவளைத் தழுவும் விருப்பத்துடன் முகத்தை மூடியிருந்த ஆடையினை விளக்குகின்றாள். அவள் அஞ்சி பெருமூச்சு உயிர்க்கின்றாள். அப்போது அவளை மகிழ்ச்சியுடன் இருகையிடத்துத் தழுவி முயங்குகின்றான். புணர்ச்சிக்குப் பிறகு “நீ நின் நெஞ்சத்து நினைத்ததை மறையாது உரைப்பாயாக” என்று வினவுகின்றான். மானின் மடப்பமும், செருக்கிய பார்வை நோக்கமும், குளிர்ந்த கூந்தலும், மாமை மேனியும், சிவந்த மணிகள் பதிக்கப்பெற்ற குழைகளும் உடைய தலைவி நிறைந்த உவகை உடையவளாகி முகம் தாழ்த்தி நாணத்தால் இறைஞ்சி வணங்கி நிற்கின்றாள்.

“ஓர் இற் கூடிய உடன் புணர் கங்குல்
கொடும் புறம் வளைஇ, கோடிக் கலிங்கத்து
ஒடுங்கினள் கிடந்த ஓர்புறம் தழீஇ,

முயங்கல் விருப்பொடு முகம் புதை திறப்ப,
அஞ்சினள் உயிர்த்தகாலை, யாழ நின்
நெஞ்சம் படர்ந்தது எஞ்சாது உரை என
இன் நகை இருக்கை, பின், யான் வினவலின்
செஞ்சூட்டு ஒண் குழை வண் காது துயல் வர
அகம் மலி உவகையள் ஆகி, முகன் இகுத்து
ஒய்யென இறைஞ்சியோளே" (அகம் 86)

என்று முதல் இரவில் தலைவியின் பயமும் நாணம் கலந்த வெட்கமும் காட்சிப்படுத்தப்படுகின்றது.

முதலிரவுக் காட்சி இரு கவிஞர்களால் இரு தலைவியின் நாணமும் பயமும் கலந்து கூடி முயங்கியதைத் தெற்றெனக் காட்டுகிறது என்றாலும் அகநானூற்றுத் தலைவியின் அச்சத்துடன்கூடிய அன்புறு பிணையல் வித்யாபதிக்குக் கை கொடுத்து கவிதையை யாக்கச் செய்திருக்கிறது.

வித்யாபதியின் காதற் கவிதைகளில் தலைவி கொள்ளும் முதலிரவு அச்ச உணர்வுகளை, அகநானூறு பாடல் சரியான முறையில் பிரதிபலிப்பது ஒப்பிடத்தக்கதாகும்.

முதல் அனுபவம்

வித்யாபதி முதற் காதலின் கூடல் பொழுதில் தலைவி ஆடையினைத் துறந்திட விடாமற் தடுத்திடும் வெட்கச் செயல்களையும், தலைவனின் வருடல், தழுவல் செயல்களையும் முதலிரவு காட்சி போன்றே படம்பிடித்துக் காட்டுகின்றார்.

"முத்தம் என்று நெருங்கினால்
முகத்தைக் கவிழ்க்கின்றாள்
நெஞ்சருகே அவன் கரங்கள்
நிலைப்பதைத் தடுக்கின்றாள்
நெகிழும் மேகலையை நெருக்கிப் பிடிக்கின்றாள்
எனினும் காதல் தலைக்கேற மேனி சிவக்கிறாள்
இவள் கைக்குள் மறைந்தே
கண்ணும் மார்பு மொட்டும் துடிக்கிறது
அதில் காயங்கள் பதிக்க
அவன் கரங்கள் படபடக்கிறது
அவள் இளம்பிறையென வளைத்துப்
புருவம் நெறிக்கின்றாள்
ஆடைக்குள் இவள் நிலா மறைத்தல்

எத்தனை நேரம் நடக்கும்
என்றவன் ஆச்சரியம் வளர்க்கின்றான்"
(வித்யாபதியின் காதற்கவிதைகள் ப-49)

என்று காதலன் காதல் அனுபவம் கைவரப் பெற்றதால் தலைவியை வீணையாக மீட்டுகின்றான். மென்மைமிக்க தலைவிக்கோ இது முதல் அனுபவமாக இருப்பதால் நரம்பிழையாகத் தத்தளிக்கின்றாள். இந்தக் காதல் நாடகத்தை இருவரும் எப்படித்தான் கூறி முடிப்பாரோ என்று வித்யாபதி வியக்கின்றார்.

அகநானூற்று மருதத்திணைப்பாடலில் மூதெயினனார் தலைவன்-தலைவியின் வதுவை முடித்த பிறகு கூடிடும் முதல் இரவுக் காட்சியினைச் சித்திரித்துக் காட்டுகின்றார். இல்லக்கிழத்தியாக மாறிய தலைவியிடம் நடத்தும் முயங்கல் நாடகம் தலைவனின் பார்வையிலிருந்து விவரிக்கப்படுகின்றது. வித்யாபதி காட்டும் தலைவி போன்று மருதத்திணைத் தலைவியின் செயல்பாடுகளும் அமைகின்றன. ஆடைக்குள் இருக்கும் நிலாவாகிய தலைவியை ஆடையின்றி வெளிக்கொண்டுவர வித்யாபதியின் தலைவன் துடிக்கின்றான். கலிங்கத் துகிலைப் போர்த்தியிருக்கும் தலைவிக்கு நுதல் வியர்த்தலைக் காரணமாகக் கூறி மருதநிலத்தலைவன் 'உறையில் இருந்து உருவப்பட்ட வாளாகத்' தலைவியை வெளிக் கொண்டு வந்து ஆடைகளுக்கு விடுதலை கொடுத்து முயங்குகின்றான்.

மருதநிலத்தலைவி மாதர்களுக்கு முக்கியமான கற்பினை அணிகலனாகப் பூண்டவள். முதல் இரவில் புதுமை கெடாத பூந்துகில் ஆடையாற் தன் உடல் முழுவதும் போர்த்திக் கொள்கின்றாள். மிக்க புழுக்கத்தாற் அவளது பிறைச் சந்திர நெற்றி வியர்வையால் புழுங்குகிறது. அதனை ஆற்றும் பொருட்டும், காற்று வாங்கும் செயலிலும் போர்த்திய ஆடையினை அன்புடை நெஞ்சமோடு தலைவன் அகற்றுகின்றான். உறையில் இருந்து உருவப்பட்ட வாளாக அவள் மேனி வெளிப்பட்டு விளங்கிட அதனை மறைக்கும் வகையறியாது சட்டென்று நாணம் கொள்கின்றாள். தன்னுடைய வாள் ஒளிறும் மேனியை ஆம்பல் மலர் மாலைகள் கொண்டும், பலவாகிய கூந்தலை இருட்போர்வையாகப் போர்த்தியும் மறைத்தலுக்குரிய உறுப்புகளை மறைக்கின்றாள். முயக்கத்தின் முடிவில் 'புணர்ந்தபின் அவன் வயின் அன்பு செலுத்தி இறைஞ்சி நிற்கின்றாள்.

"தமர்நமக்கு ஈத்த தலைநாள் இரவின்
உவர் நீங்கு கற்பின்எம் உயிர்உடம் படுவி!
முருங்காக் கலிங்கம் முழுவதும் வளைஇ,
பெரும்புழுக் குற்றநின் பிறைநுதற் பொறிவியர்

உறுவளி ஆற்றச் சிறுவரை திற என
ஆர்வ நெஞ்சமோடு போர்வை வவ்வலின்
உறைகழி வாளின் உருவுபெயர்ந்து இமைப்ப,
மறைதிறன் அறியாள் ஆகி, ஒய்யென
நாணினள் இறைஞ்சி யோளே"

(அகம்-136)

என்று தலைவியின் முதல் இரவின் நாணச் செயல்பாடுகள் நாடகக் காட்சிகளாகச் சித்திரிக்கப்படுகின்றன. வித்யாபதியின் காதற் கவிதைகளில் முதல் கூடல் உறவில் தலைவி ஆடைக்குள் இருக்கும் நிலவாக மேனி சிவந்து தகிக்கின்றாள். அகநானூற்றுப் பாடலில் 'முருங்காக் கலிங்க' உடை உடுத்தியிருந்த தலைவியின் ஆடையினை அகற்றிய தலைவன் 'உறைகழி வாளின் உருவு பெயர்ந்தது' போன்று மேனி ஒளிர்ந்து பளபளக்கின்ற நிலையினைப் பார்க்கின்றான். இருபாடல்களிலும் காதல் தலைவிகள் நாணினால் தத்தளித்து இறைஞ்சுகின்றனர். தலைவர்கள் காதல் கலை கைவரப்பெற்றவர்களாகத் திகழ்கின்றனர்.

மூதெயினனாரின் முதல் இரவு நாடகத்தின் தாக்கமே வித்யாபதியின் காதற் கவிதைக்கு முழுமுதற் காரணமாய் இருந்திடுகின்றது.

அமுதக் கடலும் - உழுபெயல் வயலும்

தலைவி தலைவனும் நடத்திய புணர்ச்சிச் செயலால் காதற் சுகம் கொண்டு தலைவி முயங்கிக் கிடக்கின்றாள். தோழி தலைவியின் முயங்குதல் அடையாளம் கண்டு ஏன் இன்னும் மறைக்கின்றாய் என்று கேள்வி எழுப்புகின்றாள். தலைவியைக் காதலின் அமுதக்கடலாகவும், கண்ணனை அதில் மிதந்து சுகம் காணும் மதம் கொண்ட யானையாகவும் உருவகப்படுத்துகின்றார் கவிஞர்.

"இராதை! நீயொரு அமுதக்கடல்
கண்ணன் அதில் மிதக்கின்றான்
மதம் கொண்ட யானைபோல"

(வித்யாபதியின் காதற் கவிதைகள், ப-60)

என்று காமவேளின் படைகளைத் தன்னுள் கொண்டவள் தலைவி என்கின்றார். கருவேள் படையால் எய்து பிடிக்கப்பட்ட காதல் மதயானையாகத் தலைவன் திகழ்ந்திடுகின்றான்.

அகநானூற்று மருதத்திணைப் பாடலில் பாண்டியன் கானப்பேரெயில் தந்த உக்கிரப்பெருவழுதி குழந்தைபெற்ற தலைவி நறுமணங்கமழும் சந்தனம் அணியப் பெற்ற தலைவனின் மார்பில், கொங்கைகள் வீங்க

முயங்குதலை விரும்புகின்றாள். தலைவனோ தம் மார்பில் தீம்பால் படுதற்கு அஞ்சி விலகுகின்றான். தலைவி ஊடல் கண்டு தலைவன் 'அச் செல்வன்பாற் யாமும் அன்புடையோம்' எனக் கூறி தாழ்ந்து பணிந்து பின்புறம் அணைத்துக் கொண்டு முயங்குதல் செய்கின்றான். அச்செயலை புலவர், பெரும்பெயல் மழை பலமுறை உழுது போட்ட செம்மை கொண்ட வயலில் பெய்கின்றது. அந்த மழையை இளகிய அந்த வயலின் மண் ஏற்கிறது. அப்படி ஏற்பது போல தலைவனை ஏற்றுக் கொண்டு மனம் நெகிழ்ந்து கலங்குகின்றாள் தலைவி.

"யாமும் காதலம், அவற்கு எனச் சாஅய்,
சிறுபுறம் கவையினனாக, உறுபெயல்
தண்துளிக்கு ஏற்ற பல உழு செஞ்செய்
மண்போல் நெகிழ்ந்து, அவள் கலுழ்ந்தே"

(அகம்-26)

தலைவன் பெரும்பெயல் மழையாகவும், தலைவி பன்முறை உழப்பட்ட செம்மையான வயலாகவும் உருவப்படுத்தப்படுகின்றனர். மண் நெகிழ்ந்து மழையை ஏற்றுக் கொண்டது புணர்ச்சி முயங்குதல் செயலின் மறைமுகக் குறியீடாக அமைந்திடுகின்றது.

வித்யாபதி கவிதைகளில் தலைவி அமுதக் கடலாகவும், தலைவன் அதில் மிதந்திடும் மதயானையாகவும் உருவகப்படுத்தப்படுகின்றான். அகநானூற்றில் தலைவன் பெரும்பெயல் மழையாகவும், தலைவி பன்முறை உழுது, உழுது செம்மை செய்யப்பட்ட வயலாகவும் உள்ளுறைப்படுத்தப்படுகின்றனர்.

ஊழிக்காலத்து வெள்ள முயக்கமும் களவுக் காதலின் கட்டு மீறிய புணர்ச்சியும்

வித்யாபதியின் காதற் கவிதைகளில் இருட்நிறக் கண்ணனை மின்னல் கொடி போன்று தழுவிக் கொள்கின்றாள் இராதை. அவனுடைய ஈரமுகத்தைக் காயும் நிலவு போல உண்கின்றாள். விண்மீன்கள் ஒளி உமிழ்ந்தது போன்று காதல் முயக்கத்தில் பறக்கின்றாள். ஒரு நிலநடுக்கமே தலைவிக்குள் நிகழ்கின்றது.

"என் மார்பகம் விட்டு
ஆடைகளுடன் இந்த வானமும் விழுந்தது
புயல் என எழுந்தது
என் மூச்சுக்காற்று அதில் என் சிலம்பு மணிகள்
ஆர்த்த வண்டென அதிர்ந்து கேட்டது
ஊழி வெள்ளத்தில் நான் மூழ்கிப் போனேன் - பின்

இமை திறந்த போதுதான்
உலகு முடியவில்லை என்பது கண்டேன்"
(வித்யாபதியின் காதற் கவிதைகள், பக்-53,54)

என்று ஊழி வெள்ளம் போன்ற முயக்கத்தில் மூழ்கி உலகத்தினையே மறந்துவிட்டவளாக இராதை காட்சி அளிக்கின்றாள். தலைவனிடம் நடந்தும் முயக்கச் செயல் அவளுக்குள் பூகம்பத்தையே உருவாக்குகின்றது.

அகநானூற்றுக் குறிஞ்சித்திணைப் பாடலில் வெறி பாடிய காமக் கண்ணியார் தலைவி கட்டுக்காவலுடன் இற்செறிப்பிற்கு உள்ளாகித் தகித்துக் கிடப்பதாகக் காட்டுகின்றார். தலைவியின் வேட்கை நோயைத் தணித்திட தலைவன் யாமத்தில் களிறாகிய இரையை தெரிந்து தெளிவதற்கு மறைந்து செல்லும் ஆண்புலி போன்று மனையிடத்தின் நெடிய கட்டுக்காவலைக் கடந்து காவலர் அறியாமற் வந்து கூடுகின்றான். தலைவன் முயங்க, முயங்க தலைவியும் உயங்கி முயங்குகின்றாள். கூடவே அவளுக்கு நகையுணர்வு உண்டாகின்றது. அன்னை போன்ற சுற்றத்தார் இந்நோய்க்கு உரிய மருந்தாகிய தலைவனைத் தேடாமற் யாதும் தொடர்பில்லாத முருகனுக்கு வெறியாட்டு எடுத்தது குறித்து உடல் பூரித்து உள்ளுக்குள் சிரிக்கின்றாள்.

"நல் மனை நெடுநகர்க் காவலர் அறியாமை
தன் நசை உள்ளத்து நம் நசை வாய்ப்ப
இன் உயிர் குழைய முயங்குந்தோறும் மெய்ம்மலிந்து
நக்கனெள் அல்லனோ யானே - எய்த்த
நோய்தணி காதலர் வர, ஈண்டு
ஏதில் வேலற்கு உலந்தமை கண்டே" (அகம்-22)

என்று மனையிடத்தில் கட்டுமீறிய உயிர்குழையத் தழுவிடும் முயக்கமாகத் தலைவியின் உடல் முயக்கம் அமைகின்றது. இதனால் மெய்மலிந்து பூரித்து மகிழ்ச்சி எய்துகின்றாள். மற்றொரு குறிஞ்சித்திணை அகப்பாடலில் மழக்களிறு உறங்கும் நாடனாகிய குறிஞ்சிநிலத் தலைவன் எஃகுடை வாளைக் கையில் ஏந்தி மனையின் காவலர் அறியாமற் மறைந்து வந்து, தாழிடாத கதவு திறந்து தலைவிக்கு முயக்கம் கொடுத்துத் துன்பநோயைத் தணித்துச் செல்கின்றான். மதுரை சேந்தன் கூத்தனின் வருணிப்பு கீழ்வருமாறு அமைகின்றது.

"காவலர் அறிதல் ஓம்பி, பையென
விழாக் கதவம் அசையினன் புகுதந்து,
உயங்கு படர் அகலம் முயங்கி, தோள் மணந்து
இன்சொல் அளைஇ, பெயர்ந்தனன் தோழி"

(அகம்-102)

தலைவியைப் புணர்ந்து மகிழ்ந்து இனிய சொற்களைக் கவர்ந்து பேசி தனது வேட்கை நோயைத் தணித்துச் சென்றவனாகத் தோழியிடம் சொல்கின்றாள்.

வித்யாபதியின் காதற் கவிதையில் இராதை கண்ணனோடு ஊழிவெள்ளம் போல முயங்கித் திளைக்கின்றாள். அகநானூற்றில் குறிஞ்சி நிலத்தலைவி களவொழுக்கத்தில் கட்டுக்காவலை மீறித் தலைவனுடன் மெய்புகு வண்ணம் தழுவி முயங்குகின்றாள். தலைவியின் காமவேட்கையினைத் தணித்திடும் மருந்தாகவும் தலைவன் அமைகின்றான்.

உக்கிரப் பெருவழுதிப் பாடலில் ஓவியக்காட்சி, உள்ளத்தில் பதிந்து இருவரின் இயல்பினைத் தெற்றெனக் காட்டுகிறது. வித்யாபதியின் பாடலில் உணர்ச்சியின் உந்துதல் ஓங்கி ஒலிக்கிறது.

பெண்புரியும் காதல் ஆட்சி

வித்யாபதி இராதை கண்ணன் மார்பு மீது கிடந்து முயங்கிடும் முயக்கத்தை மேகலை மணிகளின் ஒலிப்பு நாதமாகக் காட்டுகின்றார். முயக்கச் செயலில் இராதையின் கையே ஓங்கி ஒலிக்கின்றது.

“இராதை கண்ணனின் மேற்கிடந்து
ஆட்சி செய்யும் இனிய திருநாள் இன்று
தாமரை மொட்டை தின்ன நிலா வருவதுபோல்
காதலன் இதழ்களை உண்ணுகிறாள்
அவள் கழுத்துச் சங்கிலி தொங்குகிறது
தங்கக் குடம் கவிழ்த்த பால்நுளிகள் போல்
காமவேள் புகழ்பாடி
அவள் மேகலைமணிகள் நாதமெழுப்புகின்றன”
(வித்யாபதியின் காதற் கவிதைகள், ப-59)

என்று கலவிப்போரில் தலைவியின் ஆதிக்கத்தை எடுத்துக்காட்டுகின்றார். வெள்ளப் பெருக்கில் பின்னிப் பிணையும் காட்டாறு போன்று இராதையின் செயல்பாடுகள் அமைகின்றன.

அகநானூற்றுக் குறிஞ்சித் திணைப்பாடலில் பரணர் தலைவியின் புணர்ச்சிச் செயலைக் காட்டுகின்றார். தலைவனைத் தேடிவந்து தனது இன்பவேட்கையை பெண் ஆதிக்கம் செய்து தணித்துக் கொள்வதாகச் சித்திரிக்கின்றார். கோற்றொழில் அமைந்த வளையல்களை முன்கைகளில் அணிந்தும், கருமணல் போன்ற கூந்தலை முதுகின்கண்

அணிகலன்களோடு அசைந்திட, கடல் மீன்கள் உறங்கும் ஒள்ளென் யாமத்தில் தோற்றப் பொலிவும், கலைப் பொலிவும் உடைய பாவை நடை கற்றாற் போல் தலைவன்பால் வந்தடைகின்றாள்.

மழைபெய்து அலைத்தலால் கலங்கிய மலைப்பூக்கள் தொடுக்கப்பட்ட மாலையில் இருந்து கொல்லன் உலைக்களத்து அடிக்கப்படும் பொன்துகள் போல தேன் துளித்து, துளித்து விழுகின்றது. திருத்தமாகச் செய்யப்பட்ட யாழ் நரம்பில் எழுகின்ற இன்னிசை போன்று இனிய மொழிகளைக் கூறித் தலைவன் மீது கிடந்து வட்டமான முலைக்கண்ணில் வடு உண்டாகுமாறு ஆரத் தழுவி முயங்குகின்றாள்.

"இயல் எறி பொன்னிள் கொங்குசோர்பு உறைப்ப,
தொடிக்கண் வடுக்கொள முயங்கினள்:
வடிப்பு உறு நரம்பின் தீவிய மொழிந்தே"

(அகம்-142)

என்று தலைவன் மீது தலைவி ஆதிக்கம் செலுத்தி முயங்கும் காட்சி ஓவியமாகப் பரணரால் காட்சிப்படுத்தப்படுகின்றது. அகநானூற்று குறிஞ்சித்திணைப் பாடலில் இளந்தேவனார் மழைபெய்யும் இருள் செறிந்த யாமத்தில் பாம்பின் தலையினை இடறிக் கொண்டு இரவு நேரத்தில் ஏதம் அஞ்சாது தலைவன் முயங்கிட வருவதைக் காட்டுகின்றார். தலைவிபால் வந்த தலைவனை அவள் முலைத்தடத்திடைப் பொருதிக் கொண்டு முயங்கி வேட்கை வருத்தத்தை தணித்துக் கொள்வதோடு தலைவனின் வேட்கை தாகத்தையும் தணிக்கின்றாள். இளந்தேவனார் சொற்களில் காட்டும் நடை பேசும் தலைவியின் புணர்ச்சிச் செயலின் ஆசையைத் தெளிவுற உணர்த்துகின்றது.

"இலங்குவளை நெகிழ, பரந்துபடர் அலைப்ப, யாம்
முயங்குதொறு(ம்) முயங்குதொறு(ம்) முயங்க, முகந்துகொண்டு
அடக்குவம் மன்னோ தோழி
அணிவளை முன்கை, பெருமதல் மழைக்கண்
சாரல் நாடன் சாயல் மார்பே" (அகம். 328)

என்று சாரல் நாடனின் மார்பினை முகந்துகொண்டு முலையிடை வைத்து முயங்கிக் களித்திடுகின்றாள். தலைவி இன்பம் பொங்கிட தலைவனுடன் முயங்கிய முயக்கத்தினைத் தோழியிடம் தெளிவுறுத்துகின்றாள்.

இளங்கீரனார் அகப்பாடலில் முயக்கத்தில் ஒரு நூல் இடைவெளி நடுவே விலகினாலும் ஊடல் கொள்ளும் தலைவியைச் சிணுங்கல் களோடு காட்டுகின்றார்.

"வார்முலை முற்றத்து நூலிடை விலங்கினும்
கவவுப் புலத்து உறையுங் கழிபெருங்காமத்து
இன்புறு நுகர்ச்சியிற் சிறந்தொன்று இல்" (அகம்-361)

என்று தலைவி கூடுதலில் பிரியலன் என்கின்றாள். பெருங்காதலுடன் இன்பம் துய்க்கும் நுகர்ச்சியை விட உலகில் சிறந்தது இல்லையென்று இளங்கீரனாரால் கூறப்படுகின்றது.

இராதை காயாம்பூவண்ணன் கண்ணன் மீதமர்ந்து காமம் செய்கின்றாள். இதழ் அமுதம் பெற்று மகிழ்கிறாள். முயக்கத்தால் முத்துக்கள் போல் முயக்கத்தில் வியர்வைத் துளிகள் அரும்புகின்றன. அவளின் செயலின் வேகத்தால் மேகலை மணிகள் நாதம் எழுப்புகின்றன. கொக்கோகக் காட்சி இது என்றால் கொக்கோகக் காட்சியினை ஈராயிரமாண்டுகளுக்கு காட்டிய சங்கப் புலவர்கள் பெருமைக்குரியவர்களே. முயங்குந்தோறும் என்ற சொற்களின் முன்பு ஆக்கமே வித்யாபதியின் மேகலை நாதங்கள்.

வித்யாபதியின் காதற் கவிதைகளில் இராதை - கண்ணன் மார்பின் மீதிருந்து காதல் ஆட்சி புரிகின்றாள். சங்க அகத்திணைத் தலைவிகள் தலைவன் ஆகத்தை முலைத்தடத்திடை அடக்கி இன்புறு நுகர்ச்சியை நடத்திக் காதல் ஆட்சி செய்திடுகின்றனர்.

இரவு முழுவதும் காதல் போர்

மாலதி பூக் கொடியாக இருந்திடும் தலைவியை மரத்தின் கிளை போல் கைகள் பிரித்துத் தழுவுகிறான். காடெங்கும் வெள்ளை நிறக் 'குந்தாப்' பூக்கள் மலர்ந்து இருந்தாலும் தலைவனாகிய வண்டிற்குத் தலைவியாகிய 'மாலதிப்' பூவிடம் மட்டுமே மயக்கம் ஏற்படுகின்றது. காதல் மயக்கத்தினால் தேன் உறிஞ்சும் தலைவன் துயில் வந்து தலைவியைத் தழுவினாலும் இரவு முழுவதும் காதல் போர் புரிந்திடுகின்றான்.

"துயில் வந்து அவளைத் தழுவினாலும்
இரவு முழுவதும் காதல் புரிகிறான்
மாலதிப் பூவின் மணத்திலேயே
இலயித்து நிற்கும் வண்டுபோல"
(வித்யாபதியின் காதற் கவிதைகள் ப -29)

என்று தலைவியின் நறுமணமேனியில் மயங்கியும், உழன்றும், இலயித்தும் துயில் கொள்ளாது இரவு முழுவதும் காதற்கலைப் பாடத்தினைத் தலைவன் தலைவியிடம் பயின்று கொண்டிருப்பதாகக் காட்டுகின்றார்.

வித்யாபதி தலைவியை மாலதிப் பூவாக உவமை கூறுவது போல் கோப்பெருஞ்சோழன் குறுந்தொகைப் பாடலில் தலைவியை வேனிற்காலத்து மலர்ந்திடும் பாதிரியின் மலரோடு ஒப்பிடுகின்றார். அணிகலன்களும், அழகும் மிக்க மடந்தையைச் சேர்வதாகக் கனவில் கண்டு மகிழும் தலைவனின் கூற்றாக இப்பாடல் அமைகிறது.

"வேனிற் பாதிரிக் கூன் மலரன்ன
மயிரேர் பொழுகிய வங்கலுழ் மாமை
நுண்பூண் மடந்தையைத் தந்தோய் போல்"

(குறுந்தொகை-147)

என்று வேனிற்காலத்தில் மலரும் பாதிரியினது வளைந்த மலரில் இருக்கும் குறுமயிர் துய்யைப் போல தலைவியின் வயிற்றுப் பகுதி இடத்து தோன்றிய மயிரொழுங்கு காணப்படுவதாகக் கூறப்படுகின்றது. இப்படிப் பாதிரியின் துய் குறுமயிர் கொண்டிருக்கும் தலைவியைத் துயிலும் போது கனவில் கண்டு மயங்குகின்றான்.

வித்யாபதி தலைவிக்கு மாலதிப்பூவை, உவமையாகக் கூறுகிறார். கோப்பெருஞ் சோழன் பாதிரிப்பூவைக் கூறியதோடமையாமல் அம்மலரில் இருக்கும் குறுமயிர்த்துய்யைத் தலைவியின் வயிற்றுப் பகுதி மயிரொழுங்கிற்கு உவமித்துக் காட்டும் நுண்மான் நுழைபுலம் எண்ணி எண்ணி இறும்பூதெய்திடச் செய்கின்றது.

அகநானூற்றில் பாலைத்திணையில் இருங்கோன் செங்கண்ணனார் இனிய விளரி என்னும் சீறியாழ் இசையும், மலர்கள் நிரம்பிய கிளைகளில் இருந்து கூவும் குயிலின் ஓசையும் ஒன்று கலந்து வந்தும், வாசலில் அதிகாலை நீர் தெளித்திடும் ஓசை கேட்டும் புணர்ந்தாராகிய தலைவனும், தலைவியும் பிரிய முடியாமற் அன்னப்பேடு போன்று இணைந்திருப்பதாகக் காட்டுகின்றார்.

"பொன் அவிர் கணங்கொடு செறிய வீங்கிய
மென்முலை முற்றம் கடவா தோர் என
நள்ளென் கங்குலும் பகலும், இயைந்து இயைந்து
உள்ளம் பொத்திய உரம்சுடு கூர்எரி" (அகம்-279)

என்று தலைவன் பொன் போன்று இருக்கும் தோளோடு ஈர்க்கு இடைபோகா அளவு பெருத்து வீங்கிய மெல்லிய முலைபொலிந்த மார்பகத்தைத் தழுவி இரவு, பகலும் போகம் நிகழ்த்துபவர்களே பொருள் மீது ஆசையற்றவர்களாக இருப்பர் என்கின்றான். அகநானூற்றில் வடமவண்ணக்கன் பேரிச் சாத்தனார் பாலைத் திணையில் பல அடுக்கு மெத்தைகளால் உயர்ந்து தோன்றும் வளமிக்க படுக்கையில்,

கண்ணாற் பருகும் காதற் தன்மையுடன் ஒருவர் உடலில் மற்றொருவர் கூடுவிட்டுக் கூடு பாய்தற் போல மாறிப் புகுந்து, இணைகின்ற கைகளால் இறுகத் தழுவி ஈருடல் ஓருயிர் போல் இரவும் பகலும் முயங்கிக் கிடக்கும் பாலைத்திணைக் காதலர்களுக்கு பொருள் பெரிதில்லை என்கின்றார்.

"பனிமீக் கூரும் பைதல் பானாள்
பல்படை நிவந்த வறுமை இல் சேக்கை
பருகு வன்ன காதலோடு திருகி
மெய்புக்கு வன்ன கைகவர் முயக்கத்து
ஓல் உயிர் மாக்களும் புலம்புவர் மாதோ"

(அகம் - 305)

என்று குளிர்ந்த வாடைக்காற்று வீசும் பருவத்தில் இரவும், பகலும் ஈருடல் ஓருயிராகத் தழுவி முயங்கி மயங்கிக் கிடக்கும் காதலர்களின் செயல்கள் எடுத்துரைக்கப்படுகின்றன.

வித்யாபதியின் கவிதையில் மாலதிப் பூவாகிய தலைவியிடம் தலைவன் இரவு பகலாகக் கலவிப்போர் புரிகின்றான். துயிலில் தழுவுவதாகத் தலைவன் கனவு காண்கின்றான். அகப்பாடல்களில் கங்குலும் பகலும் கலவி செயலில் ஈடுபட்டு ஒருயிராகப் புணர்ந்தாரைப் பிரியாமல் இருவரும் முயங்கிப் போர் புரிந்திடுவதாகக் காட்டப்படுகின்றது.

ஏழையின் கையில் தலைவி

தலைவன் எளியவனாக இருந்தாலும் அவன் செய்திடும் காதல் குறும்புகளால் நாணம் கடிந்து தலைவி அவன் கைகளில் தஞ்சம் அடைகின்றாள். அவன் கவனிப்பில் காதல் என்றும் கடலில் கடைந்தெடுக்கப்பட்ட அமிர்தத்தைப் பருகி இன்புறுவதாகத் தோழியிடம் தலைவி மொழிகின்றாள்.

"ஏழைகளின் கைகளில்
விலை உயர்ந்த நகை
தன் பெருமை இழந்துவிடுகிறதடி தோழி
நான் கண்ணனின் கவனிப்பில் இருந்தேன்
என் ஆடைகள் கழன்று வீழ்ந்தன
என் அங்கங்கள் எவையும்
என்னிடம் இல்லாது போயின
கைகளால் என் மார்பு மறைத்தேன்
ஆயினும் வெட்டிய மின்னலைப்
பதுக்க முடியுமா?"

(வித்யாபதியின் காதற் கவிதைகள், ப.61)

என்று தலைவனை ஏழையாகக் குறிப்பிட்டாலும் காதற்கலையில் ஆய வல்லுனனாகச் செயல்படுவதாகக் கூறுகின்றாள். தன்னை விலை உயர்ந்த நகையாகக் கருதினாலும் தலைவனின் கை முயக்கத் தழுவலில் பெருமை இழந்து, கோலம் இழந்து போய்விடுவதாகத் தெரிவிக்கின்றாள்.

அகநானூற்றில் பெருங்கடுங்கோ பாலைத்திணையில் "நனவின் இயன்றது ஆயினும், கங்குல் கனவின் அற்று அதன் கழிவே" என்று பொருளின் தன்மை இரவில் காணும் கனவு போன்றது என்று கூறித் தலைவியைக் கூடியிருக்கும் பொழுதுகளே உண்மை இன்பம் என்று கூறுகின்றார். தலைவனின் உயிர் இழப்பன்ன கைகவர் முயக்கத்தில் வேட்கையுற்ற பிணை மானாக மாறுகின்றாள்.

"எய்திய கனைதுயில் ஏற்றொறும், திருகி,
மெய்புகு வன்ன கைகவர் முயக்கின்
மிகுதிகண்டன்றோ இலனே" (அகம்-379)

வண்டுகள் மொய்க்குமாறு மலர்கள் சூடியுள்ள பிடரியில் அசைந்தாடும் எம் தலைவியின் கூந்தலில் நிறைந்துள்ள மணங்களை யான் விரும்பியபோதெல்லாம் நுகர்ந்து மகிழ்வேன். அணிகலன்களால் அழகு செய்யப்பட்ட தலைவியின் தோளிற் கிடந்து துயில்வேன். நினைக்கும் பொழுதெல்லாம் உடலுள் உடல் புகுவது போல கைகளால் தலைவியை இறுகத் தழுவி இன்பம் காண்பேன். தலைவியிடத்துப் பெறும் இன்பத்திலும் மேம்பட்ட இன்பப் பொருளை இவ்உலகில் கண்டது இல்லை என்கிறான். தலைவியோடு தலைவன் கொள்ளும் கைகவர் இன்ப முயக்கம் அமிழ்தினும் இனிதாக, உலகில் மேம்பட்ட இன்பமாகச் சுட்டப்படுகின்றது.

குறிஞ்சிக்கலியில் தலைவியைப் பலபடப் புகழ்ந்து, பாராட்டிப் புணர்வின் செயலுக்கு இட்டுச் செல்லும் தலைவனை ஏழைத்தன்மை உடையவன் என்றழைப்பது எவ்விதத்தில் பொருந்தும் என்று தோழியிடம் தலைவி கேள்வி எழுப்புகின்றாள். தலைவன் தலைவியிடத்து நிகழ்த்தும் மெய்தொட்டுப் பயிறலும் தலைவி நாணமும், மடனும் நீங்காமற் இருக்கும் தன்மையும் கீழ்வருமாறு காட்சிப்படுத்தப்படுகின்றது.

"நில் என நிறுத்தான்: நிறுத்தே வந்து
அனையன பல பாராட்டி, பையென
வலைவர் போல, சோர்பதன் ஒற்றி
புலையர் போல, புன்கண் நோக்கி
தொழலும் தொழுதான், தொடலும் தொட்டான்

காழ்வரை நில்லாக் கடுங்களிறு அன்னோன்
தொழூஉம்: தொடூஉம்: அவன் தன்மை
ஏழைத்தன்மையோ இல்லை! தோழி"

(குறிஞ்சிக்கலி 19)

என்று பிறை போன்று மறுவற்ற முகம் உடையது நிலவும் அன்று. மூங்கில் போல தோளின் செறிவு உண்டு. ஆனால், மூங்கில் வளரும் மலை அன்று. கண்கள் பூவின் தன்மைக்கு நெருக்கம். மென்மையாக உண்டு. ஆனால், பூ மலரும் சுனை அன்று. நடை உண்டு. மயில் என்று சொல்ல முடியாது. பேசும் கிளவியில் தளர்ச்சி உண்டு. ஆயினும் கிளி என்று சொல்ல முடியாது. தலைவன் தலைவியைப் பலபடப் பாராட்டிப் பரிக்கோலின் கட்டுப்பாட்டிற்குள் அடங்காத மதயானையாகத் தலைவியை மெய்த்தொட்டுப் பயில்கின்றான். இத்தகு தலைவனை ஏழைத்தன்மை உடையவன் (அப்பாவி) என்று எவ்வாறு கூறமுடியும். தலைவனின் காதல் குறும்புகளைத் தோழியிடம் வெளிப்படுத்தி அவனுக்காகப் பரிந்து பேசாதே என்கின்றாள்.

வித்யாபதியின் காதற்கவிதையில் ஏழைத்தன்மை தலைவனின் கைகளில் ஆடை பறிபோய் அமிர்தக் கடலில் தலைவி ஆழ்ந்து விடுகின்றாள். அகநானூற்றில் தலைவனின் தலைசிறந்த உலக இன்பமாகத் தலைவி திகழ்கின்றாள். கலித்தொகையில் தலைவி ஏழைத்தன்மை உடைய தலைவனிடம் எச்சரிக்கை உணர்வுடன் நடந்து எல்லை கடக்காமற் நாணையும், மடத்தையும் காப்பாற்றிக் கொள்கின்றாள். அழகியப் பெண்களின் காதல் மோதல்கள் அமிழ்தினும் அமிர்தமாக இருப்பதை மேற்சுட்டிய பாடல்கள் சித்திரிக்கின்றன.

பகல் திருட்டு முயக்கம்

தலைவி பகற் பொழுதில் தலைவனைக் கூடிட விரும்புகின்றாள். மேகம் வெடித்து பெருமழை பொழிந்து பகற்பொழுதே இருட் போர்வையாகச் சூழ்ந்து இருக்கின்றது. இதனை வாய்ப்பாகப் பயன்படுத்திக் கொண்டே தலைவி ஒப்பனைகள் புனைந்து ஊராரின் கண்பார்வைகளுக்குத் தப்பித் தலைவனை முயங்கித் திளைக்கின்றாள்.

"என் துணிச்சல் வெற்றி தந்தது
மேகம் பிறர் கண்களை மறைத்துவிட்டது
அப்போது நான் நினைத்ததை
எப்படிச் சொல்வேன்
பட்டப் பகலில் யானையைத்
திருடிச் செல்வது போன்று"

(வித்யாபதியின் காதற் கவிதைகள் ப-35)

என்ற தலைவியின் துணிச்சல் பகற்பொழுதிலே யானையைத் திருடுவது போன்று தலைவனைக் கூடிய செயல் வெற்றி பெற்றதாகப் புளகாங்கிதம் அடைந்திடுகின்றாள்.

அகநானூற்றில் மலர் பரப்பிய படுக்கையில் பகல் பொழுது முழுவதும் தலைவியோடு முயங்கிடும் தலைவனின் செயல் நக்கீரனாரால் பாலைத்திணைப் பாடலில் கூறப்படுகின்றது. தலைவன் நெறிப்புடன் மயிர்சாந்தணிந்த கூந்தலை உலரச் செய்து அதில் மலர்களைச் சூட்டுகின்றான். மணங்கமழும் நெற்றியில் திலகம் இடுகின்றான். புதிய மலர்களைக் கிள்ளி எடுத்து அதன் மகரந்த பூந்துகள்களைத் தலைவியின் முலையிடத்து அப்பி மகிழ்கின்றான். பெரிய தோள்களில் தொய்யில் எழுதிக் கோலஞ் செய்திடுகின்றான். சிறிய அடிகளில் செம்பஞ்சுக் குழம்பினைத் தீட்டுகின்றான். தலைவியை இவ்வாறு நலம் புனைந்து பேணி, பலபடப் பாராட்டி மலர் பரப்பிய படுக்கையில் பகலென்றும் பாராது கலவிப்பாடம் படிக்கிறான்.

“நல்இள வனமுலை அல்லியொடு அப்பியும்
பெருந்தோள் தொய்யில் வரித்தும், சிறுபரட்டு
அம்செஞ் சீறடிப் பஞ்சி ஊட்டியும்
என்புறந் தந்து, நிற் பாராட்டி
பல் பூஞ் சேக்கையின் பகலும் நீல்கார்
மனைவயின் இருப்பவர் மன்னோ”

(அகம்-389)

என்று பகலில் தலைவன் நடத்திடும் கூடலை நக்கீரர் பதிவு செய்கின்றார். களவொழுக்கப் புணர்ச்சியாக அமையாமற் இது கற்பொழுக்கப் புணர்ச்சியாக அமைந்திடுகின்றது. நற்றிணையில் மதுரை மருதன் இளநாகனார் குறிஞ்சிநிலத் தலைவி மலைக்கிழவனோடு அருவியாடிப் பகற்பொழுதில் களவொழுக்கத்தில் புணர்ச்சி நாடகத்தை நடத்துவதாகக் காட்டுகின்றார். தினைப்புனத்தைக் காவல் காக்கும் பணிக்குச் சென்ற தலைவி அதனை மறந்து முயக்கத்தை மேற்கொள்கின்றாள். பெரிய கதிர்களை உடைய புனத்தினை பிடியானையோடு புணர்ந்து இயங்குகின்ற களிற்று யானையும், சிறிய பசுங்கிளிகளும் உண்ணாமற் தலைவியின் காதற் நாடகத்தை காட்டாமல் மறைத்திடுகின்றன. யானைக்கும், கிளிக்கும் கைம்மாறு செலுத்துகின்றாள் தலைவி.

“அம்ம வாழி, தோழி! கைம்மாறு
யாது செய்வாங்கொல் நாமே-கயவாய்க்
கன்றுடை மருங்கிற் பிடிபுணர்ந்து இயலும்

வலன் உயர் மருப்பின் நிலன் ஈர்த் தடக்கை
அண்ணல் யானைக்கு அன்றியும் கல்மிசைத்
தனிநிலை இதணம் புலம்பப் போகி
மந்தியும் அறியா மரம்பயில் ஒருசிறை
குன்றக வெற்பனோடு நாம் விளையாட
இரும்புகவர் கொண்ட ஏனல்
பெருங்குரல் கொள்ளாச் சிறுபகல் கிளிக்கே"

(நற்றிணை -194)

என்று களிற்று யானையும், பசுங்கிளிகளும் தினைப்புனத்தை அழித்து விடாமற் குன்றக வெற்பனோடு தலைவி மேற்கொண்ட பகற்குறி முயக்கத்தை மறைத்துக் காப்பாற்றுவதால் கைம்மாறாக மனம் நெகிழ்ந்து நன்றி நவில்கின்றார்.

வித்யாபதியின் காதற் கவிதையில் பகலின் மேக வெடிப்பு மழைப்பொழிவால் ஏற்பட்ட இருள் சூழல் தலைவி பகற்பொழுதில் தலைவனோடு கூடல் நிகழ்த்துவதற்கு ஏதுவாக அமைகின்றது. அகநானூறும் நற்றிணையும் புணர்ச்சியைக் காட்டிருந்தாலும் இரண்டு நிகழ்வுகளில் ஒன்று கற்புப்புணர்ச்சி மற்றொன்று களவுப்புணர்ச்சி. கற்புக்கூட்டத்திற்கு நேரம், காலம், இடம் முதலியவை எளிமையாக அமைந்திடும். களவுப்புணர்ச்சியோ அஞ்சி அஞ்சி செயல்படும். நற்றிணைத் தலைவியைவிட வித்யாபதியின் காதல் தலைவியின் செயல் பாராட்டப்படவேண்டிய ஒன்று. நற்றிணையில் குறிஞ்சிநிலத் தலைவி நடத்தும் பகற்பொழுது களவொழுக்கப் புணர்ச்சியைத் தினைப்புனத்தை அழித்திடாமற் செய்திட்ட களிற்று யானையும், கிளிகளும் மறைத்துக் காப்பாற்றுகின்றன. வித்யாபதி கவிதையில் களிறு போன்ற தலைவனைத் திருடிய புணர்ச்சியாக அமைய, நற்றிணையின் யானைகளும், கிளிகளும் தலைவனோடு நிகழ்த்திய களவொழுக்க புணர்ச்சியைப் பகற்குறியில் மறைத்திடுகின்றன.

இளமையும் காமமும்

இளமையில் துய்ப்பதற்குரியது காமமும் காதலும். நிலையற்ற வாழ்வில் இளமை நிலைப்பதில்லை. இளமை இருக்கும்போதே அதனை அனுபவிக்க வேண்டுமென்று வித்யாபதி வலியுறுத்துகின்றார். தோழி தலைவிக்குச் சொல்லும் அறிவுறுத்தலாக,

"இளமையில் இழந்த சுகங்களை எண்ணி
இதயம் பின் வருந்தலாகாது
இளமையின் பொக்கிஷம்
எதற்காக இருக்கிறது

எடுத்து வழங்கவே இருக்கிறது
எவ்வளவு கொடுத்தாலும்
உன் செல்வம் குறைந்துவிடப் போவதில்லை
உன்னிடம் பெறுகின்ற காதலன்தான்
பெரும் ஏழையாகிப் போவான்"

(வித்யாபதியின் காதற் கவிதைகள்-ப. 65)

என்று இளமையின் சுகங்களை அனுபவிக்கச் சொல்வதுடன், அதனைத் தலைவனுக்குத் தந்திடும் போது இளமைச் செல்வம் குறைத்துவிடப் போவதில்லையென்றும் வலியுறுத்தப்படுகின்றது.

சங்க அகப்பாடல்களில் தலைவனின் பொருள்தேடல் பிரிவுச் செயல் பெரும்பாலும் தலைவியாற் விரும்பி ஏற்றுக்கொள்ளப்படுவதாகக் காட்டப்படுவதில்லை. இளமை இருந்திடும் போது அனுபவிக்காமற் நிலையற்ற பொருளைத் தேடிச் செல்லும் தலைவனின் செயல் பாலைத்திணைப் பாடல்களில் விமர்சனத்திற்கு உள்ளாகின்றன. தலைவனைச் செலவு அழுங்குவிக்கும் செயல் தலைவியின் இளமை நலத்தை நுகர்வதற்கான வழிநெறிமுறையாகவே அமைந்திடுகின்றன.

அகநானூற்றில் இளங்கீரனார் கச்சணிந்த தலைவியின் இளமை பொலிந்த மார்பகத்தை முயங்குவதிலிருந்து வேறுபட்டு வெப்பம் மிக்க பாறைகளையும், நிழல்கள் அற்ற பாதையினையும் உடைய பாலை அருஞ்சுரத்தில் பொருள் தேடிச் செல்லும் செயல் துன்பம் உடையது, மிகக் கொடிது என்று தலைவன் நெஞ்சிற்கு உரைத்திடுகின்றான்.

"இன்புறு நுகர்ச்சியின் சிறந்தது ஒன்று இல் என
அன்பால் மொழிந்த என்மொழி கொள்ளாய்
பொருள் புரி வுண்ட மருளி நெஞ்சே" (அகம்-361)

என்று வானோர் உண்பதற்குத் தீ வளர்க்கும் வேள்விக் குண்டத்தைத் தாங்குவதற்கு வைக்கப்பட்ட ஆமையானது தான் முன்பிருந்த குளிர்ச்சி பொருந்திய பொய்கைக்குச் சென்று புகுவதற்கு விரும்பியது போன்று தலைவனும் தலைவியின் இனிய குளிர்ச்சி பொருந்திய தோளினைச் சேர வேண்டுமென்று வலியுறுத்தப்படுகின்றது.

பாலைக்கலியில் பொருள்மேல் எழுந்த ஆசையாற் இளமையில் தலைவியைப் பிரிந்த செயல் தோழியாற் அறிவுறுத்தப்பட்டு செலவு தடுக்கப்படுகின்றது. இளமையும், இருவர் உள்ளத்தில் ஒத்த காமத்தையும் ஒன்றாகப் பெற்றவர்கள் பொருட் செல்வத்தை விரும்பமாட்டார்கள் என்று இளமைக்காலத்தின் அருமைப்பாடு உணர்த்தப்படுகின்றது.

> "இளமையும் காமமும் ஓராங்குப் பெற்றார்
> வளமை விழைதக்கது உண்டோ, உளநாள்"
>
> (கலித்தொகை, பாலைக்கலி-18)

என்று ஒன்றன் கூறாகிய ஆடையை உடுப்பவராக வறுமை உற்று வாழ்ந்தாலும் கவலை உறாது இணைந்து வாழ்வதே வாழ்க்கை. "அரிது அரோ சென்ற இளமை தரற்கு" என இளமையின் சிறப்பும், காமத்தின் பெருமையும் தெரிவிக்கப்படுகின்றது.

நற்றிணையில் சிறைக்குடி ஆந்தையார் பொருளின் நிலையாமைத் தன்மையை எடுத்துக்கூறி அப்பொருள் எத்தன்மைத்து ஆயினும் ஆகுக. அதனைப் போற்றுவார் இடத்துப் பொருந்துக. தலைவியோடு இளமையிற் சேர்ந்து வாழ்தலே சிறப்பானது என்று தலைவன் கூறுகின்றான்.

> "பொருளே,
> வாடாப் பூவின் பொய்கை நாப்பண்
> ஓடுமீன் வழியின் கெடுவ"
>
> (நற்றிணை-16)

என்று பொருளானது வாடாத மலரை உடைய பொய்கையிடத்தில் ஓடுகின்ற மீனின் வழியைப் போன்று இருந்தாலும் தெரியாமற் கெடும் இயல்புடையது. தலைவியின் உறவிற்குப் பொருள் ஈடாகாது என்று இளமையின் இன்பச் சிறப்பைப் போற்றி செலவு அழுங்குகின்றான்.

குறுந்தொகையில் ஒக்கூர் மாசாத்தியார் இளமையது அருமையைப் பாராது பொருளை விரும்பிச் சென்ற தலைவர் முல்லை மலர் பூத்துக் குலுங்கும் பருவம் வந்ததும் வாராமற் இருப்பதை எண்ணித் தலைவி கலங்கி உரைப்பதாகக் காட்டுகின்றார்.

> "இளமை பாரார் வளநசைச் சென்றோர்
> இவணும் வாரா ரெவண ரோவெனப்
> பெயல்புறந் தந்த பூங்கொடி முல்லைத்
> தொகு முகை இலங்கு எயிறு ஆக
> நகுமே தோழி நறுந்தண்காரே" (குறுந்தொகை-126)

என்று இளமையது அருமை கருதாது, பொருள் வளம் நாடிச் சென்ற தலைவனின் செயல் வருத்தத்தைத் தருவதாக மொழிகின்றாள். கார்காலம் வந்துவிட்டது. தலைவர் வரவில்லை என்பதன் மூலம் தலைவியின் இளமை நலம் அழிந்து கொண்டிருப்பது உருவகமாக உணர்த்தப்படுகின்றது.

வித்யாபதியின் காதற் கவிதைகளில் இளமையில் வாழ்க்கை இன்பத்தை அனுபவிக்க வேண்டுமென்று வலியுறுத்தப்படுகின்றது. அகப்பாடல்களில் பொருளின் நிலையற்ற தன்மைகள் எடுத்துரைக்கப் பட்டு இளமையது அருமை உரிய காலத்தில் துய்ப்பதற்கு உரியது என்று மீண்டும், மீண்டும் கூறப்படுகின்றது. நற்றிணைப் பாடல் "இறந்து செய் பொருளுமின்பம் தருமெனின், இளமையிற் சிறந்த வளமையுமில்லை, இளமை கழிந்த பின்றை, வளமை காமந் தருதலுமின்றே" (நற்றிணை 126-7-10) என்று தெளிவுற முரண்தன்மையோடு புலப்படுத்துகின்றது.

ஒன்றுபட்ட முயக்கம்

இராதை கண்ணனைக் கண்டு காதல் கொள்கின்றாள். தனக்குள் எழுந்த உணர்ச்சிகளை மறைத்தாலும் அவளது அல்லி மலர்க் கரங்கள் அவனைத் தழுவுகின்றன. இதயம் கலந்த ஒன்றுபட்ட முயக்கத்தைக் கண்ணனுடன் துய்க்கின்றாள்.

> "என் நாணம்
> என் ஆடைகளுடன் விழுந்தது
> என் உடலால்
> என் உடல் மறைத்துக் கொண்டேன்
> என் இதயம்
> இன்னொருவன் இதயமாகியது"
>
> (வித்யாபதியின் காதற் கவிதைகள், ப-58)

ஒன்றுபட்ட புணர்ச்சியில் எங்கும் கண்ணனையே கண்டு கரைந்து உருகிப் போகின்றாள். உடல் கரைந்து உள்ளமும் இழந்து போகின்றாள்.

அகநானூற்றில் பாலைத்திணையில் இளங்கீரனார், அன்பு, மடம், மென்மை, ஒழுக்கம், எலும்பையும் நெக்குருகச் செய்திடும் இன்சொல் ஆகியவை கொண்ட தலைவியோடு ஒன்றுபட்டு நிகழ்த்திடும் தழுவலே சிறந்த இன்பமாகும் என்று தலைவன் கூற்றாகத் தெரிவிக்கின்றார்.

> "அன்பும், மடனும், சாயலும் இயல்பும்
> என்பு நெகிழ்க்கும் கிளவியும், பிறவும்
> ஒன்றுபடு கொள்கையோடு ஓராங்கு முயங்கி"
>
> (அகம்: 225)

என்று செயிர் தீர் தலைவியோடு நடத்திடும் முயக்கமே பொருள் தேடல் செயலை விட இனியது என்று தலைவன் பாலை அருஞ்சுரத்து தனிமையில் நெஞ்சிற்கு உரைத்திடுகின்றான். வித்யாபதியின் காதற்

கவிதைகள் இராதை கண்ணனோடு இதயத்தோடு இதயம் கலந்த முயக்கத்தை நிகழ்த்திடுகின்றாள். அகநானூற்றில் ஒன்றுபடு கொள்கையோடு இருக்கும் தலைவியோடு ஓராங்கு முயங்கிப் புதுப் பொருள் காண்கின்றான் தலைவன்.

மாலை முதல் காலை வரை புணர்ச்சி

மேக நிறத் துகிலுடன், வெள்ளைத் தாமரை முகப் பொலிவுடன், குடைபிடித்துக் கொண்டு யானைபோல் அழகு நடை நடந்து அன்னையின் அருகினில் இருந்த இராதையைக் கண்ணனிடம் தோழி கொணர்ந்து சேர்ந்திடுகின்றாள். அவர்களின் கலவிச் செயல் மாலை தொடங்கி காலை விடியல் வரை நீள்கின்றது.

> "மாலையில் சேர்ந்தீர் நீங்கள்
> இதோ காகம் கரைகிறது
> கதிரவன் எழுகிறது
> நிலவு வெளுக்கிறது
> விடு அவளைக் கண்ணா!
> விரைந்து அனுப்பி விடு"
>
> (வித்யாபதியின் காதற் கவிதைகள் ப-62)

என்று மாலை முதல் காலை வரை நடந்திடும் புணர்ச்சிச் செயல் கண்டு தோழி களவொழுக்கம் தெரிந்துவிடும் தலைவியை விரைந்து அனுப்பிவிட கண்ணனைக் கெஞ்சி இறைஞ்சி நிற்கின்றாள்.

அகநானூற்றில் கடியலூர் உருத்திரங் கண்ணனார் பாலைத் திணைப் பாடலில் ஒருநாள் பொழுதும் தலைவியோடு இனிதாக முயங்கிக் கழித்திடும் சூழல் எடுத்துக்காட்டப்படுகின்றது.

> "வயங்குமணி பொருத வகைஅமை வனப்பின்
> பசுங்காழ் அல்குல் மாஅ யோளோடு
> வினைவனப்பு எய்திய புனைபூஞ்சேக்கை
> வீண்பொரு நெடுநகர்த் தங்கி, இன்றே
> இனிது உடன் கழிந்தன்று மன்னே"
>
> (அகம் 167)

என்று பசுமையான மணிகள் தங்கும் மேகலை அணிந்த அல்குலையும், மாந்தளிர் போன்ற நிறத்தினையும், வானைத் தீண்டும் உயர்ந்த மாளிகையில், அழகிய வேலைப்பாடு அமைந்த மலர்களால் அலங்கரிக்கப்பட்ட படுக்கையில் தலைவியோடு தங்கிப் பொழுது முழுதும் இனிதாக முயங்குகின்றான்.

குறுந்தொகையில் அள்ளூர் நன்முல்லையார் இரவு முழுவதும் தலைவனோடு இன்பம் துய்த்த செயலிற்கு வாள் போன்று தடையாக 'வைகறை' வந்து நிற்பதாகக் கூறுகின்றார். மாலை முதல் காலை வரைக் கூடியிருந்த காமக்கூட்டத்தைக் களைத்திடும் விதமாகக் கோழியின் குரல் அமைந்திடுகின்றது. அதனால் தலைவியின் அச்சம் துட்கென மாறுகின்றது.

"குக்கூ" வென்றது கோழி யதனெதிர்
துட்கென்றன்றென் றூய நெஞ்சம்
தோள் தோய் காதலர்ப் பிரிக்கும்
வாள்போல் வைகறை வந்தன்று எனவே"

(குறுந்தொகை-157)

என்று இரவுப்பொழுது கூடலைக் களைத்திடும் வாளாக வைகறையும், கோழியின் குரலும் அமைந்திடுகின்றன. தலைவியின் மாதப் பூப்பின் செயலும் அவையியல் கிளவியாகவும் இப்பாடல் தெரிவிக்கின்றது.

பொருள் முற்றி வந்த தலைவனோடு தலைவி இரவு முழுவதும் புணர்ச்சிச் செயலை நடத்துகின்றாள். இரவு புலர்ந்து விடியலின் வருகையைச் சேவல் கூவி உணர்த்துகின்றது. இடைவிடாத முயக்கத்திற்கு இடையீடாக தலைவன் மார்பினைப் பிரித்திடும் வாளாகக் குரல் எழுப்பிய சேவல் மீது சினந்திடுகின்றாள். இடையிரவில் எலிகளை உண்ணும் விருப்பம் உடைய வெருகுப் பூனைக் குட்டிகளுக்குப் பலநாள் இட்டு வைத்து உண்ணும் உணவாக சேவல் செல்லட்டும் என தண்டமும், சாபமும் அளிக்கின்றாள்.

"குவிஇணர்த் தோன்றிய ஒண்பூ அன்ன
தொகுசெந் நெற்றிக் கணம்கொள் சேவல்!
நன்னிருள் யாமத்து இல்எலி பார்க்கும்
பிள்ளைவெருகிற்கு அல்குஇரை ஆகி,
கடுநவைப் படீகியரோ, நீயே" (குறுந்தொகை-107)

என்று மதுரைக் கண்ணனாரின் மருதத்திணைப் பாடலில் புதுவருவாய் போன்று வந்த தலைவனோடு இன்பம் காணுதற்குத் தடையாகக் குரல் எழுப்பும் சேவலின் செயல் பிரிக்கும் வாளாக இருப்பதாகத் தலைவி சினமுற்று உணர்த்துகின்றாள்.

வித்யாபதியின் காதற்கவிதையில் மாலை முதல் காலை வரை தோழி கூட்டுவிக்கத் தலைவன் - தலைவியின் முயங்குதல் நாடகம் நடைபெறுகின்றது. இதனைப் பிரித்திடும் வாளாகத் தோழியே இருக்கின்றாள். அகநானூற்றில் தலைவியோடு ஒருநாள் பொழுது

முழுவதும் தலைவன் இனிதாக முயங்கிக் காலத்தைப் போக்குகின்றான். குறுந்தொகையில் தலைவனோடு மாலை முதல் காலை வரை நடைபெற்ற தலைவியின் முயங்குதல் செயலைப் பிரித்திடும் வாள்களாக வைகறைப் பொழுதும், கோழியின் கூவல் குரலும் சுட்டப்பெறுகின்றன.

மென்மை முயக்கம்

தோழி தலைவன் இடத்துத் தலைவியின் மென்மைத்தன்மையைப் பற்றிக் கூறுவதோடு கூடல் பொழுதில் அதுபற்றிக் கவலைப்படாமற் செயல்படு என்று அறிவுறுத்துகின்றாள். தலைவி, வேண்டாம் என்றாலும் விட்டு விடாதே இல்லையென்றால் பொழுது வீணாக முடிந்து விடும் என்கின்றாள்.

> "இந்த மெல்லுடல் என்ன ஆகும்
> என்று அவளை விட்டு விடாதே
> வண்டு அமர்ந்து மலர் நொறுங்கியதை
> எவரும் கண்டதுண்டா
> வேண்டாம் வேண்டாம் என்று
> அவள் எத்தனை முறை வேண்டினும்
> விட்டு விடாதே!
> பின் வீணாய் விடிந்துவிடும்"

(வித்யாபதியின் காதற்கவிதைகள், ப-48)

என்று அன்பு முத்தங்களால் மாலைக் கால ஒலியை அவள் இதழ்களுக்குத் தந்திடச் சொல்கின்றாள். மெல்ல மெல்ல மகிழ்ச்சியின் உச்சத்திற்கு அழைத்துச் செல்ல வேண்டிடுகின்றாள். வளரும் பிறையின் வெண்மை ஒளியாகக் கூடல் பொழுதுகள் வளர்வதற்கு வாழ்த்துகின்றாள்.

குறுந்தொகையில் ஓரம்போகியார் ஐம்புலன்களுக்கு இன்பம் தருபவளாகத் தலைவி இருந்திடுவதாகத் தலைவன் கூறி மகிழ்கின்றான். வித்யாபதி தலைவியை மெல்லுடல் மலராகக் காட்சிப்படுத்துவது போன்று ஓரம்போகியார் தலைவியைப் பஞ்சணை மென்மைத் தன்மை உடையவளாகக் காட்டுகின்றார். தலைவன் தன்னுடைய வெய்ய முயக்கத்தை நடத்துவதற்கு ஏற்றவளாகவும் சித்திரிக்கப்படுகின்றாள்.

> "ஒடுங்கீ ரோதி, யொண்ணுதற் குறுமகள்
> நறுந்தண்ணீர ளாரணங் கினளே
> இளைய ளென்றவட் புனையள வறியேன்
> சில மெல்லியவே கிளவி
> அணைமெல்லியல் யான் முயங்குங்காலே"

(குறுந்தொகை-70)

என்று ஒடுங்கிய நெய்ப்புக்கு உடைய கூந்தலையும், ஒள்ளிய நுதலையும், மணத்தையும், குளிர் தண்மையையும், பிரிவுக் காலத்து வருத்தத்தையும் உடையவள் தலைவி. இவளை இத்தகையவள் என்று புனைந்துரைக்கும் எல்லை கடந்தவள். அவளுடைய சொற்கள் இனிமையும், மென்மையும் பயப்பவை. இத்தகைய தலைவியை முயங்கும் போது பஞ்சனை போன்று மென்மையாக இருந்து அவள் இன்பம் ஊட்டுகின்றாள் என்று வியந்து பாராட்டுரை செய்திருக்கின்றான்.

வித்யாபதி காதற் கவிதையில் தலைவியின் மெல்லுடல் பற்றிக் கவலைப்படாமற் வண்டு அமர்ந்து மலர் நொறுங்காது என்று தலைவனைத் தோழி முயங்கிடச் சொல்கின்றாள். குறுந்தொகையில் தலைவன் தன் முயக்கத்தின் போது தலைவி பஞ்சணை போன்று மென்மையாக இருப்பவளாகக் கூறுகின்றாள். மேலும், தலைவி காட்சியின்பம், கேள்வியின்பம், ஊற்றின்பம், உயிர்ப்பின்பம், சுவை இன்பம் என்று ஐம்புலன்களுக்கும் இன்பந்தருபவளாக இருந்திருக் கின்றாள். தலைவியின் மென்மைத்தன்மையை இரு பாடல்களும் பதிவு செய்திருக்கின்றன என்றாலும் வித்யாபதியின் பாடலில் தலைவனுக்குத் தோழி கூறுவதாக அமைந்து சுவை தருகிறது. ஓரம்போகியார் பாடலில் பட்டறிவு தலைவன் வழியாக வெளிப்பட்டு இன்பம் தருகிறது.

மார்பிடை ஆரம்

தலைவியின் மார்பகத்து இடையே ஆபரணங்களும், பூண்களும் முத்துவடங்களும் அணியப் பெற்று அழகுபடுத்தப்பட்டுள்ளன. சங்கஅக இலக்கியங்களில் ‘சுணங்கு அணி வளமுலை, பூண் அணி முலை’ என்னும் சொல்லாட்சிகள் அதிகம் பயின்று வருகின்றன. வித்யாபதி இராதை கண்ணன் மீது ஆதிக்கம் செலுத்தும் கூடற் பொழுதில் மார்பிடை அணிந்த பொற்சங்கிலியைச் சிறப்புற வருணிக்கின்றார்.

“இரு மலைகளுக்கு இடையே தெறித்த
வானத்து மின்னல் போல
ஒளி சொரிகிறது
அவள் மார்பில் அணி செய்யும் பொற சங்கிலி”

(வித்யாபதியின் காதற் கவிதைகள்-ப-19)

“அவள் கழுத்துச் சங்கிலி தொங்குகிறது
தங்கக் குடம் கவிழ்த்த பால்துளிகள் போல”

(வித்யாபதியின் காதற் கவிதைகள்-ப-59)

என்று மார்பிடைக் கிடந்திடும் பொற் சங்கிலியினை வானத்து மின்னலாகவும், தங்கக்குடம் கவிழ்த்த பால் துளிகளாகவும் உவமிக்கின்றார்.

அகநானூற்றில் தலைவி முலைகளுக்கு இடையே அணிந்த அணிகலன்கள் சுட்டப்பெறுகின்றன. இளநாகனார் தலைவியின் முலையில் அமைந்திட்ட பல்பூண்களை,

"சில் அணங்கு அணிந்த, பல்பூண், மென்முலை"
(அகம் - 343)

என்கின்றார். வித்யாபதியின் தலைவி அணிந்திருக்கும் 'தொல்குட ஆரம்' போன்று குறிஞ்சிநிலத் தலைவி அணிந்து இருப்பதை வெள்ளிவீதியார் சித்திரிக்கின்றார்.

"நம் இடைமுலைச்
சுணங்கு அணி முற்றத்து ஆரம் போலவும்"
(அகம் - 362)

என்று தலைவியின் முலையிடத்துக் கிடந்ததையும், ஆரம் முத்து மாலை போலவும், மலையிடத்துப் பிறந்து ஓடிவரும் வெண்ணிற அருவி போலவும் இருப்பதாக உவமிக்கப்படுகின்றது. மணம் பொருந்திய முத்துவடம் மார்பகத்தை அணி செய்திடுவதாக நற்றிணையில்,

"நறுங்காழ் ஆரமொடு மிடைந்த மார்பு"
(நற்றிணை-314)

என்று சுட்டப்படுகின்றது. கலித்தொகை,

"காழ்விரி கவை ஆரம் மீவரும் இளமுலை
போழ்து இடைப்படாஅமல் முயங்கியும் அமைவார்"
(பாலைக் கலி-4)

என்றும் பல்வேறு ஆரங்கள், முத்து வடங்கள் கிடந்ததையும் இளைய முலைகளை ஒருபொழுதும் இடையீடு இல்லாமல் தழுவியும் வேட்கை தணியாராய்த் தலைவர் இருப்பதாகவும் கூறப்படுகின்றது.

வித்யாபதியின் காதற் கவிதைகளில் தலைவியின் இரு குன்றுகளாகிய முலை மார்பகத்தில் பொற்சங்கிலியும், முத்து வடங்களும் அணி செய்வதாகக் கூறப்படுகின்றது. சங்க அகப்பாடல்களில் பூண்களும், ஆரங்களும், முத்து வடங்களும் தலைவியின் முலைகளை அணி செய்திடுவதாகத் தெரிவிக்கப்படுகின்றன.

கொங்கை மார்பின் அழகும் முயங்குதலும்

வித்யாபதி இராதையாகிய தலைவியைக் காமன் காதல் வியூகம் வகுத்து, வடித்து உருவாக்குவதாகக் கூறுகின்றனர். பௌர்ணமி பொன்நிலாவை உரைக்கல்லில் தேய்த்து உருவாக்கியதே தலைவி

முகம். அப்போது உதிர்ந்த பொடிகளே நட்சத்திரங்கள். அதில் மிஞ்சிய துகளைத் தூய்மை செய்து முலைகள் இரண்டையும் நெஞ்சில் வடித்ததாகச் சொல்கின்றார்.

"மிஞ்சிய துகளை மேலும் தூய்மை செய்து
உன் நெஞ்சிரண்டையும்
இறைவன் வடித்தான்"

(வித்யாபதியின் காதற் கவிதைகள், ப-38)

என்று இறைவனால் உருவாக்கப்பட்ட பொற்கலசங்களாகத் தலைவியின் கொங்கைகளை வருணிக்கின்றார். சங்க அக இலக்கியங்களில் முலைகளின் அழகும், முலைகளுக்கு இடையே நடைபெறும் முயக்கங்களும் விரிவாகப் பதிவு செய்யப்பட்டுள்ளன.

அகநானூற்றில் வளர்ந்த நெளிந்த கூந்தலும், பொன் போன்ற மார்பில் தோன்றிய தேமலையும், கட்டுத் தெறித்து விடும்படியாகக் கண்களுடன் உருக்கொண்டு விம்மி எழுந்த முலைகளுடன் தலைவி அழகு பெற்றுத் திகழ்வதாக நெய்தல் திணைப்பாடலில் குறவழுதியார் பாடுகின்றார்.

"பின்னுவிட நெறித்த கூந்தலும், பொன்னென
ஆகத்து அரும்பிய சுணங்கும், வம்புவிடக்
கண்உருத்து எழுதரு முலையும்" (அகம். 150)

என்று தலைவியின் அழகிற்கு முலைகள் ஒளி சேர்ப்பதாகத் தலைவன் பாராட்டுரைகள் செய்கிறான். பாலைக்கலிப் பாடலில் தோழி கூற்றாகத் தலைவியின் முலை அழகு கூறப்படுகின்றது. குளம் அழகு பெறுவதற்குக் காரணமான தாமரையின் பசிய மொட்டுக்களை ஒக்கும் இளம் முலைகள் தலைவியிடத்து இருப்பதாகத் தலைவன் வியந்திடுகின்றான்.

"குளன் அணி தாமரைப் பாசரும்பு ஏய்க்கும்
இளமுலை பாராட்டினாய்" (கலி-22)

என்று தலைவன் இளமுலைகளைப் பாராட்டுவதாகக் கூறப்படுகின்றது. செப்பினைக் காட்டிலும் தலைவியின் கொம்மை வரிமுலைகள் பெரிதாக இருப்பதாகக் குறுந்தொகைப் பாடல் கூறுகின்றது.

"கொம்மை வரிமுலை செப்புடன் எதிரின" (குறுந்தொகை-159)

என்று சிற்றிடை தாங்க முடியாத அளவிற்கு அதன் அளவும், வடிவமும் இருப்பதாகக் கூறப்படுகின்றது.

குறிஞ்சிக்கலியில் முதிர் கோங்கின் முனை என, முகம் செய்த குரும்பை எனப், பெயல்துளி முகிழ் எனப் பெருத்த தலைவியின் இளமுலைகள் கண்டோரின் உயிரினை வாங்கிடும் கூற்றாக இருப்பது ஓவியமாக வரைந்து காட்டப்படுகின்றது.

"முதிர் கோங்கின் முகை என. முகம் செய்த குரும்பை என,
பெயல் துளி முகிழ் என, பெருத்த நின் இளதி முலை
....
நிற்கண்டார் உயிர்வாங்கும் என்பதை உணர்தி(யோ) உணராயோ,"
(கலி-56)

என்று தலைவியின் முலைகளின் சிறப்புகள் எடுத்துரைக்கப் படுகின்றன. முலையின் தோற்றப் பொலிவுகள் கூறப்படுவதுடன் முலைத் தடத்திடை நடந்திடும் முயக்கமும் அக இலக்கியங்களில் விளக்கப்பெற்றுள்ளன. ஐங்குறுநூற்றில் தலைவன் இள முலைகளைத் தழுவி முயங்கியதை,

"பூண்தாங்கு இளமுலை அணங்கியோனே"
(ஐங்குறுநூறு-250)

என்று காட்டுகின்றது. கலித்தொகையில் குறிஞ்சிக்கலியில் மூன்றாவது பாடலில் தலைவன் வெள்ளத்தோடு சென்ற தலைவியைப் பாய்ந்து காப்பாற்றி, ஆபரணம் அணிந்த தலைவியின் மார்பைத் தன் மார்போடு அணைத்துத் தழுவி கரை சேர்ப்பதாகக் கூறப்படுகின்றது.

"பூண் அகம் உறத் தழீஇப் போத்தந்தான் அகன் அகலம்
வருமுலை புணர்ந்தன என்பதனால்"
(குறி.கலி-3)

என்று முலை தழுவிய காரணத்தாற் ஊரின் கண் அலர் எழுகின்றது. கலித்தொகை முல்லைக்கலிப் பாடலில் கொலைத் தன்மை உடைய ஏறுகள் குத்தியதால் ஏற்பட்ட ஆயர்குல வீரர்களின் புண்களை முலைகளின் வெம்மைக் கொண்டு ஆறும்படி தலைவி தழுவிடும் காட்சி சொல்லப்படுகின்றது.

"முயங்கிப் பொதிவேம்: முயங்கிப் பொதிவேம்:
முலைவேதின் ஒற்றி: முயங்கிப் பொதிவேம்:
கொலை ஏறு சாடிய புண்ணை"
(முல்லை.கலி-106)

என்று ஆயர் மகளின் இனமுலைகளின் தழுவல் புண்களை ஆற்றிடும் மருந்தாகக் கூறப்படுகின்றன. கலித்தொகை நெய்தற்கலி பாடலில் தலைவன் இயற்கைப் புணர்ச்சியாலும், பல சூளுரைகளாலும் தலைவியின் மனத்தைத் தேற்றித் தெளிவித்து முலையிடத்து முயங்குவதைக் காட்டுகின்றது.

“பலவும் சூள்தேற்றித் தெளிந்தவன் என்னை
முலையிடை வாங்கி முயங்கினன்” (நெய்தற்கலி-147)

என்று முலையிடத்து முயங்கிய தலைவன் சூள் தெளிவு பொய்யாகும் வண்ணம் கைவிட்டுச் சென்ற கொடியவனாகவும் காட்டப்பெறுகின்றான்.

வித்யாபதி தலைவியின் கொங்கைகள் இரண்டையும் நிலவின் பொன்துகள் கொண்டு இறைவன் படைத்ததாகக் கூறுகின்றார். சங்க அக இலக்கியங்களில் தலைவியின் முலைகள் இயற்கைப் பொருட்களுடன் ஒப்பிட்டு வருணிக்கப்படுகின்றன. அதில் இயற்கையான வருணனைகள் இழையோடி அமைந்திடுகின்றன. முலைத்தடத்திடையே தலைவன் கொள்ளும் முயக்கம் அக இலக்கியங்களில் சுட்டப்பெறுவது போல் வித்யாபதியின் கவிதைகளில் காணமுடிவதில்லை.

அலர் மறுத்துக் கூடலுக்கு எழுதல்

வித்யாபதியின் தலைவி ஊருக்கும், ஊர் மக்களின் அலர் வாய்களுக்கும் பயந்த நிலையினை விடுத்து தலைவனைத் தேடிப்போய் முயங்கும் தைரியமும், தன்னம்பிக்கையும் உடையவளாகத் திகழ்கின்றாள். ஊராருக்குப் பயந்து உடல் பதுங்கி ஒளியமாட்டேன் என்று தோழியிடம் சபதம் உரைத்திடுகின்றாள்.

“இனி வீட்டுப் பெரியவர்கட்கு
பயம் கொள்ளேன்
ஊர்ச்சொல்லை எண்ணி
உடல் வருந்தேன். பயந்தது போதும்
பயந்து பயந்து எவ்வளவு மறைத்துவிட்டேன்
என்னில் ஊற்றெடுத்த காதற்பெருக்கு உட்பட”
(வித்யாபதியின் காதற் கவிதைகள், ப-30)

என்று நிலவின் புன்னகை ஒளிக்கும், வருவோர் போவோரின் துளைக்கும் பார்வைக்கும், வீட்டுப்பெரியவர்களுக்கும் மனம் தளராமற் தலைவனைச் சென்று கண்டு முயங்கப் போவதாகச் சூளுரைத்துச் செல்கின்றாள். தலைவியிடம் பெருகும் காதற்பெருக்கு தடையரண்களைத் தாண்டிடச் செய்கின்றது. ஊர் அலர் தூற்றலுக்குப் பயப்படாமற் தலைவனை வரச்சொல்லி முயங்கும் காட்சியினைக் காட்டுகின்றார். தலைவனை ஊக்கும் சக்தியாக தலைவி இருக்கின்றாள். அகநானூறு மணப்பொருள்கள் நிலைப்பெற்ற, சந்தனம் கமழும் மார்பினை உடைய தலைவனை ஒருநாள், ஒருபொழுது தழுவிடாமற் இருப்போமாயின், அணிந்த அணிகள் நெகிழப் பெற்று மெலிவோம் என்கின்றாள். தலைமகள் கூற்றாக அமையும் அப்பாடல்,

"தண்ணிது கமழும் நின் மார்பு, ஒருநாள்
அடைய முயங்கேம் ஆயின், யாமும்
விறல்இழை நெகிழச் சாஅய்தும்; அதுவே
அன்னை அறியினும் அறிக, அலர்வாய்
அம்பல் மூதூர் கேட்பினும் கேட்க!
வண்டு இறை கொண்ட எரிமருள் தோன்றியொடு
ஒண்பூ வேங்கை கமழும்
தண்பெருஞ் சாரல் பகல் வந்தீமே" (அகம்-218)

என்று தலைவன் பகல் வருதலை அன்னை அறிந்தாலும், அலர்தூற்றும் கொடுவாய்ப் பெண்கள் பழிச்சொற்கள் கூறினாலும், தலைவனே மூதூர் மக்கள் கேட்டாலும் கவலைப்படமாட்டேன். நீயும் கவலைக் கொள்ளாதே. பகற்பொழுதில் பக்கமலைச்சாரலில் முயங்கிட வா என்று கூட்டம் அரிதென்று நினைக்கும் தலைவனைத் தைரியம் ஊட்டி வரச்சொல்லி முயங்குகின்றாள்.

வித்யாபதியின் தலைவி ஊருக்கும், அலருக்கும், துளைக்கும் கண்பார்வைகளுக்கும் அஞ்சாமற் எழுந்து சென்று தலைவனை முயங்கிடச் சென்றிடுகின்றாள். அகநானூற்றின் குறிஞ்சிநிலத்தலைவி முயங்கல் அரிது என்றெண்ணிய தலைவனை அன்னைக்கும் பயப்படாமற், கொடுவாய்ப் பெண்களின் பழிச் சொற்களுக்கும் அஞ்சாமற், மூதூர் மக்களின் கேள்விகளுக்குச் செவி சாய்த்திடாமற் முயங்கிட, பகற்குறியிடத்தே தண்பெருஞ்சாரலில் காத்திருப்பதாகக் கூறித் தைரியம் தந்து அழைத்து முயங்குகின்றாள். காதற்பெருக்கு, அலர் பெருக்கினை மீறிச்சென்றிடும் மனவலிமையை அகப்பாடல் தலைவிகளுக்கு வழங்குகின்றது.

முயங்குதலில் வேகமும் ஈர்ப்பும்

வித்யாபதி, தலைவனிடம் தலைவி பெற்ற வேகமும், ஈர்ப்பும் மிக்க முயக்கத்தின் தழுவலைக் கிராமத்து மனிதன் கண்டபடி நடப்பதாகக் கூறுகின்றார். தலைவனை காதற்கலை அறியாத கிராமத்தான் என்று தலைவி நினைத்திருக்க அவளைத் தொழவும், இறைஞ்சிடவும் வைத்திடும் அளவிற்குக் கூடல் செயலை நடத்திட்டதாகத் தோழியிடம் உரைக்கின்றாள். அத்தகு காதற்கலைப் பேராசைக்காரனிடம் வசமிழந்து போய்விடும் அளவிற்கு அவனது முயங்கலில் வேகமும், கூடலில் ஈர்ப்பும் அமைந்திடுகின்றன.

"என் நெஞ்சில் கைவைத்து
இதழ்களைக் குடித்து விட்டான்
என் முகத்தை அவன் முகத்தால்
மோதி அழித்து விட்டான்
என் உயிரையே எடுத்துவிட்டான்

இளமைத்துடிப்பு உணர்ச்சிப் பெருக்கு
கண்மண் தெரியவில்லை அவனுக்கு"

(வித்யாபதியின் காதற் கவிதைகள், ப.64)

என்று காதற்கலை அறிந்த வித்தகனாகக் கண்மண் தெரியாத கிராமத்தானாகக் கூடல்களி ஆட்டத்தைத் தலைவியோடு நடத்தி முடித்திடுகின்றான். முயங்குதலில் அவனது வேகம் தாங்க முடியாமற் இருப்பதாகத் தகித்தும் கனன்றும் தலைவி புலம்பி மொழிந்திடுகின்றாள். "காதற்கலையை அந்தக் கிராமத்தான் எங்ஙனம் அறிந்தான் பெண்ணே" என்று தோழியிடம் மொழிந்திடுகின்றாள்.

சங்க அக இலக்கியங்களிலும் தலைவனின் தாகமும் வேகமும், ஈர்ப்பும் மிக்க முயங்கல்கள் கூடல் செயல்களாகப் பதிவாகி உள்ளன. ஐங்குறுநூற்றில் தலைவனுடைய பரந்த மார்பாகிய படுக்கையில் துயின்று இன்பம் காணுவதில் தலைவி மிகமிக விருப்பம் உடையவளாக இருப்பதாகத் தோழி செவிலிக்குக் கூறுகின்றாள்.

"ஒலி வெள் அருவி ஓல்கு மலைநாடன்
மலர்ந்தது மார்பிற் பாயல்
தவ நனி வெய்யள் நோகோ யானே"

(ஐங்-205)

என்று தலைவன் மார்பினோடு கூந்தலில் "வெய்யள்" விருப்பம் உடையவளாகத் திகழ்ந்திடுகின்றாள். விருப்பின் ஈர்ப்பு "நனி" என்னும் சொல்லால் மிகுதிப்படுத்தப்படுகின்றது.

அகநானூற்றில் உக்கிரப்பெருவழுதியின் மருதத்திணைப் பாடலில் பெரிய மதிலின் கதவுகளைப் பாய்ந்து குத்திய யானையின் தந்தங்களில் பொருந்திட இரும்பாற் செய்யப்பெற்ற பூணின் அழகு பொருந்தியவனாகத் தலைவன் செயல்படுகிறான். தலைவியோடு முயங்கிடுவதாகக் காட்டுகின்றார். கரிய கண்களை உடைய தலைவியின் முலைகள் அவனுடைய மார்பகம் முழுவதும் பொருந்துமாறு தழுவி என்னை விலக்கற்க என்று வேகமும் ஈர்ப்போடும் முயங்குதல் வேகம் தாங்க முடியாத தலைவி இவ்வாறு கூடுதலை விட்டொழித்திட இறைஞ்சுகின்றாள். அதற்கு உடன்படாதவராகிப் பின்னரும் அவளுடைய மார்பகங்களைப் பலபடப் பாராட்டி மீண்டும் மீண்டும் விருப்ப ஆர்வத்துடன் கலவிச் செயலை மேற்கொள்கின்றான்.

தலைமகள் தோழியிடம் சொல்லிடும் கூற்றாக இப்பாடல் அமைந்திடுகின்றது.

"பெருங் கதவு பொருத யானை மருப்பின்
இரும்பு செய் தொடியின் ஏர ஆகி,

மாக் கண் அடைய மார்பகம் பொருந்தி
முயங்கல் விடா அல் இவை என மயங்கி
'யான் ஓம்' என்னவும் ஒல்லார், தாம் மற்று
இவை பாராட்டிய பருவமும் உளவே" (அகம்-26)

என்று தலைவன் தலைவியின் தேமல் படர்ந்த மென்மையான மார்பகங்களைத் தழுவி முயங்கும் வேகமும். விரைவும், ஈர்ப்பும் மேற்காட்டிய அடிகளில் பதிவாகி உள்ளன.

அகநானூற்றுப் பாலைத்திணையில் மதுரைப் போத்தனார் மாந்தளிர் போன்ற மேனியும், ஐது அமை நுகப்பும். பல்காசு நிரைந்த கோடுஏந்து அல்குலையும், அழகிய நெற்றியினையும். மாசற்ற கொங்கையினையும், ஒளிவீசும் வளையல் அணிந்த முன்கையினையும், ஆய்ந்தெடுத்த அணிகலன்களையும் உடைய தலைவியோடு நடத்தும் முயக்கமும், ஈர்ப்பும் பொருளிடம் இல்லை என்று எடுத்துரைக்கின்றார். தலைமகன் கூற்றாக அமையும் பாடலாகும்.

"ஆரம் தாங்கிய அலர் முலை ஆகத்து
ஆராக் காதலொடு தாரிடைக் குழையாது
சென்றுபடு விறற்கவின் உள்ளி" (அகம்-75)

என்று ஆரம் தாங்கிய அடிபரந்த முலையிடத்து மார்பகத்தின் இடையே மாலையைத் துவளவிடாது கூடும் ஆர்வமும் ஈர்ப்பும் பொருள் ஏதும் தரப்போவதில்லை. தலைவி அரிதிற் பெற்ற பொருளாகும். அவளோடு கொள்ளும் ஈர்ப்பு முயக்கமே மிகப் பெரிது என்கின்றான்.

அகநானூற்று குறிஞ்சித்திணைப் பாடலில் பேரிசாத்தனார் மூங்கிற்காடுகளை உடைய மலைநாடனோடு முன்பு கூடி மகிழ்ந்த மார்பினை, தோன்றி வரும் தன்னுடைய இளமுலைகள் ஞெமுங்க பலமுறை முயங்குதலே தமக்கு இன்பம் தந்திடுவதாகத் தோழியிடம் உரைத்திடுகின்றாள்.

"தொல்கவின் பெறீஇய,
முகிழ்த்துவரல் இளமுலை மூழ்க பல்ஊழ்
முயங்கல் இயைவது மன்னோ-தோழி" (அகம் 242)

என்று தலைவி தன்னுடைய தொல்கவின் பழைய இயற்கை அழகினைப் பெற்றிட தலைவனோடு பன்முறை முயங்கல் நடத்திடல் வேண்டுமென்ற ஆசை ஈர்ப்பினை வெளியிடுகின்றாள். அகநானூற்றின் குறிஞ்சித்திணைப் பாடலில் கபிலர் தலைவனோடு தலைவி பன்முறை முயங்கும் முயக்கத்தினை முதற் காதலில் பெற்ற முயக்கம் போன்றே இனிமையாக இருப்பதாகக் கூறுகின்றார்.

“வேட்டோர்க்கு
அமிழ்தத்து அன்ன கமழ்தார் மார்பின்
வண்டுஇடைப் படாஅ முயக்கமும்
தண்டாக் காதலும், தலைநாள் போன்மே”

(அகம் 332)

தலைவியால் விரும்பப்பட்ட மணங்கமழும் மாலையணிந்த தலைவரது அமிழ்தம் போன்ற மார்பகத்து இடைப்பட்ட வண்டுகள் நீங்குமாறு இன்று யான் பெற்ற முயக்கமும் நீங்காத காதலும் முதல்நாளில் பெற்றது போன்றே காண்பதாகக் கூறிடுகின்றாள்.

வித்யாபதியின் காதற் தலைவன் முயக்கச் செயலில் ஆர்வமும், துடிப்பும் மிக்கவனாக இருக்கின்றான். இதனால் கிராமத்தானாகச் சித்திரிக்கப்படுகின்றான். சங்க இலக்கிய அகப்பாடல்களில் தலைவியின் இளமுலைகளைப் பன்முறைத் தழுவி முயங்கிடும் துடிப்பு மிக்க தலைமக்களைப் பாடல்கள் படம்பிடித்துக் காட்டுகின்றன. முயக்கச் செயலில் தலைவியின் ஈர்ப்பும், ஒத்துழைப்பும் ஆர்வமும் மிக்க பாடல்கள் அகநானூற்றில் பதிவாகி உள்ளன.

இன்பநுகர்ச்சி செயல்கள்

வித்யாபதியின் காதற் கவிதைகளில் காதற்போரில் ஈடுபட்டுத் தொல்கவின் பெற்றும், களைப்பும் கொண்ட தலைவியைக் காண முடிகின்றது. தலைவனோடு நடத்திய கலவிப் போரினால் தலைவியின் உடலில் பேசும் கோலங்கள் போடப்பட்டதாகத் தோழி கூறிடுகின்றாள்.

“அளவுக்கதிகமாய் நிலவொளி உண்டு
மயங்கிக் கிடக்கும் சகோரப் பறவைகள்போல்
களைப்பும் சிவப்பும் கொண்ட உன் கண்கள்
போர் முடித்தபின்
களத்தில் கிடத்திச் சென்ற
காமன் வில்போல்
ஆடாமல் அசையாமல்
களைத்துக் கிடக்கும் உன் புருவங்கள்
நடிக்காதே இராதைக் கண்ணே!
சொற்கள் மறைத்தாலும்
செயல்கள் நிறையவே பேசும்”

(வித்யாபதியின் காதற் கவிதைகள்-51)

என்று தலைவியின் உடற்கோலம் கண்டு காமன் புன்னகை பூத்து நிற்பதாகக் கூறிடுகின்றாள். தலைவியின் இன்புறு புணர்ச்சியின் செயலை எடுத்துக்காட்டுகின்றாள். தலைவியின் களிப்பும், களைப்பும் நன்கு பதிவு செய்யப்படுகின்றன.

அகநானூற்றில் இளங்கீரனார் பாலைத்திணைப்பாடலில் கச்சுஅணிந்த தலைவியின் வனப்புமிக்க மார்பகத்தை முயங்குவதிலிருந்து ஒரு நூலின் அளவு விலகினாலும் ஊடல் கொள்வாள் என்று இன்புறு புணர்ச்சியின் செயலும், காமத்தின் தன்மையும் எடுத்துக்காட்டப் படுகின்றது.

"வாள்முளை முற்றத்து நூல் இடை விலகினும்
கவவுப்புலந்து உறையும் சுழிப்பெருங்காமத்து
இன்புறு நுகர்ச்சியின் சிறந்தது ஒன்றுஇல்"

(அகம் - 36)

என்று பெருங்காதலுடன் இன்பம் துய்க்கும் நுகர்ச்சியை விடச் சிறந்தொரு இன்பநிலை இவ்வுலகில் இல்லை என்று தலைவனாற் கூறப்படுகின்றது. அகநானூற்று பாலைத்திணைப்பாடலில் பரணர் துணைவரோடு முயங்கிடும் இன்புறு புணர்ச்சி காரணமாக மாலைக்காலம் இனிமையாக இருப்பதாகத் தலைமகள் தோழிக்கு உரைத்திடுவதாக மொழிகின்றார்.

"நல்அக வனமுலை அடையப் புல்லுதொறும்
உயிர்குழைப்பன்ன சாயல்,
செயிர்தீர், இன்துணைப் புணர்ந்திசி னோர்க்கே"

(அகம் 367)

என்று வாடிய உயிர்கள் இன்பத்தால் தளிர்க்குமாறு, முலை பொலிந்த நல்ல மார்பகத்தைத் தீண்டித் தழுவும் இன்புறு புணர்ச்சியாய் மாலைக் காலம் இனிமைக் காலமாக மாறிடுகின்றது.

வித்யாபதியின் காதற் கவிதைகளில் இன்புறு கூடல் செயலில் ஈடுபட்ட தலைவியின் உடல்கோலங்கள் கண்டு மன்மதன் புன்னகை பூத்திடுவதாகக் கூறப்படுகிறது. அகநானூற்றுப் பாடல்களில் தலைவியோடு கூடிடும் இன்புறு புணர்ச்சியே உலகத்தில் சிறந்தது என்றும், வாடிய பயிர்கள் துளிர்ப்பது போன்றது என்றும், அதனால் மாலைக்காலம் இனிதாக மாறிப்போவதாகவும் உரைக்கப் பெறுகின்றது.

முயங்குதலில் வடுக்கள்

வித்யாபதியின் காதற் கவிதைகளில் தலைவனோடு முயங்கிடும் தலைவியின் மார்பகத்தில் வடுக்கள் முத்திரையினைப் பதித்து விடுவதாகக் கூறப்படுகின்றது. அவை, நகங்களின் கீறல்களாகவும் பற்களின் தடங்களாகவும் அமைகின்றன. வடுக்கொள்ளும் முயக்கம் கூடலின் இனிமையைப் பறைசாற்றுகின்றன.

> "ஆற்றங்கரையில் கவிழ்ந்து கிடந்ததால்
> முட்கள் கீறியவை இந்த மார்புக் காயங்கள்"
> (வித்யாபதியின் காதற் கவிதைகள், ப-36)

என்று ஆற்றங்கரையில் நடந்த முயக்கத்தில் பெற்ற வடுக்களைக் குறியீடாகச் சுட்டுகின்றது. தலைவனோடு கொண்ட காதல் முயக்கத்தில் முலைகளில் பெற்ற நகங்களின் வடுக்களை தலைவி பார்த்துப் பார்த்து மகிழ்வதாகக் கூறுகின்றாள்.

> "நகில்களில் விளைந்த
> நகங்களின் சாகசத்தை
> நோக்கி மகிழ்கின்றாள் சில சமயம்
> பெருஞ்செல்வத்தை ஒளிப்பவள் போல்
> மறைத்துத் தவிக்கின்றாள் சிலநேரம்"
> (வித்யாபதியின் காதற் கவிதைகள், ப-50)

என்று தலைவியின் மார்பகத்தில் பதித்த நகத்தடங்களை எண்ணி எண்ணிப் பூரிப்பதாகச் சுட்டப்படுகின்றது. தலைவியின் மார்பில் பதிந்திட்ட வடுக்களை, பொற்குன்றத்தில் பூத்திட்ட மலர்களாகவும் உவமைப்படுத்துகின்றார்.

> "பொற்குன்றத்தில் பூத்த மலர்களாய்
> உன் மார்பில் வடுக்கள்"
> (வித்யாபதியின் காதற் கவிதைகள் ப-51)

முலையில் செய்திட்ட வடுக்களின் தடங்கள் பூத்த மலர்களாகக் காட்சிப் படுத்தப்படுகின்றது. தலைவியின் பொன்னிற மார்பு இரத்தச்சிவப்பு எய்தி காயத்துடன் இருப்பதாகவும் வித்யாபதி கூறுகின்றார்.

> "உன் பொன்னிற மார்பு
> ரத்தச் சிவப்பு எய்தியுள்ளது"
> (வித்யாபதியின் காதற் கவிதைகள், ப-60)

என்று கூடல் பொழுதில் தலைவன் அளித்திட்ட பரிசுகளாகத் தலைவியின் மார்பகங்களில் வடுக்கள் அமைந்திடுகின்றன. முயக்கத்திற்குச் சாட்சிகளாகவும் திகழ்கின்றன.

சங்க அகப்பாடல்களிலும், தலைவியின் முலைத்தடத்தில் பதிக்கப்பட்ட வடுக்கள் குறித்துப் பதிவாகி செய்யப்பட்டு உள்ளன. தலைவன் செயலால் வடுக்குறிகள் அமைகின்றன. ஐங்குறுநூற்றில் தலைவியின் முலையில் இருக்கும் கண்கள் அவளது பார்வைக் கண்களைவிட சினந்து காயப்படுத்துவதாகத் தலைவன் முலை செய்திட்ட அன்பின் செயலைப் பதிவு செய்கின்றான்.

"தொடலை தைஇய மடவரல் மகளே!
கண்ணினும் கதவ, நின் முலையே
முலையினும் கதவ, நின் தடமென் தோளே"
(ஐங்குறுநூறு-பாலை-முன்னிலைப் பத்து-361)

தலைவியின் முலைகள் மிகுந்த சினத்துடன் தலைவன் மார்பகத்தை காயப்படுத்துவதாகக் கூறப்படுகின்றது. அகநானூற்றில் நக்கீரனார் பாலைத்திணைப் பாடலில் பள்ளியறைக் கட்டில் இடத்து, நெடிய விளக்கின் ஒளியில், அழகு பொருந்திய தலைவன் மார்பில் தலைவியின் மார்பகத்துப் புண்கள் வடுக்கள் செய்யுமாறு முயங்குவதைக் காட்டுகின்றார்.

"நலம் கேழ் ஆகம் பூண் வடுப் பொறிப்ப
முயங்குகம் சென்மோ" (அகம் - 93)

தலைவன் தன் மார்பில் தலைவியின் முலைகளைத் தழுவி வடுக்களைப் பெற்றிடுகின்றான். அகநானூற்றில் உலோச்சனார் நெய்தல் திணைப்பாடலில் மணப்பொருள்களுடன் சேர்த்து அரைக்கப்பட்ட சந்தனத்தைப் பூசி, மலர்மாலை சூடிய மார்பினை உடைய தலைவன் இரவினில் வந்து தலைவியின் மார்பக முலைகள் வடுக்கொள்ளுமாறு முயங்கிச் செல்வது அவளுக்கு இனிதாக இருப்பதாகக் கூறிடுகின்றார்.

"அரையுற்று அமைந்த ஆரம் நீவி
புரையப் பூண்ட கோதை மார்பினை
நல்அகம் வடுக் கௌ முயங்கி" (அகம்-100)

என்று தலைவியின் மார்க்கத்தில் வடு முத்திரை பதித்திடும் முயக்கம் கூறப்படுகின்றது. கலித்தொகையில் இனிதாகப் பரத்தையுடன் கூடிய தலைவன் அவளது பற்கள் பதித்த சிவந்த வடுக்களைக் காட்டி நாணமின்றி வருவதாகத் தலைவியாற் கூறப்படுகின்றது.

"இனிப்புணர்ந்த எழில் நல்லார் இலங்கு எயிறு
உறாஅலின்
நனிச் சிவந்த வடுக்காட்டி, நாண் இன்றிவரின்"
(கலி, மருதம்-67)

என்று கூந்தலில் முடித்த கோதை போன்று தலைவி வாடி நிற்க தலைவன் வடுக்கொள்ள முயங்கி வருவதாகத் தெரிவிக்கப்படுகின்றது. மற்றொரு மருதக்கலிப்பாடலில் பரத்தையர் புலவியால் தலைவன் நகக்குறி பற்குறி பெற்று அவ்வொழுக்கத்தை மறைக்கவிடாமற் செய்திடுவதாகத் தலைவி கூறுகின்றாள். தலைவனின் கழுத்தில் பரத்தையரின் முன்கை தொடி வளையல் தழுவியதனால்

வளைத்தழும்புகள் வளையல்களாக மாறி மறையாமற் கிடப்பதாகவும், அதனைக் கழுத்தில் இருந்து எடுத்துக்கொள்ளும் அளவிற்குப் பெரிதாக இருப்பதாகவும் தலைவி குற்றஞ்சாட்டுகின்றாள்.

"புணர்ந்த நின் எருத்தின் கண்
எடுத்துக் கொள்வது போலும் தொடி வடுக் காணிய"

(மருதக்கலி, பாடல் 71. 14-15)

என்று கழுத்தில் வடுக்கொள்ளப்பட்ட தலைவனின் பரத்தையர் ஒழுக்கம் கூறப்படுகின்றது.

வித்யாபதியின் காதற் கவிதைகளில் தலைவியின் மார்பு முலைகளில் தலைவன் பொறித்திட்ட நகக்குறிகள் உவமைகளுடன் சொல்லப்படுகின்றன. சங்க அகப்பாடல்களில் தலைவன், மற்றும் தலைவியின் மார்பகங்களில் வடுக்கள் பதிந்து முயங்குவது குறித்த பதிவுகள் கூறப்பட்டுள்ளன.

தலைவி தலைவனைத் தேடி வருதல்

தலைவி காமம் மிக்க வேட்கை உணர்வால் தலைவனைத் தேடி முயங்கக் கிளம்புகின்றாள். இயற்கை உற்பதங்களை ஒரு பொருட்டாகக் கருதாமற் தலைவனை நாடி கூடிடச் செல்கின்றாள். ஊழிக்காலம் போன்று மேகம் மழையைப் பொழிந்திடுகின்றது. இருண்ட பாதையில் அரவங்கள் ஆட்சி செய்கின்றன. கண்ணைப் பறித்திடும் மின்னல் வெளிச்சத்திலும் தலைவி தலைவனைத் தேடிச் செல்கின்றாள். வித்யாபதி காட்டும் காட்சி இதுவாகும்.

"கண்ணைப் பறிக்கும் மின்னல் வெளிச்சம்
கால்களைப் பாதையில் சேர்க்கின்றது
இந்த இரவிலும் காதலன் காண
எழுந்து வருவது நீ ஒருத்திதான் தோழி"

(வித்யாபதியின் காதற் கவிதைகள், ப-46)

என்று காமனின் அரசாங்கத்தில் தலைவனின் விலை அதிகமாகவே உள்ளது. அதற்குத் தன்னையே விலை கொடுக்கத் தயாராகிச் செல்லும் தலைவியின் மனவுறுதி கண்டு வியந்திடுகின்றாள் தோழி.

அம்மூவனார் நெய்தல் திணைப்பாடலில் தலைவனைத் தேடிச் சென்று முயக்கம் கொள்ளும் தலைவியினை அகநானூற்றில் காட்டுகின்றார். வண்டுகள் மொய்த்திடும் கொன்றை மாலையுடன் நெய்தல் மாலை கிடந்தசைய அந்திப் பொழுதில் கடற்தெய்வம் கடற்கரைச் சோலையில் தனிமையிற் நின்றாற் போலவும், பொலிவுற்ற தன் அழகினைத் துறந்து தனித்துச் செல்லும் ஆடுகள மகள் போன்றும் தனித்துச் செல்கின்றாள். ஊரார்கள் அலர் தூற்றினாலும், தந்தை என்னை

காவலிற்படுத்தாலும் தலைவனைத் தேடியும், நாடியும், கூடியும் நிற்பேன் என்கின்றாள்.

“கடல்கெழு செல்வி கரை நின்றாங்கு
நீயே கானல் ஒழிய, யானே
வெறிக்கொள் பாவையின் பொலிந்த என் அணிதுறந்து
ஆடுமகள் போலப் பெயர்தல்
ஆற்றேன் தெய்ய அலர்க, இவ்வூரே” (அகம்-370)

தலைவனை நாடி கட்டுக்காவலையும், அலர்தூற்றலையும் மீறிச் செல்லும் மனத்துணிவுமிக்க பெண்ணாக நெய்தல் நிலத்தலைவி காட்சியளிக்கின்றாள். அகநானூற்றின் குறிஞ்சித்திணைப் பாடலில் பரணர் பல்வேறு தடைகளைக் கடந்து மிக்குயர் காமத்தினால் தலைவனை நாடிச் சென்று முயங்கிடும் தலைவியைக் காட்டுகின்றார். ஓரியின் கொல்லி மலையில், மழைக்காலத்தில் பூக்கும் மலரினைப் போன்று மணங்கமழும் அழகும், மென்மையும், கூந்தலும் மாமை நிறத்தையும் உடையவள் தலைவி என்றும், உப்பினால் கட்டப்பட்ட அணையால் தடைப்பட்டு நில்லாது, அவ்வணையினை உடைத்துக் கொண்டு பெருகிச் செல்லும் வெள்ளம் போன்று நாண் என்னும் எல்லை துறந்து காமக்கழி பெருகப் பெற்றவளாய்த் தலைவி யாமத்தில் வருகின்றாள். தலைவனோடு முயங்கித் தன் வேட்கையை நீக்கிக் கொண்டும், தலைவனது காதல் வேட்கையைக் களைந்தும் அருள் மழையாகக் காதல் மழையைப் பொழிந்திடுகின்றாள்.

“மிகு பெயல்
உப்புச்சிறை நில்லா வெள்ளம் போல
நாணுவரை நில்லாக் காமம் நண்ணி,
நல்கினள், வாழியர், வந்தே - ஓரி
பல்பழப் பலவின் பயம்கெழு கொல்லிக்
கார்மலர் கடுப்ப நாறும்,
ஏர்நுண், ஓதி மாஅ யோளே” (அகம்-208)

என்று வைகறை யாமத்தில் நாண் என்னும் சிறையை நீக்கித் தடைகள் கடந்து தலைவனோடு கூடி முயங்கிச் சென்றிடும் தலைவியைத் துன்பம் களைந்து அருள் செய்தவளென்றும், அவள் வாழ்வாளாக எனவும் தலைவன் வாழ்த்துகின்றான்.

ஐங்குறுநூற்றில் வினைமுற்றி மீளும் தலைவனைத் தலைவி வழியிடை இடைக்கண் வந்து முயங்கிவிடுவதாக முல்லைநிலத் தலைவன் கூறுகின்றான். வேண்டும் உருக்கொண்டு திரியவல்ல காமமகளிராகிய தெய்வமகளோ என்றும் வியப்புறுகின்றான்.

"வானம்பாடி வறம் களைந்து, ஆனாது
அழி துளி தலைஇய புறவில், காண்வர
வானர மகளோ நீயே
மாண்முலை அடைய முயங்கியோயே"

(ஐங்குறுநூறு 418)

என்று மழைத்துளிகளை உணவாகக் கொள்ளும் வானம்பாடி புள்ளின் வறுமையை அறவே அகற்றி, இடைவிடாது பெய்த பெரும்பெயல் மழையால் வனப்புற்ற முல்லைக்காட்டிடையே அழகு மிகுமாறு காட்சியளித்து, மாண்புற்ற தலைவியின் முலைகள் தலைவனின் மார்பில் அழுந்துமாறு வந்து முயங்கியதால், நீ வானுலகில் வாழும் அரமகளிருள் ஒருத்தியோ? என்று வியந்து போற்றுகின்றான்.

வித்யாபதியின் காதற் கவிதைகளில் இயற்கை உற்பதங்கள் பலதாண்டி இரவில் தலைவனைச் சந்திக்கச் செல்லும் தலைவியின் மனஉறுதித் தன்மை தோழியாற் பாராட்டிப் பேசப்படுகின்றது. அகநானூற்றில் நெய்தல் நிலத் தலைவி ஊர் அலர், கட்டுக்காவல் தாண்டி தலைவனை நாடிக் கூடுகின்றாள். குறிஞ்சித்திணையில் தலைவி யாமத்தில் ஏதங்கள் பல கடந்து உப்பு அணையைக் கரைத்திட்ட பெருவெள்ளம் போல் நாண் என்னும் உப்பு அணையை காமக் கரும்பினால் கரைத்திட வேட்கை மிக்குழி தலைவனைத் தேடி வந்து இன்பத்தைப் பெற்றிடுகின்றாள். ஐங்குறுநூற்றில் காட்டிடையே தெய்வ மகளிர் போன்று முல்லை நிலத் தலைவி தோன்றி மாண்புற்ற முலைகள் அழுந்துமாறு தலைவனைக் கூடி முயக்கிவிடுகின்றாள். தலைவனோடு நிகழ்த்தும் கூடல் முயக்கங்களுக்குப் பல்வேறு தடையரண்களைத் தாண்டிச் செல்லும் தலைவிகளின் மனத்திண்மைகளை மேற்காட்டிய அகப் பாடல்கள் படம்பிடித்துக் காட்டுகின்றன.

தலைவியை வழிமறித்துக் காதல் செய்தல்

தலைவி தோழிகளோடு நீராடிவிட்டு ஆயத்தோடு செல்கின்றாள். முன்னால் சென்ற தோழிகளை விடுத்துப் பின்தங்குகிறாள் தலைவி. மாலை இருள்கிறது. வானம் மின்னுகிறது. தனியாக நிற்கும் தலைவியை மின்னலாக வந்த தலைவன் வழிப்பறி செய்வது போல் வந்துத் தழுவி வம்பு செய்து காதல் குறும்புகள் பல செய்திடுகின்றான். தலைவி அவன் கைகளில் சிக்கித் தவிக்கின்றாள், துவள்கின்றாள்.

"என்னை வழிப்பறி செய்ய
அவன் ஒருவனுக்கே துணிவு உண்டு
நல்லவேளை, அவன்
என் ஆடைகளும் கொண்டு சென்றிருந்தால்
உலகம் என்னையன்றோ பழிக்கும்

என் துகிலை மட்டும் விட்டுவிடு
என்று நான் உரத்துக் கூறினேன் தோழி"
(வித்யாபதியின் காதற் கவிதைகள், ப-56)

என்று கண்ணனின் வழிமறிப்புக் காதல் நாடகத்தில் தலைவி உடைகளுடன் போராடும் செயல் காட்டப்படுகின்றது. கண்ணனின் வன்செயலைத் தலைவி தோழியிடம் உரைத்து மருண்டு நிற்கின்றாள். மருட்சியிலும் இன்பவேட்கையுடன் திகழ்கின்றாள்.

அகநானூற்று மருதத்திணைப்பாடலில் பரணர் தெருவில் தலைவன் தலைவியின் முன்கை பற்றி இழுத்திடுகின்றான். அவனின் செயலால் 'அம்மா' என்று தலைவி அலறிக் கூவிட அவன் கையை விட்டுவிட்டுக் காற்றாக மறைந்து பறந்துவிடுகின்றான்.

"தெண்கண் கிணையின் பிறழும் ஊரன்
இடைநெடுந் தெருவில் கதுமெனக் கண்டுஎன்
பொற்றொடி முன்கை பற்றின னாக,
'அன்னாய்' என்றனென் அவன் கைவிட்டனனே"
(அகம்-356)

என்று கூறுவதுடன் தலைவன் நம்பால் அருள் செய்யாது துன்பத்தைத் தந்தாலும் அது குற்றம் ஆகாது. அவனது குறும்புச் செயல்களை விரும்பி ஏற்றுக் கொண்டேன். இப்பாடலிலும் தலைவியின் இன்பவேட்கை உட்கிடையாக அமைந்திடுகின்றது.

வித்யாபதியின் காதற் கவிதையில் கண்ணனின் வழிமறிப்புக் காதல் குறும்புச் செயலால் ஆடை நழுவிடப் புனலாடிவந்த தலைவி தத்தளித்துத் தப்பிக்கின்றான். இந்தச் செயலைத் தோழியிடம் சொல்லி மருண்டு நிற்கின்றாள். அகநானூற்று மருதநிலத்தலைவியை நடுத்தெருவில் தலைவன் முன்கைபற்றி வம்புகள் செய்திடுகின்றான். தலைவனின் துன்பச் செயலை தலைவி இன்பச் செயலாக ஏற்றுக் கொண்டு அரக்கு சேர்த்து செய்யப்பட்ட சாணைக்கல் திண்மைத் தன்மையாக அச்செயலைத் தாயிடம் கூறாது மறைத்துவிடுகின்றாள். மருதநிலத்தலைவி வித்யாபதி தலைவி போல மருள்வதில்லை. தெளிவுடன் இருந்திடுகின்றாள். இரண்டு பாடல்களிலும் தலைவியரின் இன்ப வேட்கைக் குறிப்பு உள்ளுறையாக அமைகின்றது.

வலிதிற் புணரும் இன்பம்

கைக்கிளை, பெருந்திணைக் காதல் போன்று காதல் பருவம் எய்திடாத தலைவியைத் துரத்தித் தழுவி முயங்கத் துடித்திடும் தலைவனை வித்யாபதி காட்டுகின்றார். காதல் தலைவனான கண்ணனை, இத்தகு முரட்டுச் செயலில் ஈடுபட்ட கள்வனாகத் தலைவி குற்றம்

சுமத்துகின்றாள். தலைவி கனியாகும் முன்பே காய் பருவத்தில் சுவைக்கத் துடிக்கும் பெருங்காதல் உணர்வு தலைவியால் கடிந்துரைக்கப்படுகின்றது.

"வேண்டாம் கண்ணா!
என்னை விட்டுவிடு!
காதல் அரசனே!
அனுபவம் உன்னை முரடனாக மாற்றிவிட்டது
வலுக்கட்டாயமாக என்னைத் தொட்டால்
கொலைப்பாவம் என்னும் வசை
உன் கைகளுக்கு வந்துசேரும்
காதல் கசக்குமா இனிக்குமா
என்பதுகூட எனக்குத் தெரியாது"

(வித்யாபதியின் காதற் கவிதைகள், ப-16)

காதல் என்ற பேச்சைக் கேட்டாலே என்மனம் நடுங்குகிறது என்று காதற்பருவம் எய்திடாத பேதையாக இருந்திடும் பெண்ணை வலுக்கட்டாயமாகத் தழுவத் துடிக்கும் போக்கு, கொலைப்பழி சேரும் செயலாக சுட்டப்பெறுகின்றது. தலைவி காதல் பருவத்திற்கு வந்திடாத நிலையும் உரைக்கப்படுகின்றது.

ஐங்குறுநூற்றில் தலைவியை முயங்குவதற்குத் தோழியின் உதவியை நாடுகின்றான் தலைவன். தோழியோ நீ குறிப்பிடும் மலைநாட்டுக் குறவர் மகள் வண்டுகள் மொய்க்கும் கூந்தலை உடையவள். குளிர்ச்சி பொருந்திய தழையாடை அணிந்தவள். கூரிய ஒளி வீசும் பற்களை உடையவள். ஆனால், மிகவும் இளையவள். உன்னைக் காதலால் வருத்திடும் அளவிற்கு உரிய பருவத்தாள் அல்ல என்று ஒதுக்குகின்றாள்.

"குன்றக் குறவன் காதல் மடமகள்
வண்டுபடு கூந்தல் தண் தழைக் கொடிச்சி
வளையள்: முளை வாள் எயிற்றள்:
இளையவள் ஆயினும், ஆர் அணங்கினளே"

(ஐங்-256)

என்று தோழி கூறிட தலைவன் மறுத்து இளையவளாக இருந்தாலும் என்னால் பொறுத்துக் கொள்ள முடியாது, காமநோயைத் தருபவள் என்கின்றான். தலைவனின் வலிதிற் புணரத்துடிக்கும் செயல் இப்பாடலில் குறிப்பாக இடம்பெறுகின்றது.

வித்யாபதியின் காதற்கவிதை, ஐங்குறுநூறு, கலித்தொகை ஆகிய அகப் பாடல்களில் கலித்தொகை தவிர்த்து காதல் பருவம் வாய்த்திடாத தலைவியை விருப்பம் இன்றி வலிதிற் புணரத் துடிக்கும் காமம் கழிமிக்க தலைவர்களைக் காட்டுவது ஒப்பிடத்தக்தாக உள்ளது.

கலித்தொகையில் காதலுக்கு உடன்பட மறுத்து தலைவி 'மேவேம்' என்கின்றாள். அதனையும் மீறி அவளைக் கைப்பற்றி 'மேவுகிறான்' தலைவன். வன்புணர்வுக் காதல் நிகழ்வதாக இது விவரிக்கப்படுகின்றது.

"ஏஎ! இஃது ஒத்தன். நாண் இலன்-தன்னோடு
மேவேம் என்பாரையும் மேவினான் கைப்பற்றும்"

என்று தலைவி வேட்கை மறுத்து மொழிகின்றாள். அதற்குத் தலைவன், சேர்வதும் சேராமலிருப்பதும் உனக்குத் தெரியலாம். எனக்கு அதெல்லாம் தெரியாது. பூக்கள் செறிந்துள்ள கொத்து உதிராத கொடி போன்றவளே நின் மேனி புல்லுதற்கு இனிதாக இருப்பதால் அணைத்தேன் என்கின்றான். அதற்குத் தலைவி அவரவர்களுக்கு இனிதாக இருக்கிறது என்று வலுக்கட்டாயமாக மற்றவர்களுக்கு இனியது அல்லாததைச் செய்வது தகுமா? என்று கேள்வி எழுப்புகின்றாள். தலைவன் விடையாக,

"வேட்டவர்க்கு இனிது ஆயின் அல்லது, நீர்க்கு இனிது
என்று
உண்பவோ, நீர் உண்பவர்" **(குறிஞ்சிக்கலி-26)**

தாகம் எடுத்தவர்களுக்கு இனியது என்பதற்காகவே நீரைப் பருகுவார்களே தவிர, நீருக்கு இனியது என்பதற்காக யாராவது நீர் உண்பார்களா? எனக் கூறிக் காம மிகுதியாற் தலைவி எதிர்பட்டுழி வலிதிற் புணர்ந்து இன்பம் அடையத் துடிக்கின்றான். தலைவி அவனிடம் ஐந்து தலைப் பாம்பினிடம் அகப்பட்டுத் துன்புறுவது போன்று துயர் நிலையில் நின்றிடுகின்றாள்.

காதலன் வண்டு

காதலில் தலைவன் நிரந்தரமாகத் தலைவியோடு மட்டும் காதல் புரிவதில்லை. பல்வேறு மலர்களில் அமர்ந்து தேன் உறிஞ்சும் வண்டு போல அலை பாய்ந்திடும் ஆசை மனம் உடையவனாகப் பலமலர்களை நாடித் தேடிப் பறந்திடுகின்றான். தலைவிக்கு இது பரிவுத்துயரையும் வெறுப்பையும் உருவாக்குகின்றது. வித்யாபதியின் காதற்கவிதைகளில் தலைவி தலைவனைப் பல்வேறு மலர்களில் தேன் உறிஞ்சிடும் வண்டாக உவமித்து தலைவனுடைய அலைபாய்ந்திடும் குணங்களை வெளிப்படுத்துகின்றாள்.

"அலைபாயும் மனம்தான் ஆடவர்க்கு
தேன் குடித்து எழுந்தவுடன்
பத்துப் பக்கமும் பறக்கிறதே வண்டு"
(வித்யாபதியின் காதற் கவிதைகள், ப-68)

என்று தலைவியிடம் இன்பம் அனுபவித்து முடிந்தவுடன் பறந்து சென்றிடும் வண்டாகத் தலைவன் உவமிக்கப்படுகின்றான். ஆணின் மனம் நிலையற்று அலைபாய்ந்திடும் வகையில் இருப்பது உணர்த்தப்படுகின்றது.

நற்றிணை மருதத் திணைப்பாடலில் மதுரை மருதன் இளநாகனார் தலைவனை வண்டென்று ஊரார் கூறுவதாகப் பாணனிடம் தோழி மொழிந்திடுகின்றாள். தலைவி சிறந்த நலமான பண்புகளை உடையவள். தலைவனோ நெடிய நீரை உடைய பொய்கையில் நள்ளிரவின் கண் சென்று அங்கு புதிதாய் மணம் கமழும் புது மலரில் தேனை உண்ணுகிற வண்டு போன்றவன் எனக் கடிந்துரை செய்கின்றாள். இத்தகு தலைவனை நல்ல ஆண்மகன் என்று யாரும் கூறமாட்டார்கள் என்றும் இழித்துரைக்கின்றாள்.

"அவனே
நெடுநீர்ப் பொய்கை நடுநாள் எய்தி
தண் கமழ் புது மலர் ஊதும்
வண்டு என மொழிப, 'மகன்' என்னாரே"

(நற்றிணை-290)

தலைவன் வண்டு அனையன் எனக் கூறுவதோடமையாமல் நடுயாமத்து விரியும் மலரின் தேனை உண்ணுகின்ற வண்டு எனவும் உவமிக்கப் படுகின்றான். ஐங்குறுநூற்றில் தோழி தலைமகளிடம் காந்தள் மலர்க் கொத்தில் தேன் உண்டு செல்லும் வண்டினைப் போலப் பெயர்ந்து புறம் மாறிப் பறக்கும் அன்பில்லாதவன் என்கின்றாள்.

"நறுந் தண் சிலம்பின் நாறு குலைக் காந்தள்
கொங்கு உண் வண்டின் பெயர்ந்து புறமாறி, நின்
வன்புடை விறற் கவின் கொண்ட
அன்பிலாளன் வந்தனன், இனியே"

(ஐங்-226)

என்று தலைவியின் 'வன்புடை விறற்கவின்' அழகை எல்லாம் துய்த்துக் கவர்ந்துவிட்டு, பிற மலர்களை நாடிச் சென்றிடும் வண்டாகத் தலைவன் சித்திரிக்கப்படுகின்றான். மேலும்,

"மகிழ்நன் மாண்குணம் வண்டு கொண்டன கொல்
வண்டின் மாண்குணம் மகிழ்நன் கொண்டான் கொல்"

(ஐங்-90)

என்றும் தெரிவிக்கப்படுகின்றது. வித்யாபதியின் காதற் கவிதைகளிலும், நற்றிணை, ஐங்குறுநூற்றுப் பாடல்களிலும் தலைவியின் நன்னலம் கவர்ந்து துய்த்து விட்டுப் பிற பெண்களை நாடிச் செல்பவனாகவும் காட்டப்பட்டு, அவனின் செயல் தேன் உண்டு விட்டுப் பறந்து போகும் வண்டெனத் தலைவன் உவமிக்கப்படுகின்றான்.

தலைவனின் பொய்யுரைகள்

தலைவனை நல்லை அல்லை என்கின்றாள் தலைவி. காதலை ஏற்றபிறகு அதனைக் கைகழுவிப் போகும் செயல் தலைவனுக்கு மட்டுமே உரியதாகும். சொல்லில் தேன்குழைத்து நெஞ்சில் கள்ளம் ஒளித்து வாழ்பவர் தலைவன் எனக் குற்றம் சாட்டுகின்றாள்.

> "சாறு முற்றிவிட்டால்
> கரும்பு கூட வெடித்து விடுகிறதே
> இதயத்தில் காதலற்ற
> அவன் ஒரு முட்டாள்தான்
> தாமரையின் தேன்சுவையை
> தவளை அறியுமா?
> நெருப்பில் போய் குளிர்ச்சியை
> நாம்தான் எதிர்பார்க்கலாகாது பெண்ணே"
> (வித்யாபதியின் காதற் கவிதைகள், ப-72)

என்று தாமரையின் தேன் சுவை அறியாத தவளை போன்று இருக்கும் தலைவன் சாறு முற்றிய கரும்பாக இருக்கும் தலைவியிடம் பொய்யுரைப்பதாக வேதனைப்படுகின்றாள்.

அகநானூற்றில் நக்கீரரின் பாலைத் திணைப்பாடலில் நின்வயின் பிரியமாட்டேன் என்ற தலைவன் பொய்யுரைத்து வருத்த நோயைப் பசலையாகப் பரிசளித்திட்டதாகத் தலைவி கூறுகின்றாள். தொன்று தொட்டுப் பல பிறவிகளில் ஒன்றுபட்ட நெஞ்சத்து காதல் உடையவர் போல "பெண்ணே! நின்னை யாம் என்றும் பிரியலம்" என்று பொய்மை நெஞ்சினராகக் கூறியதாகத் தலைவி மொழிகின்றாள்.

> "உயிர் கலந்து ஒன்றிய தொன்றுபடு நட்பின்
> செயிர்தீர் நெஞ்சமொடு செறிந்தோர் போல
> தையல்! நின்வயின் பிரியலம் யாம் எனப்
> பொய்வல் உள்ளமொடு புரிவு உணக் கூறி
> துணிவுஇல் கொள்கையர் ஆகி, இனியே
> நோய்மலி வருத்தமொடு நுதல்பசப் பூர
> நாம் அழ துறந்தனர்" (அகம் 205)

கொண்ட கொள்கையிற் உறுதியின்றி நெற்றியில் பசலை படரவும், உடல் மெலிந்திடவும் பொய்யுரைத்துப் பிரிந்து சென்றதாகத் தலைவி ஆற்றாது உரைத்திடுகின்றாள். தலைவனின் சூளுரை பொய்த்துப் போவது இங்கு உணர்த்தப்படுகின்றது.

அகநானூற்றில் நெய்தல் திணைப்பாடலில் உலோச்சனார் தலைவன் தலைவி மீது காதல் உற்ற வேளையில் நடுஇரவில் மூங்கிலைப்

போன்ற தோளினை உடைய தலைவியை அணைத்துப் பாராட்டுரை பல செய்திடுவதாகக் கூறுகின்றார். ஊரின் கண் உள்ள பெரிய துறையின் அழகினை பலபடப் பாராட்டுகின்றான். இடைவிடாது புகழ்ந்து பேசுகின்றான். தற்போது நெஞ்சில் கள்ளம் வைத்து மாறிவிடுகின்றான்.

“கானல் அம்பெருந்துறை, கவின் பாராட்டி
ஆனாது புகழ்ந்திசி னோனே: இனி, தன்
சாயல் மார்பின் பாயல் மாற்றி,
‘கைதைஅம் படுசினைக் கடுந்தேர் விலங்கச்
செலவு அரிது என்னும்’ என்பது
பல கேட்டனமால் தோழி! நாமே” (அகம்-210)

என்று அவளது மென்மையான மார்பில் யாம் கண்துயில்வதை அகற்றிவிட்டவனாக உருமாறிவிட்டதாகக் குற்றம் சாட்டுகின்றான். தாழையின் தாழ்ந்து வளர்ந்த இலைகள் செலவினை உடைய தன் தேரினைத் தடுத்து நிறுத்துவதாற் அத்துறையிடத்துச் செல்லுதல் அரிது எனப் பொய்யுரை புகல்வதைப் பலமுறை கேட்டிருப்பதாகத் தலைவி கூறி அவனது பொய்யுரைகளை அம்பலமாக்குகின்றாள்.

“யாருமில்லை தானே கள்வன்
தானவன் பொய்ப்பின் யானெவன் செய்கோ”
(குறுந்தொகை-25)

என்னும் குறுந்தொகைப் பாடலில் நாம் நினைப்பது போல் பல நாள் கூடலைக் கூறாது, முதல்முறையாகத் தலைவன், தலைவி கூடல் இது வென்று தோழிக்குக்கூட தெரியாது. அதனாற்றான் தலைவி தோழியிடம் தம் கூட்டம் பற்றிக் கூறி, தலைவன் தன்னைக் கள்வனாக மாறி ஏமாற்றிவிடுவானோ என ஐயுறுகிறாள்.

வித்யாபதியின் காதற் கவிதைகளிலும், சங்க அகப்பாடலிலும் காதலில் முன்பு அன்பு செலுத்திடும் தலைவன் தலைவி கூட்டம் கிடைத்த பிறகு பொய்யுரைப்பவனாக மாறிப் போய்விடும் சூழல் சித்திரிக்கப் படுகின்றது.

காதலில் தேர்வும் தேய்வின்மையும்

தலைவி மீது கொண்ட புதுமயக்கம் தலைவனுக்குத் தீர்ந்தவுடன் வண்டு போன்று பறந்தும் மறந்தும் விடுகின்றான். கருப்பு நிறமுள்ள எதுவும் தலைவி இராதைக்கு அமைதியின்மையைத் தந்திடுகின்றன. மிகப்பெரிய மனிதர்களின் இதயம் தீயதாகவே இருப்பதாகவும் புலம்புகின்றாள். வித்யாபதி இதனைத் தலைவி தோழியிடம் உரைப்பதாகக் கூறுகின்றார்.

> "தோழி! காதல் பொன் போன்றது
> என்று கோடி முறை சொன்னாய்
> ஆனால் வைரம் போல் இருந்த எம் காதல்
> மஞ்சள் போல் தேய்ந்துவிட்டது"
>
> (வித்யாபதியின் காதற் கவிதைகள்-ப-74)

என்று வைரம் போல் இருந்த காதல் மஞ்சள் போன்று தேய்ந்து தூயநீர் மாதிரிகூட இல்லை என்கின்றாள். காதல் உறுதியின்மைக்குக் குறியீடாகத் தலைவன் திகழ்ந்திடுகின்றான்.

நற்றிணையில் கபிலர் குறிஞ்சித்திணையில் தலைவனோடு கொண்ட கேண்மை தேய்ந்து போனதால் தலைவி தளர்ச்சி அடைந்த தோள்களையும், வாடிப் போன ரேகைகளையும், மாந்தளிர் போன்ற மேனி அழகிழந்தும், வேதனைப்படுகின்றாள். தலைவன் மீது கொண்ட காதல் வாழையின் செழித்த அகன்ற வாழை மடலில் தங்கியிருக்கும் நீர் போன்று என் உள்ளத்தில் அவன் எப்போதும் கலந்து தங்கியிருப்பான் என்கின்றாள்.

> "வாழைக்
> கொழுமடல் அகல் இலை தளி தலைக் கலாவும்
> பெருமலை நாடன் கேண்மை நமக்கே"
>
> (நற்றிணை-309)

என்னும் பாடல் அடிகள் மூலம் வாழைக் கொழுமடலில் தங்கியிருக்கும் நீர் தலைவி கொண்ட காதலின் உறுதித்தன்மைக்குக் குறியீடாக அமைந்திடுகின்றது. அவன் மறந்தாலும் தலைவியின் உள்ளத்தில் எப்போதும் தங்கியிருப்பான் என்பதும் உணர்த்தப்படுகின்றது. வித்யாபதியின் காதற் கவிதையில் வைரம் போல் இருந்த காதல் மஞ்சள் போன்று தேய்ந்து விட்டதாகத் தலைவி கூறுகின்றாள். நற்றிணையில் தலைவன் தனது கேண்மை நட்பை மனத்தில் மறந்தாலும் வாழை மடலில் தங்கிக் கலந்திருக்கும் நீர் போன்று என் உள்ளத்தில் என்றும் கலந்து இருப்பான் என்று தலைவி மேன்மை மிக்க, தேய்ந்திடாத காதலை எடுத்துரைக்கின்றாள்.

காதலன் கைவிடல்

தலைவன் தலைவியோடு இருக்கும்போது காதல் நட்பு உறுதியானது என்று நினைத்திட வைத்திடுகின்றான். ஆனால், சாகசச் சிரிப்பினால் பெண்களைக் கைவிட்டுப் போவதில் வல்லவனாக இருந்திடுவதாக வித்யாபதியின் தலைவி குற்றம் சாட்டுகின்றாள்.

"உன் இதயம் பொய்யானது
உன் காதல் வெறும் சொற்களே
உன் பேச்சும் சிரிப்பும் துன்பம் தரவே இருக்கிறது
உன் அம்புகள் அனைத்தும்
தேனில் நனைத்தே இருக்குமோ?"

(வித்யாபதியின் காதற் கவிதைகள், ப.75)

என்று தலைவனின் மனது பொய்மையானது, சூது வாது நிறைந்தது என்கின்றாள். அவன் சொற்கள் தேனில் நனைத்த அம்புகள் போன்று இருந்திடுவதாக வருந்துகின்றாள்.

அகநானூற்றில் மருதத்திணையில் பரணர் ஆஅய் எயினன் ஒருகால் சொல்லிய சொல் தப்பாது புன்னாட்டு மக்களைக் காப்பாற்றும் பொருட்டு உயிரையும் கொடுப்பதாகக் கூறுகின்றார். அதுபோன்று தலைவியின் நலத்தை நுகர்ந்து சென்ற தலைவன் இருப்பதில்லை. கடவுள் முன்னர் உரைத்த சூளையும் மறந்து தலைவியைக் கைவிட்டு அயலவனாக மாறிவிட்டதாகத் தலைவி வருந்துகின்றாள்.

"தன் உயிர் கொடுத்தனன், சொல்லியது அமையாது,
தெறல் அருங் கடவுள் முன்னர்த் தேற்றி,
மெல்இறை முன்கை பற்றிய சொல்இறந்து
ஆர்வ நெஞ்சம் தலைத்தலை சிறப்ப, நின்
மார்பு ஒரு கல்லாய்: பிறன் ஆயினையே
இனியான் விடுக்குவென் அல்லென்" (அகம்-396)

என்று தலைவியின் முன்கைப் பற்றிச் சூளுரைத்த தலைவன் சொல்லை மீறுகின்றான். தலைவியின் நெஞ்சின்கண் விரும்பிப் பொருந்திய மார்பினைத் தராமற் அயலான் போற் மாறிவிட்டதாகவும் குற்றம் சுமத்துகின்றாள். கலித்தொகையில் தலைவன் தெரிவித்த சொல் வில்லினும் கடிதாய்த் தலைவிக்கு இருக்கின்றது. அவர் சொல்லினாற் பிறந்த நோய் காதல் என்கின்றாள்.

"வில்லினும் கடிது, அவர் சொல்லினுள் பிறந்த நோய்'

(நெய்தற்கலி-14)

தலைவனின் சொற்கள் வில்லின் அம்பினைக் காட்டிலும் கொடிது என்று கூறுகின்றாள்.

வித்யாபதியின் காதற்கவிதைகளில் தலைவி தலைவனின் மனமும் சொற்களும் பொய்மையானதாக இருப்பதாகவும், தேனில் நனைத்த அம்புகளாகப் பாய்வதாகவும் கூறுகின்றாள். அகநானூற்றில் தலைவி

முன்கை பற்றிச் சூளுரைத்த தலைவன் மார்பு கல்லாய் பிறன் ஆயினையே என்று வேதனையின் விளிம்பிற்கே சென்று வருந்துகிறாள். கலித்தொகையில் தலைவனின் சொற்கள் வில் அம்பினைக் காட்டிலும் கொடிதாகவும், நோயினை ஏற்படுத்தும் வகையில் இருப்பதாகவும் கூறப்படுகின்றது.

தலைவியின் அழியும் இளமை அழகு

வித்யாபதியின் காதற் கவிதையில் தலைவி கற்பைக் காப்பாற்றிக் கொண்டு இருந்திட, பிரிந்து சென்ற தலைவனோ அந்நிய தேசத்தில் அடுத்தவர்க்குரிய அழகுகளை அனுபவித்துக் கொண்டிருப்பதாகக் கூறுகின்றார். தலைவன் தன் இளமையினையும், உயிரையும் கூற்றுவனாக மாறி எடுத்துச் சென்றுவிட்டதாகவும் பிரிவின் வெம்மையால் வெதும்புகின்றாள்.

"பயணியே! நீர் பார்த்தால் அவனிடம் சொல்
இளமை இங்கே வறிதே அழிகிறது என
காலம் இன்னும் கழிந்தால்
என் உயிரும் சென்றுவிடும்
இனி என்றும் நாங்கள் காதல் செய்யோம்"

(வித்யாபதியின் காதற் கவிதைகள்-ப.81)

என்று பிரிவுத்துயரினால் தனது இளமை அழகு வறிதே அழிந்து கொண்டிருப்பதாகப் பயணியிடம் உரைத்திடுகின்றாள்.

குறுந்தொகையில் கொல்லன் அழிசியின் பாடலில் தலைவனது பிரிவால் தலைவியின் இளமை மாமையழகினைப் பசலை உண்டு கொண்டிருப்பதாகத் தோழிக்குத் தலைவி கூறுகின்றாள்.

"கன்றும் உண்ணாது கலத்தினும் படாது,
நல் ஆன் தீம்பால் நிலத்து உக்காங்கு
எனக்கும் ஆகாது என்னைக்கும் உதவாது
பசலை உணீஇயர் வேண்டும்
திதலை அல்குல் என் மாமைக் கவினே"

(குறுந்தொகை-27)

என்று இனிய பசுவின் பாலானது கன்றும் உண்ணாது கரக்கும் பாத்திரத்தில் விழாமற் தரையில் சிந்தி வீணானது போன்று திதலை அல்குலையும், மாமையாகிய இளமைப் பேரழகினையும் பசலை உண்கின்றது. தலைவனது பிரிவினால் பசலை படர் மேனியாகத் தலைவி காட்சி அளிக்கின்றாள். இளமையழகு இருவருக்கும் பயன்படாமற் போவது குறியீடாக உணர்த்தப்படுகின்றது.

வித்யாபதியின் கவிதையில் தலைவனின் பிரிவினால் தலைவியின் இளமை வறிதே அழிவதாகக் கூறப்படுகின்றது. குறுந்தொகைப் பாடலில் தலைவன் பிரிவினால் பசுவின் பால் ஈன்ற கன்றுக்கும் பயன்படாமல் தரையிற் சிந்தி வீணாவது போல தலைவியின் திதலை அல்குலையும், இளமைப் பேரழகினையும் பசலை உண்டு இரங்கி, ஏங்கிக் கொண்டிருப்பதாக உரைக்கப்படுகின்றது.

தலைவனின் பரத்தையர் ஒழுக்கமும் தலைவியின் ஊடலும்

தலைவிக்கு ஊடலாகிய புலத்தல் எழுவதற்குக் காரணமாக அமைந்திடுவது பரத்தையின் ஒழுக்கமாகும். வித்யாபதியின் காதற் கவிதைகளில் இராதை கோகுலத்தின் பிற பெண்களுடன் கூடலை நடத்தித் தன்னிடம் வரும் கண்ணனிடம் அப்பெண்கள் செய்துள்ள அடையாளக் குறிகளை வைத்து வாயில் மறுத்திடுகின்றாள்.

"அவள் கண்களில் கருமையை
உன் இதழ்கள் திருடியுள்ளன
அவள் இதழ்களின் செம்மையை
உன் கண்கள் பூசியுள்ளன
இரவை எவளிடம் கழித்தாயோ
அந்தப் பெண்ணிடமே செல்
கோகுலத்துப் பெண்களில்
அவள் அதிர்ஷ்டக்காரி
உன் மார்பில் பதிந்துள்ள
அவள் செம்பஞ்சுக் குழம்புக் காலடிகள்
உங்கள் காதல் கதையைச் சொல்கின்றனவே"

வித்யாபதியின் காதற்கவிதைகள், ப.43

பரத்தமையா? பழகிய கோபியர்களா? என்று கண்ணனின் பரத்தமை ஒழுக்கக் கேடுகளை எடுத்துக் கூறி இராதை ஊடல் கொள்கின்றாள்.

சங்க அக இலக்கியங்களில் மருதத்திணைப் பாடல்களில் பரத்தையர் ஒழுக்கம் அதிகம் இடம்பெறுகின்றது. இதன் காரணமாகத் தலைவியாற் தலைவனுக்கு வாயில் மறுக்கப்படுகின்றது. பரத்தையர் ஒழுக்கம் மேற்கொண்டு வரும் தலைவன் தலைவியால் கடிந்துரைக்கப் பட்டு விமர்சனம் செய்யப்படுகின்றான்.

அகநானூற்றில் பரணர் மருதத்திணையில் பரத்தையர் ஒருத்தி தலைவனிடத்து மேற்கொள்ளும் செயல்களையும், அவனை கூந்தல் கயிற்றினால் கட்டிச் சிறைப்படுத்துவதாகவும், பரத்தையர் தன்னைப் பழித்த தலைவியை நோக்கி உரைத்திடுவதாகவும் காட்டுகின்றார்.

முனைவர் மு. அருணாசலம் 131

"அறிவேய் உண்கண் அவன் பெண்டிர் காண
தாரும் தானையும் பற்றி, ஆரியர்
பிடிபயின்று தரூஉம் பெருங்களிறு போல,
தோள்கந் தாகக் கூந்தலின் பிணித்து, அவன்
மார்புக்கடி கொள்ளேன் ஆகின், ஆர்வுற்று
இரந்தோர்க்கு ஈயாது ஈட்டியோன் பொருள் போல்,
பரந்து வெளிப்படாது ஆகி,
வருந்துக தில்ல, யாம் ஓம்பிய நலனே" (அகம்-276)

என்று பரத்தை தலைவன் எம் சேரிக்கு வந்தால் செவ்வரி படர்ந்த மையுண்ட கண்களை உடைய அவன் தலைவி காணுமாறு அவன் சூடியுள்ள மாலைகளைப் பற்றுவேன். அவன் தப்பித்துப் போகாதபடி தாழ்ந்து கிடக்கும் அவனது ஆடையைப் பற்றிக் கொள்வேன். ஆரியர் பழக்கி வைத்துள்ள பெண் யானை தான் பழகிக் கொண்டு வந்து தந்திடும் ஆண் யானை போல, என் தோளே கட்டும் தறியாகக் கொண்டு, என் கூந்தலாகிய கயிற்றினால் கட்டி அவனுடைய மார்பினைச் சிறைப்படுத்துவேன் என்கின்றாள். அவ்வாறு செய்யவில்லை எனில் இதுவரை பாதுகாத்து வளர்த்து வைத்திருந்த என் அழகு பிறர் அறிய வெளிப்படாது துன்புற்று அழிவதாகச் சூளுரைச் செய்கின்றாள். தலைவன் மீது பரத்தை கொண்டுள்ள உரிமையும் தலைவன் அவள் மாட்டுக் காட்டும் முத்திரைச் செயல்களும் அடுக்கி உரைக்கப்படுகின்றன.

நற்றிணையில் பரணர், மருதத்திணையில் பரத்தையின் குவிந்த மார்பகத்தாற் மோதப்பட்டு சிதைவுற்ற சந்தனத்தை உடையவனாக இருப்பதாகத் தலைவி குற்றம் சாட்டுகின்றாள். வித்யாபதியின் இராதை கண்ணனின் மார்பில் கோபியரின் செம்பஞ்சுக் குழம்புக் காலடிகள் இருப்பதாக உரைப்பது நற்றிணைத் தலைவனின் பரத்தை ஒழுக்க மார்பு அச்சந்தனத்தின் சிதைவுகளுடன் ஒப்பிடத்தக்கது. பூவும் சந்தனம் இரு தலைவியர்க்கும் பூசலைத் தருகின்றது.

"கடைஇக்
கவவுக் கை தாங்கும் மதுகைய குவவு முலை
சாடிய சாந்தினை வாடிய கோதையை
ஆக இல்கலம் தழீஇயற்று
வாரல்: வாழிய, வை இ நின்றாளே"

(நற்றிணை-350)

என்று பரத்தையரால் தழுவப்பட்டு துவண்ட மாலையினை உடைய உன்னைத் தொடுதல் 'கலம் கழிந்தெறிந்த தாழி' முதலியவற்றைத் தீண்டுதல் போன்றது. ஆகவே, என்னை நாடி வரவேண்டாம். உன்னைத் தழுவிய பரத்தையிடமே சென்று வாழ் என வாயில் மறுத்து

தலைவி கடிந்துரைக்கின்றாள். கலித்தொகையில் மருதக்கலியில் தலைவி பக்கம் உயர்ந்த அகன்ற அல்குலையும், கொடி போன்ற இடையினையும் உடைய பரத்தையரின் முலைகளில் மூழ்கிக்கிடந்து மார்பில் பூசின பாடழிந்த சந்தனத்தை உடையவனாகப் பண்பின்றித் தன்னைக் காண வருவதாகத் தலைவி ஊடல் கொள்கின்றாள்.

"கோடுஎழில் அகல் அல்குற் கொடி அன்னார் முலை மூழ்கி
பாடு அழி சாந்தினன், பண்பு இன்றிவரின், எல்லா!
ஊடுவேன் என்பேன் மன்?" (மருதக்கலி-67)

என்று பரத்தையிடம் கோதையால் அடித்த நலத்தினையும் நகத்தாலும் எயிற்றாலும் ஏற்படுத்திய காயங்களையும், பூண்கள் பொறித்த வடுக்களையும் கொண்டும் தலைவன் அன்பின்றி வருவதாகத் தலைவியாற் கூறப்பட்டு வாயில் மறுக்கப்படுகின்றான்.

வித்யாபதியின் காதற் கவிதைகளில் இராதை கண்ணனிடம் கோபியர் செய்திட்ட முத்திரைக் குறிகள் கண்டும், மார்பில் பதிந்திட செம்பஞ்சுக் குழம்புக் குறிகள் பார்த்தும் ஊடல் கொள்கின்றாள். அகநானூற்றில் தலைவியிடம் இருந்து தலைவனைக் கைப்பற்ற பல்வேறு உத்திகள் செய்த பரத்தை சூளுறவு செய்திடுகின்றாள். நற்றிணையிலும், கலித்தொகையிலும் பரத்தையர் செம்பஞ்சு சந்தனம் அடையாளச் செயல் கண்டு தலைவனுக்கு வாயில் மறுக்கப்படுகின்றது.

தலைவன் விமர்சனம் செய்யப்படல்

வித்யாபதியின் தலைவி தன்னை மறந்த ஆய வீரனாகிய கண்ணனைக் கிராமத்தான் என்றும், மாடு மேய்ப்பவன் என்றும் கடுமையாக விமர்சனம் செய்கின்றாள். அவனைக் கருங்கல் என்றும், ஆயக்கலைகள் அறுபத்து நான்கு அறிந்தவனுக்கு ஆளைப் பார்த்தால் தான் நினைவே வருவதாகவும் குற்றம் சுமத்திடுகின்றாள்.

"சிலர் அவனை மாதவன் என்கின்றனர்
சிலர் அவனைக் கண்ணன் என்கின்றனர்
என்னைப் பொறுத்தவரை
அவன் கருங்கல், அவ்வளவுதான்;
ஆயகலைகள் அறுபத்து நான்கும்
அறிந்தவனுக்கு
ஆளைப் பார்த்தால்தான்
நினைவே வரும் போல"

(வித்யாபதியின் காதற் கவிதைகள் ப-77)

என்று தலைவன் தன்னை மறுத்தும், மறந்தும் போய்விட்ட செயலைக் கடுமையான சொற்கள் கூறி விமர்சனம் செய்கின்றாள்.

கலித்தொகை நெய்தற்கலியில் தலைவி தலைவன் ஆயக்கலைகளில் வல்லவனாக இருப்பவன் என்கின்றாள். அவனே இணைப்பறை இசைகேட்டு உயிர் மடியும் அசுணமா பறவை போன்று என்னைக் கைவிட்டு உயிர் கொன்று மறந்துவிட்டான் என்கின்றாள்.

"நெய்தல் நெறிக்கவும் வல்லன்; நெடுமென் தோள்
பெய்கரும்பு ஈர்க்கவும் வல்லன்: இளமுலைமேல்
தொய்யில் எழுதவும் வல்லன்; தன்கையில்
சிலை வல்லான் போலும்; செறிவினான்: நல்ல
பல வல்லன் தோள் ஆள்பவன்"

(நெய்தற்கலி-143)

என் தோளை ஆளும் தலைவன் நெய்தற் பூவின் புற இதழ்களை ஒடித்து மாலையாகக் கட்டிச் சூட்டவும் வல்லவன். மெல்லிய நெடிய தோளில் கரும்பை ஓவியமாக எழுதிட வல்லவன். இளமுலைமேற் தொய்யிற் குழம்பால் கொடி எழுதிட வல்லவன். மனவேட்கையைத் தூண்டிவிடும் காமனை ஒப்பவன். நிகழ்ந்து கூடுதல்காலத்து, அப்போது நிகழ்த்தும் நல்ல தொழில்கள் பலவற்றிலும் கைவரப்பெற்ற வல்லவன் என்கின்றாள். இத்தகு தலைவனே வருத்த நோயை அளித்து மறந்து சென்றவன் என்கின்றாள்.

ஐங்குறுநூற்றில் தலைவி தலைவனைக் கல்லால் ஆன மனம் படைத்தவனாகக் குற்றம் சாட்டுகிறார்.

"பேதை நெஞ்சம் பின் செல, சென்றோர்
கல்லினும் வலியர் மன்ற
பல்இதழ் உண்கண் அழப் பிரிந்தோரே"

(ஐங்குறுநூறு -334)

என்று பல இதழ்களால் மாட்சிமைப்பட்ட நீலமலர் போன்ற மையுண்ட தலைவியின் கண்கள் நீரைச் சொரிந்திடப் பிரிந்த நம் காதலர் மெய்யாகவே கல்லைக் காட்டிலும் வலிய இதயத்தை உடையவராக இருந்திடுகிறார் என்கின்றாள்.

வித்யாபதியின் காதற் கவிதைகளில் தலைவன் கருங்கல் என்று விமர்சனம் செய்யப்படுவது போன்று, ஐங்குறுநூற்றில் பாலைத் தலைவி கல்லினும் வலிய இதயத்தை உடையவனாகத் தலைவனைக் கூறுகின்றாள். இராதை கண்ணனை ஆயகலைகள் அறுபத்து நான்கில் வல்லவனாகக் கூறுவது போன்று கலித்தொகையிற் நெய்தற் நிலத்

தலைவன் பல கலைகளில் வல்லவனாகவும் சித்திரிக்கப்படுகின்றான். இத்தகு தலைவன் பின்பற்றிட கடிந்துரை விமர்சனங்கள் பிரிவு பற்றியே எழுந்திடுவது ஒப்பிடத்தக்கதாகும்.

எரியும் நெருப்புத்தனல் தலைவி

தலைவனைப் பிரிந்த தலைவிக்குப் பிரிவுத் துயர் கடும் நஞ்சாக மாறிப்போய்விடுகின்றது. தலைவியின் மார்பில் கிடந்திடும் மாலையோ பாம்பாய் மாறிக் கொத்திட நெஞ்சில் விஷம் ஏறிவிட்டதாக உவமிக்கப்படுகின்றது. தலைவனின் பிரிவுத்துயர் என்னும் விரகத்தால் எரிக்கப்பட்டக் காம நோயினால் தலைவி எரிந்து கொண்டிருக்கின்றாள். இதனை அணைத்திடும் குளிர் மருந்தாகத் தலைவன் கூறப்பட்டு அவனை அழைத்துவர தோழியர் ஒருவர் கூறுவதாக வித்யாபதி கற்பனை செய்கின்றார்.

"உச்சி முதல் உள்ளங்கால் வரைக்கும்
உடல் தீயாய் மாறிவிட்டது
மூச்சுக் காற்றில் ஏறி இறங்கும்
அவள் மார்பை கவலையுடன் பார்த்து
எழுந்து நிற்கிறாள் ஒருத்தி
உன்னிடம் இது சொல்ல
குவிந்த கையொடும் அபயக் குரலொடும்
குளக்கரையிலிருந்து ஓடி வருகிறேன் நான்"

(வித்யாபதியின் காதற் கவிதை, ப.71)

தலைவி பிரிவுத் துயரினால் நெருப்புத் தனலாகத் தகித்து எரிந்து வெப்பப் பெருமூச்சு விடுவதாகத் தோழிகளால் தலைவனுக்கு அவசரச் செய்தியாகக் கூறப்படுகின்றது.

கலித்தொகையில் தலைவியை அன்பினால் பிணித்து, மென்மையால் சுட்ட தலைவன் தந்த பிரிவு நோயினால் உருவான காமநோய் நெருப்பைக் காட்டிலும் கடியதாய் இருப்பதாகக் கூறுகின்றாள்.

"ஆயிழை!
தீயினும் கடிது, அவர் சாயலின் கனலும் நோய்"

(நெய்தற்கலி 137. 21-22)

என்று தீயினும் கடிதான நெருப்பினால் தலைவி எரிந்து கொண்டிருப்பதாகக் கூறப்படுகின்றது. தலைவன் தந்த காதல் நோயின் பிரிவினால் உயிர் அழுந்தி நெருப்புப் பரந்த நெய்யில் கிடக்கும் மெழுகு, நிலையாது சற்றென உருகித் தேயுமாறு தனது நிலை எரிந்து அழிந்து வருவதாகத் தலைவி உரைத்திடுகின்றாள்.

"ஒள்ளிழை தந்த
பரிசு அழி பைதல் நோய் மூழ்கி, எரிபரந்த
நெய்யுள் மெழுகின் நிலையாது, பைபயத்
தேயும் - அளித்து என் உயிர்"

(நெய்தற்கலி 138-20-23)

என்று தலைவன் அன்புறு கிளவியாற் அருள் செய்யாது துன்புறு இருள் செய்த காரணத்தை 'எரிபரந்த நெய்யுள் மெழுகாக உருகித் தேய்ந்து அழிவதாக வருந்துகின்றாள். மற்றொரு நெய்தற்கலிப் பாடலில் தலைவி தலைவன் தந்த வேட்கை நோயினால் முன்பு அவனோடு புணர்ந்து பெற்ற அழகினையும், நலத்தையும் கடிந்து விட்டதாகக் கூறுகின்றாள். வெவ்விய காமநோயை உண்டாக்கும் மாலைக்காலத்தும், தீக்கொழுந்து போன்று சுடுகின்ற இராக்காலத்திலும் துயில் கொள்ளாமற் எரிகின்றாள். தான் உற்ற நோய்க்குப் பரிகாரஞ் செய்யாமற் நீள் உறக்கத்தில் உள்ள சான்றோராகிய மக்களைப் பார்த்து என் உடம்பின்கண் நின்று எரியும் காமநோய், மேகம் எல்லாம் திரண்டு எழுந்து என்னிடத்து நின்று பெய்தாலும் தீர்வது இல்லை என்கின்றாள்.

"பேர் ஊர் மறுகில் பெருந்துயற் சான்றீரே!
நீரைச் செறுத்து, நிறைவுற ஓம்புமின்
கார்தலைக் கொண்கு பொழியினும் தீர்வது
போலாது, என் மெய்க் கனலும் நோய்"

(மருதக்கலி -146)

என்று தனது காமநோயின் எரிதழல் தணியும்படி உலகத்திலுள்ள நீரை எல்லாம் என்னிடத்தே நிரையும்படி அடைத்து வைத்து என் உயிரைப் பாதுகாப்பீராக என ஊராரிடம் இறைஞ்சுகின்றாள். மாயவன் மார்பில் நீருபோல் சேராத காரணத்தாற் நெருப்பாக எரிவதாகக் கலித்தொகையில் தலைவி உரைக்கின்றாள்.

வித்யாபதியின் காதற் கவிதைகளில் வேட்கை என்னும் நஞ்சு தீண்டியதால் காமநெருப்பினால் தலைவி எறிந்து கொண்டிருப்பதாகக் குறிக்கப்படுகின்றது. கலித்தொகையிற் புணர்ந்து பிரிந்த தலைவனாற் தலைவி நெருப்பில் நெய்யில் இடப்பட்ட மெழுகாக, பெரும்பெயல் மழையிலும் அணையாதசுளுந்தியாக எரிந்து தேய்ந்து அழிந்து கொண்டிருப்பதாகக் கூறப்படுகின்றது. தலைவனின் புணர்ந்து உடன்போகிய பிரிவு இருபாடல்களிலும் தலைவியினை எரிதழல் நெருப்புப் பெண்ணாகவே மாற்றிடுகின்றன.

தலைவியின் பிரிவு அழுகை

தலைவனின் பிரிவு குறித்து ஊரார் சொற்களை நம்ப வேண்டாமென்று தலைவி தலைவனால் ஆறுதல்படுத்தப்படுகின்றாள்.

அத்தகைய ஊர் மக்களின் உலை வாய்ச் சொற்களை நம்பிக் கோபம் கொண்டு சுடு சொற்களைச் சரமாக்கி வீசாதே என்றும் பணிந்தும் நிற்கின்றான். பாலொடு அமுது கலந்தது போன்ற உன் முகத்தில் உப்புநீர் நதிப்பெருக்கு ஏற்படலாமா என மருவுகின்றான்.

“பாலில் தூய சர்க்கரை கரைத்து
அதில் அமுதம் கலந்தது போன்று
உன் நல்ல முகம்
அதில் இப்போது உப்புநீர் நதிப்பெருக்கு
இது என் கெட்ட காலம்
இது உன் முகமல்லவா?
இந்த நிலா இப்படி உப்புநீரைச் சொரியலாமா?”

(வித்யாபதியின் காதற் கவிதைகள், ப-93)

என்று அமுத நிலவு போன்ற முகம் உடைய தலைவியின் கண்கள் உப்புநீர் நதிப்பெருக்காக மாறிட வேண்டாம் எனத் தலைவன் ஆறுதல்படுத்திக் காதல் தன்மை உறுதியில் தலைவியை ஆற்றுப்படுத்துகின்றான்.

அகநானூற்றில் நக்கீரர் பாலைத்திணைப் பாடலில் தலைவனின் காதல் பிரிவு காரணமாக வைகல்தோறும் பசலை பாய்வதால் உடல் விரைவாக அழிவை நோக்கிச் செல்வதாகக் கூறப்படுகின்றது. ஊரின்கண் எழுந்திடும் அலர் மொழிகள் பசும்பூண் பாண்டியன் கொங்கரை வெற்றிக்கொண்டதால் மதுரையில் வெற்றியைக் கொண்டாடி மகிழ்ந்த ஆரவாரத்திலும் பெரிதாக உள்ளது. சில நாட்களே தான் பிழைத்திருக்கப் போவதாகத் தலைவி துயருற்று மூழ்குகின்றாள். தோழி தலைவிக்குத் தலைவனின் நற்பண்பு செயல்களையும், அவனை மறந்திடாத போக்கையும் சொல்லி ஆறுதல்படுத்துகின்றாள். ஆகாயத்தில் திலகம் இட்ட திங்கள் போன்ற உன் முகத்தினையும், காதணியாகிய குழையோடு போரிடும் பார்வையினையும் என்றும் தலைவர் மறவார் என்கின்றாள்.

“அயிரியாறு இறந்தனர் ஆயினும், மயர்இறந்து
உள்ளுப தில்ல தாமே - பணைத்தோள்
குரும்பை மென்முலை, அரும்பிய சுணங்கின்
நுசுப்பு அழித்து ஒலிவரும் தாழ் இருங்கூந்தல்
மாக விசும்பின் திலகமொடு பதித்த
திங்கள் அன்னநின் திருமுகத்து,
ஒண்சூட்டு அவிர்குழை மலைந்த நோக்கே”

(அகநானூறு 253)

எருமை என்பவனின் நாட்டின்கண் உள்ள அயிரி என்னும் ஆற்றினைக் கடந்து தலைவர் சென்றுள்ளார். மூங்கில் போன்ற பருத்த தோளினையும்,

முகல்செய்த குரும்பையெனப் பெருத்த இளமுலையினையும், அரும்பியிருக்கும் தேமலையும், இடை வருந்துமாறு தழைத்து வளர்ந்து தாழ்ந்து கிடக்கும் கூந்தலை உடையவள் தலைவி. அத்தகு தலைவியைத் திங்கள் அன்ன திருமுகத்தைத் தலைவன் மறவாது என்றும் நினைத்திருப்பார் எனத் தோழி ஆறுதல்படுத்துகின்றாள்.

கலித்தொகையில் பாலைக்கலியில் தலைவன் பிரிவினால் தூக்கி யெறியப்பட்ட பனங்குடைகளுக்கும், பாழ்பட்ட ஊருக்கும் சமமாக தலைவி மாறிவிடுவதாக பதிவு செய்யப்படுகின்றது.

> "தோள் நலம் உண்டு துறக்கப்பட்டோர்
> வேள் நீர் உண்ட குடை ஓரன்னர்" (கலி-23)

வித்யாபதியின் காதற் கவிதையில் அமுதாற் செய்யப்பட்ட திங்கள் அன்ன முகத்தில் ஊரார் அலர் மொழி காரணமாக உப்பு நீர் வெள்ளமாகக் கண்ணீர் பெருகுதலைத் தலைவன் ஆறுதல் மொழிகள் உரைத்துத் தேறுதல் மொழி செய்திடுகின்றான். அகப்பாடலில் ஊரார் அலர் மொழிக்காரணமாகவும், தலைவன் பிரிவு காரணமாகவும் பசலை மேனியாய்க் காட்சியளிக்கும் தலைவியைத் தோழி திங்கள் அன்ன திலகம் இட்ட முகத்தினையும், தலைவியின் அமர்த்த பார்வையினையும் தலைவர் மறவாது நினைத்திருப்பதாகக் கூறி ஆற்றுவிக்கின்றாள். வடபுலத்திலும் தென்புலத்திலும் தலைவியரின் முகங்கள் திங்களாகப் போற்றப்படுகின்றன. இத்தகு கலங்கமும் மற்ற துயரங்களும் இருந்திட வேண்டாமென்பதும் உள்ளுறையாகத் தெரிவிக்கப்படுகிறது.

நிலவில் களங்கம்:

தலைவன் தலைவியின் முகத்தினை அமுதோடு ஒப்பிடுகின்றாள். நிலவிற்குக் கூடக் களங்கம் உண்டு. தலைவியின் முகத்திற்குக் களங்கம் இல்லை என்கின்றார் வித்யாபதி.

> "உன்னிலிருந்து வேறுபட்டு
> இருக்க வேண்டும் என்பதனால்தானே
> நிலவிற்கு களங்கம்?
> உன் முகநிலா
> உப்புநீர்க் களங்கம் பெறலாமா?
> (வித்யாபதியின் காதற் கவிதைகள் ப-93)

என்று களங்கம் அற்ற தலைவியின் முகம் கண்ணீரால் உப்புநீர் களங்கம் பெறலாமா எனத் தலைவன் கேட்டுத் தலைவியின் முகத்தினைப் பாராட்டுரை செய்கின்றான்.

நற்றிணை நெய்தல் திணைப்பாடலில் வெள்ளைக்குடி நாகனார் திங்களை மேலிட்டுத் தலைவி தன்னுள்ளே கூற்று நிகழ்த்துகின்றாள்.

சான்றாண்மையும், செம்மைக் குணங்களும் உடைய நிலவே உனக்குத் தெரியாதவாறு மறைந்து ஒழுகும் காதலர் இருக்கும் இடத்தை எனக்குக் காட்டுவாயாக என்கின்றாள். யான் கேட்டும் நீ ஒன்றும் கூறவில்லை. எனவே, திங்களே, நீ அறிந்தும் சாட்சி கூறாது பொய்யை மேற்கொண்டதால் நல்ல அழகிழந்த என்தோள் போல நீயும் வாட்டமுற்று நாள்தோறும் சிறுகச் சிறுகக் குறைந்து மறைபடுவாய் என்று சாபம் அளித்திடுகின்றாள்.

> “எற் கரந்து உறைவோர் உள்வழி காட்டாய்
> நற் கவின் இழந்த என் தோள்போல் மூசாஅய்
> சிறுகுபு சிறுகுபு செரீஇ,
> அறிகரி பொய்த்தலின், ஆகுமோ அதுவே”
>
> (நற்றிணை-196)

என்று நிலவின் தேய்தல் தன்மைக் குணத்தைத் தனது தோள் அழகிழந்து சிறுகச் சிறுகக் குறைந்து படுதலோடு இணைத்துக் காட்டுகின்றாள். தலைவனைக் காட்டாது பொய்சாட்சி கூறியதால் அமுதக்கலை நிரம்பிய நிலவு தேய்ந்து அழிந்திடும் எனத் தண்டமும், சாபமும் அளித்திடுகின்றாள்.

வித்யாபதியின் காதற் கவிதையில் தலைவன், தலைவியின் முகம் நிலவிற்கு உரிய களங்கம் இன்மையாற் வேறுபட்டு உயர்ந்தது என்கின்றான். அதில் உப்பு நீர் களங்கம் படிந்திடக் கூடாதென்கின்றான். நற்றிணைப் பாடலில் நிலவு தன்னுடைய காதலன் இருக்கும் இடத்தைக் காட்டிக் கொடுக்காமற் பொய் சொல்வதால் தலைவியின் அழகிழந்த தோள் வாட்டமுற்று தேய்தல் போலவே சிறுகச் சிறுகக் குறைந்து மறைந்திட வேண்டுமென்று தண்டனையும், சாபமும் கொடுத்திடுகின்றாள். இரண்டு பாடல்களிலும் தலைவியின் முகத்திற்கும், தலைவியின் தேய்தல் தோள் நலத்திற்கும் திங்களாகிய நிலவு சாட்சியாக வைத்துக் கூறப்படுகின்றது.

நாளைவரல் நம்பிக்கை

தலைவியைப் பிரியும் முன் தலைவன் நாளை வருவேன் என்று நம்பிக்கை மொழி கூறிச் செல்கின்றான். நம்பிக்கை மொழி பொய்த்து விடுவதால் தலைவி பிரிவுத்துறையில் கூறப்படும் கூடலிழைத்தல் கோடுகளைத் தரை முழுவதும் வரைந்து காத்துக் கொண்டிருக்கிறாள். தலைவன்தான் வருவதில்லை.

> “நாளை நாளை என்றெழுதி
> வீட்டுத் தரை முழுவதும்
> மறைத்து விட்டேன்
> சொல்லடி பெண்ணே
> உன் நாளை எப்போது வரும்

> என்று ஒவ்வொரு காலையும்
> எல்லோரும் கேட்கின்றனர்"
>
> (வித்யாபதியின் காதற் கவிதைகள் ப-80)

என்று நாளை நாளை என்று நம்பிக்கை வீழ்ந்து போன விண்கொள்ளியாக, வண்ணத்துப்பூச்சியாகத் தலைவி இருந்திடுகின்றாள்.

குறுந்தொகையில் பலநாட்கள் தலைவியைச் சந்திக்க வந்து இனிமைச் சொற்களைக் கூறிச் சென்ற தலைவன் எங்கே இருக்கின்றானோ? என்று தலைவி நெஞ்சம் கலங்கி உரைக்கின்றாள். வருமுலையாரித்தியின் பாடல் இதுவாகும்.

> "ஒருநாள் வாரலன் இருநாள் வாரலான்
> பலநாள் வந்து, பணிமொழி பயிற்றியென்
> நன்னர் நெஞ்சம் நெகிழ்த்த பின்றை
> வரைமுதிர் தேனின் போகியோனே
> ஆசாகு எந்தை யாண்டுளன் கொல்லோ?
> வேறுபுலன் நல்நாட்டுப் பெய்த
> ஏறுடை மழையின் கலிழும், என் நெஞ்சு"
>
> (குறுந்தொகை-176)

என்று தலைவன் மலையிடத்தில் முதிர்ந்து வீழ்ந்த தேனிறலாகப் போய்விட்டதாகவும், எமக்குப் பற்றுக்கோடாக இருந்த தலைவன் எங்கே இருக்கின்றானோ என மருண்டு உரைத்திடுகின்றாள். வேற்றுப் புலன்களை உடைய நல்ல நாட்டிற் பெய்திட்ட மழையால் உருவான வெள்ளம் அயல்நாட்டில் புகும்போது கலங்கி வருவது போன்று தன் நெஞ்சம் கலங்குவதாக உவமை கூறிடுகின்றாள்.

குறுந்தொகையில் முல்லைத்திணைப் பாடலில் செறிந்து விளங்கிய அணிகலன்கள் நெகிழ்ந்து விழுமாறு அழுது நீர்த்துளி கண்களோடு முல்லைநிலத் தலைவி தலைவனுக்காகக் கார்காலத்தில் காத்திருக்கின்றாள். தலைவன் வருவதாகக் குறித்துச் சென்ற நாட்களைச் சுவரில் கோடுகள் இட்டுக் குறித்து அதனையெண்ணி, எண்ணி நாள்தோறும் அழுது அழுது வருந்தி உழல்கின்றாள்.

> "எறிகண் பேதுறல்: ஆய்கோடு இட்டுச்
> சுவர் வாய் பற்றும் நின்படர் சேண்நீங்க
> வருவேம் என்ற பருவம் உதுக்காண்"
>
> (குறுந்தொகை-358)

என்று முல்லையில் மெல்லியமுகையாள் சுவர்க் கோடுகளை எண்ணி பிரிவாற்றாமையை உணர்த்துகின்றாள் எனப்பாடுகிறார் புலவர் கொற்றன்.

கலித்தொகையில் பிரிவினால் தலைவிக்கு உடல் பசந்து, தோள்கள் மெலிந்து, கண்கள் வெப்பமான கண்ணீரைச் சொரிந்திடுகின்றன. மலையிடையே சென்ற தலைவர் திரும்பி வர வேண்டுமென்று விரும்பி காமத்தீ முலைகளுக்கு இடையே எரிந்து நெஞ்சைக் கனன்று போகச் செய்திடுவதாகத் தலைமகளால் கூறப்படுகின்றது.

"மலையிடைப் போயினர் வரல் நசைஇ, நோயொடு
முலையிடைக் கனலும், என் நெஞ்சு"

(பாலைக்கலி -36)

இளவேனிற் கால செவ்வியிற் வருவதாகச் சென்ற காதலர் வராததை எண்ணித் தலைவி வருந்துகின்றாள். கலித்தொகையில் தலைவியைச் சந்திக்க வருவதை மறந்து பரத்தையரிடமே அவன் தங்கிவிடுகின்றான். அப்போது தலைவி ஓர் யாண்டுக்கு ஒருமுறை வருகின்ற நின் வரவு பெருமழைக்கு வாடிய நெற்பயிருக்குச் சிறுதூறல்கள் போன்று தூவிச் செல்கின்றது. அதனால் ஒரு பயனும் கிடையாது. வெப்பத்தைக் கிளப்பிவிட்டு வேதனைத் துயரம் தரும். நின் வரவும் அத்தகையதே, என்று ஆற்றாது உரைக்கின்றாள்.

"நீ வருநாள் போல் அமைகுவம் யாம்: புக்கீமோ
மாரிக்கு அவாவுற்றுப் பீள்வாடும் நெல்லிற்கு ஆங்கு
ஆராத் துவலை அளித்தது போலும் நீ
ஓர் யாண்டு ஒரு கால் வரவு" (மருதக்கலி-71)

என்று தலைவனைப் பிரிந்த தலைவியின் வருத்தம் பெருமழைக்கு விரும்பிக் காத்துக் கிடக்கும் நெல் வயலுக்கு உவமை செய்யப்படுகின்றது.

வித்யாபதியின் தலைவி கோடெழுதிக் கோடெழுதி அவள் வீட்டையே மறைத்துவிட்டாள். அது பற்றிக்கூட வருந்தவில்லை. ஊரார் கேட்கும் கேள்வி அவளை உலுப்பி எடுக்கிறது. ஊமையாய் நிற்கிறாள் அத்தலைவி. வருமுலையாரித்தியார் முதிர்ந்த தேனிறலாகச் சிதைந்த தலைவியைக் காட்டுகின்றார். கார்கால முல்லைத் தலைவி கோடு வரைந்து காத்திருத்தலைத் தெரிவிக்கிறார். புலவர் கொற்றனார் தலைவியின் முலையிடைத் தீப்பற்றி எரிதலைக் கலித்தொகை காட்டுகின்றது. தீயை அணைக்க வருபவன் இன்னும் வரவில்லையே என்ற ஏக்கமும் காமத் தாக்கமும் தலைவியிடை இருந்திருக்கின்றது. மருதக்கலிப்பாடல்களில் முதன் மூன்றுப் பாடல்களிலும் வராதத் தலைவன் வருவதைக் காட்டியிருந்தாலும் அவனின் வரவு வெந்தப் புண்ணில் வேல் பாய்ச்சி இருப்பதைப்போல் முயக்கத்தை முழுமையாகப் பெறவேண்டும் என்று காத்துக்கிடக்கும் காமத்தலைவியை ஆரத்தழுவாமல் பட்டும்படாமல் தொட்டுச்சென்ற அவனின்

செயலுக்கு வான்பார்த்து நிற்கும் வளர்ச்சிமிக்க நெற்பயிர்த் தூவல் மழையால் துன்பமுற்றது போல், தலைவியின் உள்ளக்கிடக்கையை உளவியல் நிலையில் நின்று பாடிய பாட்டில் காவியமும் ஓவியமும் கலந்து நின்று கற்போர் மனதைக் கழிவிரக்கம் செய்திடுகின்றது.

குருதிக் கோலமும், கண்ணீர்க் கோலமும்

கண்ணனின் பிரிவினால் இராதை சக்தியற்றுச் சோர்ந்து போகின்றாள். குயில்களின் மொழி அவளைத் திடுக்கிட வைத்திடுகின்றது. அவள் மார்பில் எழுதிய கோலங்களைக் கண்ணீர் கரைத்து வீழ்த்துகிறது. கண்ணீரால் தோள்கள் மெலிந்து வளைகள் கழன்று விழுகின்றன. அவள் தலை துயரச் சமையாற் காயா மலர் கொடியாக கவிழ்ந்து கிடக்கின்றது.

> "தன் விரல்களினால்
> பூமியைக் காயப்படுத்துகிறாள்
> அதில் இரத்த வெள்ளமாய்
> உன் பெயர் எழுதப்படுகிறது"
>
> (வித்யாபதியின் காதற் கவிதைகள்-ப-79)

என்று பரிவுத் துயரால் பூமியைக் குத்திக் காயப்படுத்தி அதில் கண்ணன் பெயரினை எழுதிக் காயப்பட்டுக் கிடந்திடுகின்றாள்.

அகநானூற்றில் பாலைத்திணையில் பாண்டியன் ஏனாதி தலைவன் மறுகிய நோக்கத்தக்க நிலைக்குச் செல்வதைக் காட்டுகின்றார். வித்யாபதியின் தலைவி போன்று படுக்கையில் கிடந்து பெருகிடும் கண்ணீர் துளிகளை மெல்விரல் உகிரால் தெளித்துவிடும் அவல நிலைக்குச் சென்றிடுகின்றாள்.

> "இரும்பல் கூந்தல், சேயிழை, மடந்தை
> கனை இருள் நடுநாள், அணையொடு பொருந்தி
> வெய்துற்றுப் புலக்கும் நெஞ்சமொடு, ஐதுஉயிரா,
> ஆய்இதழ் மழைக்கண் மல்க, நோய்கூர்ந்து
> பெருந்தோள் நனைக்கும் கலுழ்ந்துவார் அரிப்பனி
> மெல்விரல் உகிரின் தெறியினள், வேன்வேல்
>
> ....
>
> ஓர் எயில் மன்னன் போல
> துயில்துறந் தனல்கொல்? அளியல் தானே"
>
> (அகம் - 373)

வெற்றி தரும் வேலினையும், தலைமைத்தன்மை பொருந்திய யானையினையும், வஞ்சியாது போர்புரியும் ஆற்றலை உடைய வேந்தர்கள் பலர் ஒருங்கு கூடிச் சூழ்ந்திட எயிலின்கண் அகப்பட்ட அரசன் போலக் கண்ணுறக்கம் கொள்ளாது கலங்கி அளியளாக இருந்திடுகின்றாள்.

குறுந்தொகையில் நெஞ்சம் கலங்கி இமைகளைத் தீயச்செய்யும் நெருப்பைப் போன்ற வெம்மை உடைய கண்ணீரால் பிரிவு தலைவனாற் நெஞ்சு நொந்து நிற்பதாகக் கூறுகின்றாள். பிரிவாற்றாமையாற் அருளற்ற அவன் தன்மையை நினைத்து ஆற்றாமையாற் அழுது தீர்த்திடுகின்றாள்.

"நோமென் னெஞ்சே நோமென் னெஞ்சே
இமைதீய்ப்பு அன்ன கண்ணீர் தாங்கி
அமைதற்கு அமைந்த நம் காதலர்
அமைப்பு இலர் ஆகுதல் நோமென் னெஞ்சே"

(குறுந்தொகை -4)

என்று பிரிவாற்றாமையாற் இமைகளைத் தீய்த்திடும் வகையில் வெப்பக் கண்ணீரைச் சிந்திடுகின்றாள். வெப்பக் கண்ணீர் குளத்தில் மூழ்குவதாகக் காமம் சேர் குளத்தார் தெரிவிக்கின்றார். தலைவியின் துன்ப மிகுதி "நோமென் நெஞ்சு" என்னும் சொற்றொடர் அடுக்கு மூலம் அடுக்கிச் சொல்லப்படுகின்றது.

வித்யாபதியின் காதற் கவிதைகளில் தலைவி தன் விரல்களினால் பூமியைக் கிளறிக் காயப்படுத்தி குருதி வெள்ளத்தில் தலைவனின் பெயரை எழுதிடுகின்றாள். அகநானூற்றில் பிரிவுத்துயரால் வெம்மைக் கண்ணீரை விரல்களால் தெறித்திடும் தலைவி எயிற்புறத்தில் முற்றுகையிடப்பட்ட அரசன் போன்று துயில் இன்றித் தவிக்கின்றாள். குறுந்தொகைத் தலைவி கண்களின் இமைகள் தீய்ந்திடும் அளவிற்கு வெப்பக் கண்ணீரை உகுத்து நசை இன்றி பிரிந்த தலைவனை நினைந்து நெஞ்சம் நொந்து அளியலாகக் காட்சியளிக்கின்றாள்.

கண்ணீர் அழுகை உவமை

தலைவனின் பிரிவுத் துயரினால் தாமரை முகமுடைய தலைவி நீர்வார் கண்களை உடையவளாக மாறிடுகின்றாள். உலகின் எல்லாச் செயலும் இழந்து கையறு நிலைக்குச் செல்கின்றாள். இச்சூழலில் தலைவியின் கண்களில் இருந்து வழிந்த கண்ணீர் அவளது கால்களில் விழுந்து குளமாக மாறுகின்றது. அதனால் நிலத்தில் வளர்ந்த தாமரை கூட அவளது கண்ணீர்க் குளத்தில் மலரும் தாமரையாக உருவகித்துக் கற்பனை செய்திடுகின்றார் வித்யாபதி.

"அவள் கண்களில் வழிந்த நீர்
காலில் விழுந்து குளமாயிற்று
அதனால்
நிலத்தில் வளர்ந்த தாமரை கூட
நீரில் வளரும் தாமரை ஆயிற்று"

(வித்யாபதியின் காதற் கவிதைகள்-84)

என்று கண்ணன் மீது கொண்ட காதலால் தலைவியின் கண்ணீர் ஓவியம் காட்சிப்படுத்தப்படுகின்றது.

அகநானூற்றில் ஔவையாரின் பாலைத்திணைப் பாடலில் தலைவனைப் பிரிந்த தலைவியின் ஒளிபொருந்திய மலர்போன்ற கண்களில் இருந்து சிந்திடும் நீர் வறண்ட குளத்தினை நாள்தோறும் நிறைக்கின்ற மடைபோன்று இருப்பதாக உவமிக்கப்படுகின்றது.

“நீர் வார் நிகர் மலர் கடுப்ப, ஓ மறந்து
அறு குளம் நிறைக்குந போல, அல்கலும்
அழுதல் மேவல ஆகி,
பழிதீர் கண்ணும் படுகுவமன்னே’ (அகம்-11)

என்று தலைவன் பிரிவால் தலைவி சிந்திடும் கண்ணீர் அருவி வறண்ட குளத்தினை நிறைத்திடும் நீராகச் சித்திரிக்கப்படுகின்றது.

குறுந்தொகை நன்னாகையார் பாடலில் தலைவன் பலகால், தலைவியிடம் பிரிவேன் என்று சொல்லியும் பிரியாதிருக்கின்றான். ஒருநாள் அவன் பன்முறை அவ்வாறு கூறக்கேட்டு விளையாட்டாக பொய்க் கோபத்துடன் ‘என்னை விட்டுப் போக’ என்று கூறினாள். இதையே தலைக்கீடாகக் கொண்ட தலைவன் பிரிகின்றான். அவன் பிரிவால் வருந்தும் தலைவி கண்ணீரும் கம்பலையுமாகக் காட்சி அளித்திடுகின்றாள்.

“சேறும் சேறும் என்றலின் பண்டைத்தம்
மாயச் செலவாச் செத்து மருங்கற்று
மன்னிக் கழிக என்றேனே; அன்னோ
ஆசுஆகு எந்தை யாண்டுளன் கொல்லோ
கருங்கால் வெண்குருகு மேயும்
பெருங்குளம் ஆயிற்று என் இடை முலை நிறைந்தே”
(குறுந்தொகை-325)

என்று தலைவி தனக்குப் பற்றுக் கோடாக இருந்த தலைவன் எங்கே இருக்கின்றானோ என்று புலம்புகின்றாள். அவளது கண்களில் இருந்து பெருக்கெடுக்கும் கண்ணீரால் இரண்டு முலைகளின் இடையில் பெரிய குளம் உண்டாகுகின்றது. இக்குளத்தில் கரிய காலையுடைய வெள்ளிநாரை மீனாகிய உணவை உண்டு களிப்பதாகத் துயர் உற்று, துயரின் உச்சநிலையில் மொழிந்திடுகின்றார்.

வித்யாபதியின் காதற் கவிதைகளில் தலைவியின் கண்ணீரால் கால்களில் குளம் உருவாகித் தரையில் மலரும் தாமரை அவளது கண்ணீர்க் குளத்தில் மலர்வதாக உவமை செய்யப்படுகின்றது. குறுந்தொகைப்

பாடலில் தலைவன் பிரிவால் தலைவி சிந்தும் கண்ணீரால் இடை முலையில் குளம் உருவாகிக் குருகு ஆகிய வெள்ளிநாரை இரை தேடிக் களிப்பதாக உவமை கூறப்படுகின்றது. அகநானூற்றுத் தலைவியின் கண்ணீர்ப் பெருக்கு வறண்ட குளத்தை நாள்தோறும் நிறைத்திடும் மடை போன்று இருப்பதாகக் கற்பனை செய்யப்படுகின்றது. மேற்காட்டிய மூன்று பாடல்களிலும் தலைவியின் பிரிவு ஆற்றாமைக் கண்ணீரால் குளங்கள் உருவாகிவிடுவதாக உவமிக்கப்படும் கற்பனை உள்ளுந்தோறும் உள்ளுந்தோறும் ஒப்பற்ற உயர்வினைக் காட்டுகின்றன.

வேய்ங்குழல் இசையும் தலைவியின் தாபமும்

வித்யாபதியின் காதற் பாடல்களில் ஆயனாகிய கண்ணன் இசைத்திடும் புல்லாங்குழல் இசை மாயத்தன்மை வாய்ந்ததாக மாறித் தலைவியின் காதல் வேட்கையினையும், காமத்தின் தாபத்தையும் தூண்டும் வகையில் தீண்டுகின்றது, இராதை கண்ணனை வேய்ங்குழல் இசைப்பதை நிறுத்து என்கின்றாள்.

“வேய்ங்குழலை இசைக்காதே
வதைக்காதே இப்பேதை தனை
அடிபணிந்து இறைஞ்சுகின்றேன்
அடியாள் நான் எந்நாளும்
வேய்ங்குழலை இசைக்காதே
குழலோசை கேட்டு நான்
வயமிழந்து நிற்கையிலே
ஊரார் சிரிக்கின்றார்
நலமாய் இருந்த பெண்ணும்
இப்படிப் பித்தாகி விட்டாளென
ஊரார் நகைக்கின்றார்”

(திசைஎட்டும் ஜீன் 8-பக்.28)

என்று மதனுறும் பாம்பாகி இதயத்தைக் கொத்திடும் வேய்ங்குழல் மாயோனாகிய கண்ணனிடம் சரண்புகுந்து காதல் வேட்கையைத் தணித்துக் கொள்கின்றாள்.

சங்க அகப்பாடல்களில் தலைவனின் பிரிவின் கொடுமையை, காமவேட்கை நோயினை மிகுவிக்கும் ஆற்றல் உடையதாக இரவு நேரத்தில் இசைக்கப்படும் யாழிசை அமைந்திடுவதாக நற்றிணைப் பாடலில் வெள்ளிவீதியார் மொழிந்திடுகின்றார்.

“விரல் கவர்ந்து உழந்த கவர்வின் நல்யாழ்
யாமம் உய்யாமை நின்றன்று
காமம் பெரிதே: களைஞரோ இலரே” (நற்றிணை-335)

என்று விரலால் தடவி காதல் வருத்தத்தைப் போக்கிடும் யாழிசை இரவின் நடுயாமத்தில் உயிருக்குத் துன்பத்தைத் தந்து காமநோயை மிகுவித்திடும். இதனைக் களைவதற்குரிய காதலர்தம் அருகினில் இல்லை என்கின்றாள்.

அகநானூற்றில் பேரிச்சாத்தனாரின் முல்லைத்திணைப் பாடலில் பசுக்களை மீட்டுவரும் கோவலர்கள் ஆம்பல் எனப்படும் குழல் இசைக்கருவி மூலம் இசையினை இசைத்து செவ்வழிப்பண்ணைப் பாடுகின்றனர். இந்த வேய்ங்குழல் இசையும், மாலைப் பொழுதின் மழைக்காலத்தின் ஓசையும் தனியவளாய் இருந்து கேட்கும் தலைவிக்கு வேதனையைக் கூட்டுகின்றது.

> "ஆபெயர் கோவலர் ஆம்பலோடு அளைஇ,
> பையுள் நல்யாழ் செவ்வழி வகுப்ப
> ஆர்உயிர் அணங்கும் தெள்இசை
> மாரி மாலையும் தமியள் கேட்டே" (அகம்-214)

என்று செவ்வழிப் பண்ணின் தெள் இசை தனிமையில் இருக்கும் தலைவிக்குக் காமப்பிரிவின் துயரையும், வேட்கையினையும் தூண்டுகின்றது. நற்றிணை முல்லைத்திணைப் பாடலில் சேகம்பூதனார் வளைந்த கோலை உடைய கோவலர்கள் இசைத்திடும் குழல் ஓசை இசையினால் மாலைக்காலம் இரக்கமற்றுத் தோன்றிடுவதாகத் தலைவி உரைத்திடுகின்றாள்.

> "கொடுங் கோற் கோவலர் குழலோடு ஒன்றி
> ஐது வந்து இசைக்கும் அருள் இல் மாலை"
> (நற்றிணை-69)

என்று பிரிந்தாரை வருத்துவதாக குழல் இசை அமைந்திடுகின்றது.

அகநானூற்று முல்லைத்திணைப் பாடலில் மதுரைக் கவுணியன் பூதத்தனார் மாலைப்பொழுது தலைவிக்கு நாள்தோறும் துன்பத்தைத் தந்திடுகின்றது. அதைக் காட்டிலும் பிறதொழில் கற்று அறியாத வளைந்த கோலினை உடைய ஆயர் ஊதும், வன்மையான வாயினை உடைய சிறிய குழல் ஓசை அத்துன்பத்தை மேலும் மிகுவிப்பதாகக் கூறிடுகின்றாள்.

> "புன்கண் மாலையோடு பொருந்தி கொடுங்கோற்
> கல்லாக் கோவலர் ஊதும்
> வல் வாய்ச் சிறு குழல் வருந்தாக்காலே" (அகம்-74)

என்று கோவலர்களின் சிறு குழல் இசை பிரிவுத் துன்பத்தைக் கூட்டும் வகையில் இருப்பதாகத் தலைவி வேதனையுறுகின்றாள்.

வித்யாபதியின் காதற் கவிதைகளில் கண்ணனின் வேய்ங்குழல் இசையால் மயக்குற்று காதலிக்கத் தொடங்கும் இராதை ஊராரின் நகையினை மீறி மகுடிக்குக் கட்டுப்பட்ட பாம்பாக ஊர்ந்து அவனிடம் காதல் சரணாகதி அடைந்திடுகின்றாள். சங்க அகப் பாடல்களில் யாழிசையும், ஆம்பல் எனப்படும் புல்லாங்குழல் இசையும் பிரிவின் தனிமைத்துயரில் இருந்திடும் தலைவிக்குத் தண்ணியதாக இல்லாமல் நெருப்பின் சுடராகச் சுடுகின்றது. வித்யாபதியின் கண்ணனின் வேய்ங்குழல் இசை இராதையினைச் சுட்டெரிக்கின்றது. சங்க அகப் பாடல்களில் யாழிசை தலைவியின் தனிமைத்துயரினை நீட்டுவிக்கின்றது.

தலைவனின் பிரிவு ஏக்கம்

வித்யாபதியின் காதற் கவிதைகளின் தலைவி மட்டும் பிரிவின் துயரால் துன்புறுவதில்லை. தலைவனும் தலைவியைப் பிரிந்து அனலில் இட்ட புழுவாகத் தனிமைத் துயரில் வேகின்றான். கணநேரமும் இராதையின் பிரிவைத் தாங்கிட முடியாமற் கண்ணன் புலம்புகின்றான்.

"இன்று
நான் மதுராநகரில்
கண்மணி இராதை பலகாதம் தொலைவில்
எப்படி வாழ்வேன்
அழகிய நகரம்
அருகினில் புதிய பெண்கள்
நிறைந்த செல்வம் - ஆயினும்
காதல் இராதையின்றி
கண்களில் நீர்தான் நிறைகிறது"

(வித்யாபதியின் காதற் கவிதைகள், ப-91)

கங்குலும் பகலும் மகிழ்ச்சியில் பூரித்த காமத்தோடு வாழ்ந்த வாழ்வு கானல் நீராக மாறிவிட்டதாகக் கண்ணன் புலம்பித் தவிக்கின்றான். கோகுலத்தையும் இராதையையும் நினைந்து நினைந்து நெஞ்சு கனத்திடுகின்றாள்.

அகநானூற்றில் பரணர் குறிஞ்சித்திணைப் பாடலில் அல்ல குறிபட்டதால் தலைவியும், தோழியும் ஏமாற்றம் அடைந்து வீடு திரும்புகின்றனர். ஏமாற்றம் அடைந்த தலைவன் தலைவியின் பிரிவினால் 'குட்டுவனின் வேல் நின் மார்பில் பாய்ந்து அழுந்திட நினது மிக்க செருக்கு அழிவதாக நெஞ்சை நோக்கி நொந்து கூறிடுகின்றான்.

தலைவி நெகிழும் தன்மை வாய்ந்த மாற்றுக் குறையாத பொன்னால் செய்யப்பட்ட பாவை போன்றவள். வானில் நிலவும்

இளவெயிலைத் தோளாகப் போர்த்திக் கொண்டு ஒளிதிகழ நிற்பவள். பேரழகு மிக்கவள். திரண்டக் கொத்தாகிய கூந்தலை உடையவள். நாணற்கிழங்கு மணலிடத்து ஈன்ற முளையை ஒத்த முள் போன்ற கூர்மையான பற்களையும், சிவந்த செவ்வாயினையும் உடையவள். யாழின் இசைநயம் தெரிந்தவள். அதன் நரம்புகளைத் தடவி எழுப்பிடும் செவ்வழிப்பண்ணின் இசையினைப் போன்று மிகவும் இனிய சொற்களை உடையவள். தெய்வத்தன்மை பொருந்தியவள். அத்தயை பெண்ணை விரும்பிப் பெரிய யானைக்கூட்டம் விழுந்து கலக்கிய நீரைப்போல் கலக்கமுற்று இருந்திடுகின்றாள். தலைவனின் பிரிவு ஏக்கப் பெருமூச்சாக இப்பாடல் அமைகின்றது.

"பெறல் அருங் குரையள் என்னாய், வைகலும்
இன்னா அருஞ்சுரம் நீந்தி, நீயே
என்னை இன்னற் படுத்தனை" (அகம் - 212)

என்று கிடைத்தற்கு அரிய தைஇய பாலைத் தலைவியினைப் பிரிந்து எண்ணி எண்ணி நீங்காத துன்பத்தினைத் தந்து கடத்தற்கரிய பாலை வழியில் தன்னைச் செலுத்திவிட்டதாக நெஞ்சோடு கிளத்துகின்றான்.

அகநானூற்றில் பாலைத்திணையில் தொண்டியாமூர்ச் சாத்தனார் தலைவியைப் பிரிந்த தலைவன் பாலைச் சுரத்தில் அவளை நினைத்து நெஞ்சிற்கு மொழிகின்றான். திருத்தமுறச் செய்த அணிகலன்களை அணிந்த தலைவி ஞாயிறு மறையும் மாலையில் பசலை படர்ந்த மேனியளாய் இருந்திடுவாள் என்கின்றான். தன் மென்மையான விரல்களை நெற்றியில் சேர்த்திய வண்ணம் கயல் மீன்கள் உமிழ்கின்ற நீர்போலக் கண்களில் நீரினைச் சொரிந்திடுவாள். பெரிய தோள்கள் மெலிந்திட மனையில் வருந்தியிருப்பாள் என்கின்றான். தலைவன் சென்ற பாலை வழியோ கொடுமையானது.

"புலிதொலைந்து உண்ட பெருங்களிற்று ஒழிஊன்
கலிகெழு மறவர் காழ்க்கோத்து ஒழிந்ததை
ஞெலிகோற் சிறுதீ மாட்டி, ஒலிதிரைக்
கடல்விளை அமிழ்தின் கணம்சால் உமணர்
சுனைகொள் தீம்நீர்ச் சோற்று உலை கூட்டும்
சுரம்பல கடந்த நம்வயின் படர்ந்து" (அகம்-169)

பாலை நிலத்தில் ஞாயிற்றின் வெம்மையாற் மரங்கள் கரிந்து போயின. நிலவளம் குன்றியது. புலியானது கொன்று உண்டு கைவிட்டுப் போன வயக்களிற்றின் ஊனை ஆரவாரம் மிக்க ஆறலைக்கும் வீரர்கள் கோலிற் கோத்துக் கொண்டு செல்வர். எஞ்சிய ஊனை, ஒலித்திடும் கடலில்

விளையும் உப்பினை வணிகம் செய்திடக் கொண்டு வரும் உமணர்கள் கூட்டம் தீக்கடைக் கோலாய் உண்டாக்கிய சிறுதீயில் வாட்டிச் சுனையில் இருந்து கொண்டு வந்த நீரால் உலையேற்றி ஊனை அதில் இட்டு ஒன்றுகூட்டி ஊன்சோறு ஆக்கி உண்டு கழிப்பர். இத்தகு பாலை வழியில் தான் இருந்திடுவதாகவும், தலைவி தொலைதூரத்தில் மாலையில் வருத்தத்துடன் திகழ்வதாகவும் நெஞ்சொடு நினைவு கிளத்துகிறான்.

வித்யாபதியின் காதற் கவிதையில் யமுனைக்கரைக் கோகுலத்தில் இருக்கும் இராதையை விட்டுப் பிரிந்ததால் நிகழ்ந்திடும் துயரங்களை கண்ணன் நெஞ்சத்திற்கு உரைத்து நிறையழிகின்றான். அகநானூற்றுப் பாடலில் அரிதிற் பெற முடியாத தலைவியைப் பெற்றும் அவளோடு ஊடலும் கூடலும் நடத்திடாமற் பொருள் தேடுதல் காரணமாகக் கடினமான பாலைச்சுரத்தில் தங்கி இருந்திடுவதாகத் தலைவன் நெஞ்சத்திற்குப் புலம்பல் மொழி கூறுகின்றான். அகப்பாடல்களில் பிரிவினால் தலைவனும் வாடி இருப்பது இருமொழியிலும் காட்டப் படுகின்றன.

காதல் நோய்க்கு மருந்து தலைவி

இராதையாகிய தலைவியைப் பிரிந்த கண்ணனுக்குக் காதல் வெம்மை நோய் தோன்றுகிறது. மேனியில் சந்தனம் பூசினாலும் வெம்மை தணியவில்லை. வட்ட நிலாவும் குளிர்ச்சி செய்யவில்லை. ‘ஈரம் சொட்டும் தாமரை மலர்ப் படுக்கையில் துயில் கண்ணா’ என்கின்றாள் தோழி. அவன் தொட்டவுடன் சூடேறி மலர்கள் எல்லாம் காய்ந்து கருகிவிடுகின்றன. கண்ணனின் நோய்க்குத் தீர்வு மருந்து இராதையின் வாய் இதழ் அமுதமே ஆகும் என்கின்றார் வித்யாபதி.

“நோயினால் அவன் வாழ்க்கை
வெறுத்து விட்டான்
வைத்தியம் தெரிந்தோரும்
கையை விரித்துவிட்டார்
இனி வேறென்ன மருந்து
இங்கு இருக்கிறது
அவன் நோய்க்கு
உன் இதழ் அமுதம்தான்
ஒரே மருந்து பெண்ணே”

(வித்யாபதியின் காதற் கவிதைகள் ப - 66)

என்று கண்ணனின் காம வேட்கை நோயைத் தணித்திடும் மாமருந்து ஆற்றல் இராதையாகிய தலைவியிடமே உண்டென்று கூறப்படுகின்றது.

குறுந்தொகையில் தலைவனின் காம நோய்க்குப் பரிகாரமாகிய மருந்தென தலைவி இருக்கின்றாள். அவன் போகம் நுகரச் செல்வம் வேண்டுமென்றால் தலைவியே அத்தகு செல்வமாகவும் திகழ்கின்றாள். தலைவி தலைவனின் காமநோயைத் தணித்திடும் மருந்தாகவும், பொருள் போக நுகர்தலைக் கலைத்திடும் செல்வமாகவும் இருந்திருக்கின்றாள்.

"மருந்தெனின் மருந்தே வைப்பு எனின் வைப்பே
அரும்பிய சுணங்கின் அம் பகடு இளமுலைப்
பெருந்தோள் நுணுகிய நுசுப்பின்
கல்கெழு கானவர் நல்குறு மகளே" (குறுந்தொகை-71)

என்று கருவூர் ஓதஞானியார் கல்கெழு கானவரின் மகளாகிய தலைவி அழகிய தேமலைத் தாங்கிய அகன்ற இளமையையும், பெருந்தோளையும் பொருந்தியவள். இத்தகு தலைவியே மருந்தாகவும், செல்வமாகவும் தனக்கு அமைத்து காதல் துன்பநோயினைக் களைந்திடுவதாகத் தலைவன் உணர்த்துகின்றான்.

உரிய பருவம் வராமை

தலைவன் தலைவியை தெளிவித்த சொற்களால் மயக்கிக் கூடிவிட்டு உரிய பருவகாலத்தில் வருவதாகக் கூறிப் பிரிந்து விடுகின்றான். கொடுத்த வாக்கைக் காலந் தவறாது காப்பாற்றுவார் பெரியோர். ஆனால், கண்ணன் அதனை மறந்துவிடுகின்றான். தோழி, அவனிடம் காதலில் உறுதியும், நேர்மையும் இருந்தால் உரிய பருவத்தில் அவளது இல்லத்திற்கு வந்து இன்பம் தந்திட வேண்டுகின்றார். தோழி தலைவன் தலைவிக்குத் தந்திட்ட பிரிவின் காயத்தினைப் பழமொழி மூலம் விளக்குகின்றார்.

"ஆனால் நீயோ காயத்தை ஏற்படுத்திவிட்டு
அதில் உப்புநீரை அல்லவா ஊற்றுகிறாய்"
(வித்யாபதியின் காதற் கவிதைகள் ப. 86)

என்று பிரிவின் காயத்தினைப் பெரிதாக்கிவிடும் வகையில் அதில் ஊற்றப்பட்ட உப்பு நீராகத் தலைவன் குறித்த பருவம் வராமற் போய் விடுவதாகத் தெரிவிக்கப்படுகின்றது.

நற்றிணை முல்லைத்திணையில் மாறன்வழுதி மேற்காட்டிய பாடல் காட்சி போன்ற ஒன்றைக் காட்டுகின்றார். தலைவன் தான் வருவதாகக் கூறிய காலம் குயில் கூவிக் கான்யாற்றில் நீர்பெருகி, குருக்கத்தி, சண்பகம் முதலான மலர்கள் மலரும் கார்காலப் பருவமாகும். இத்தகு பருவத்தில் தலைவன் வராமையாற் காமம் மிகுந்து கொடிதாகப் பரவிவிடுவதாக வருந்தியுரைக்கின்றாள்.

“அழுந்து படு விழுப்புண் வழும்பு வாய் புலரா
எவ்வ நெஞ்சத்து எஃகு எறிந்தாங்கு”

(நற்றிணை-97)

என்று முன்பு ஏற்பட்ட ஆழமான ‘அகன்ற புண்ணின் வாய்த்தசை காய்ந்திடாத துன்பமிக்க மார்பில் வேலைச் செலுத்தியது போன்று பருவகால நிகழ்வுகள் இருப்பதாக மொழிகின்றார்.

கலித்தொகையில் நெய்தற்கலியில் பற்றுக்கோடாக அமைந்து என் வருத்தத்தைப் போக்கிடாத தலைவன் இல்லாத மாலைக் காலத்தைக் கொடிது என்கின்றாள்.

“பொழுதின் கண்,
வெந்தது ஓர் புண்ணின்கண் வேல்கொண்டு நுழைப்பான் போல்,
காய்ந்த நோய் உழைப்பாரைக் கலக்கிய வந்தாயோ”

(நெய்தற்கலி-120-16-18)

என்று வெந்ததொரு புண்ணில் வேல்கொண்டு நுழைப்பவர் போல மெய் வருந்துவதற்குக் காரணமான காமநோயில் அழுந்திக் கிடந்திட தன்னிடம் உள்ள அறிவையும் கலக்கிடும் வகையில் மாலைக்காலம் வந்திடுவதாகக் கலங்கி உரைக்கின்றாள்.

வித்யாபதியின் காதற் கவிதையில் தலைவனின் குறித்த பருவத்து வராத பிரிவுக் காலம் காயத்தை ஏற்படுத்திவிட்டு அதில் உப்பு நீரை ஊற்றுவது போன்றது எனக் கூறப்படுகின்றது. நற்றிணை, கலித்தொகையில் தலைவன் மீண்டும் வருவதாகக் குறித்துச் சென்ற பருவகால நிகழ்வுகள் தலைவிக்கு வெந்த புண்ணில் வேலை நுழைப்பது போன்று அப்புண்ணை பெரிதாக்குவதாகச் சுட்டப்படுகின்றது. அகப்பாடல்கள் காட்டும் பழமொழியும், வித்யாபதி காட்டும் முதுமொழியும் இணைநிலையாக இருந்திடுகின்றன.

தூது

அக இலக்கியங்களில் தூது முக்கியமாக இடம்பெறுகின்றது. பிரிவாற்றாமை காரணமாகத் தலைவியோ அல்லது தலைவனோ தூது விடுதல் மரபாகும். தூது செல்லும் பொருள்களாக உயர்திணைப் பொருள்களும் அஃறிணைப் பொருள்களும் அமைந்திடுகின்றன. வித்யாபதியின் காதற்கவிதைகள் தன்னைப் பிரிந்திருக்கும் கண்ணனிடம் தூது சென்று அழைத்து வரச் சொல்லி தோழி ஒருத்தியைத் தூது அனுப்புகின்றாள் தலைவி.

"காற்றின் வீச்சை விளக்குச் சுடர் தாங்காது
கண்ணாடியால் தொட்டால்
முத்து அழுக்கேறி விடுகிறது
என்று சொல்
இவ்வளவும் அவனிடம் சொல்லி
வாய்ப்பு வரும்போது பதில் அனுப்பவும்
என்றும் சொல்"

(வித்யாபதியின் காதற் கவிதைகள், ப-77)

என்று பிரிவின் துயரத்தால் அழகிழந்தும், மெலிந்தும் போய்க் கொண்டிருப்பதாகத் தெரிவிக்கின்றாள். இதனால் தோழியினைத் தூது அனுப்பிடச் சொல்கின்றார்.

"பதற்றம் வேண்டாம், ராதே!
தோழியை தூதனுப்பு - இதோ
சடுதியில் வருவார்" (திசை எட்டும்-2001, ஜீன் ப.29)

என்று இராதையின் துயர் நீக்கிட தோழி தூது செல்வதாகக் கூறப்படுகின்றது.

அகநானூற்றில் பாலைத்திணையில் மாமூலனார் பிரிவாற்றாமையாற் வாடும் தலைவிக்குத் தோழி அவள்பாற் தூதுவர்களை அனுப்பி உள்ளதாகக் கூறி ஆறுதல் படுத்துகின்றாள். நாம் தலைவன்பால் தூதுவர்களை அனுப்பியுள்ளோம். செறிவாக அணியப்பெற்ற அணிகள் நெகிழ்ந்து வீழப்பெற்றுத் தலைவன் குறித்த நினைவுத் துன்பத்தாற் சூழ்ந்திருக்கும் உன் நிலையை அவர்களும் எடுத்துக் கூறுவார்கள். அரத்தால் அறுத்துச் செய்யப்பட்ட அழகிய வளையல்களை நெகிழச் செய்த நம் தலைவர் அதனை செவியுற்றால் நந்தன் என்பவன் தொகுத்துக் குவித்து வைத்துள்ள செல்வத்தைப் பெறுவதாயினும் அவ்விடத்தில் தங்கியிருக்கமாட்டார். விரைந்து வந்திடுவார் என்கின்றாள்.

"தூதும் சென்றன: தோளும் செற்றும்;
ஓதி ஒண்நுதல் பசலையும் மாயும்
வீங்குஇழை நெகிழச் சாஅய், செல்லலொடு
நாம்படர் கூரும் அருந்துயர் கேட்பின்
நந்தன் வெறுக்கை எய்தினும், மற்று அவண்
தங்கலர் - வாழி தோழி" (அகம்-251)

என்று தூதின் மூலம் மீண்டும் வந்திடும் தலைவனால் தலைவியின் தோள்வளைகள் மீண்டும் செறிவடையும். கூந்தல் புரளும் ஒளி பொருந்திய நெற்றியில் பீர்க்கு பூவின் பூத்த பசலையும் மறைந்து

போகும் என்று தலைவிக்காகத் தோழி தூதுவர்களை அனுப்பி பிரிவுத்துயர் களைந்திடும் செயல் கூறப்படுகின்றது.

வித்யாபதியின் காதற் கவிதையில் தலைவியின் பிரிவு வெம்மைத் துயரினை ஆற்றிடத் தோழியே தூது செல்கின்றாள். அகநானூற்றில் தலைவியின் பிரிவாற்றாமையைத் தீர்த்திட தோழி தூதுவர்களை அனுப்பித் தலைவனை மீள வரச் செய்திடுகின்றாள்.

தலைவனோடு இருக்கும் இனிமை வாழ்வு

வித்யாபதியின் காதற் கவிதையில் ஊடலும், கூடலும், பிரிவும், பரிவும் குழைந்து தலைவனோடு இன்ப இனிய வாழ்வு நடத்திடும், இராதையின் மனஉணர்வுகள் பதிவு செய்யப்பட்டுள்ளன. கழிந்த இளமை வாழ்வு தலைவன் வந்தபின் இன்பம் எய்துகின்றது. கொடிய இரவு இனிமையாக மாறுகின்றது. பிருந்தாவனக் காட்டுவெளியில் இருக்கும் இராதையின் இல்லத்தில் காதல் பூக்கள் மணக்கின்றது.

“என் உடல் என் வசமே இருக்கிறது
என் காதலன் அன்பாய் இருக்கிறான்
என் சந்தேகங்கள் பறந்தோடி விட்டன
கோடி முறைகூட குயில் பாடட்டுமே
கோடி நிலவுகள்கூட இங்கு காயட்டுமே
கோடி ஈட்டியாகத்தான்
காமனின் கணைகள் பாயட்டுமே
எவ்வளவு இதமாக வேனும்
தென்றல் வீசட்டுமே
எனக்கென்ன
என்னருகே அவன் இருக்கிறான்
என் உடலும் என்னுடையதாகவே
ஒளி வீசுகிறது”

(வித்யாபதியின் காதற் கவிதைகள் -ப.95)

என்று தலைவனின் இல்லத்தில் பிருந்தாவனக் கண்ணன் என்றும் புதுக்காற்று புகுந்ததால் தலைவியின் வாழ்வு இனிமையும், இன்பமும் நிறைந்து ஒளி வீசுகின்றது. அகநானூற்றில் குறிஞ்சித்திணைப் பாடலில் தலைவி தன்னை மணம் செய்து கொண்டு இன்பமும், இனிமையும் தந்திட்ட தலைவன் குறித்தும், அவனோடு நடத்தும் காதல் வாழ்வு பற்றியும் எடுத்துரைக்கின்றாள். குன்றத் தலைவன் உயர்குடிப்பிறப்பினன். தன்னுடன் பழகியோரைப் பிரியான். நாவினாற் கொடுமொழிகள் கூறான். எல்லோரிடத்தும் அன்புடையவன். இத்தகு தலைவனைத்

தனக்குக் கூட்டிவைத்திட்ட தோழிக்குத் தலைமகள் நன்றியும் கூறிடுகின்றாள் என்று அஞ்சி அத்தை மகள் பாடல் சுட்டுகிறது.

"நல்இசை நிறுத்த நயம்வரு பனுவல்,
தொல்இசை நிறீஇய உரைசால் பாணமகன்'
எண்ணுமுறை நிறுத்த பண்ணி னுள்ளும்
புதுவது புனைந்த திறத்தினும்
வதுவை நாளினும் இனியனால் எமக்கே'

(அகம் - 352)

என்று நீண்ட தேரை உடைய அதியமான் நெடுமான் அஞ்சியின் பாண்மகன் இனிய இசைத் தமிழ் நூலின் எண்ணின் முறைப்படி இயற்றிய பண்ணைக் காட்டிலும், அவன் புதுமையாக இயற்றிய இசைத்திறத்தைக் காட்டிலும், எம் தலைவன் எம்மைத் திருமணம் செய்த நாளினும் இப்பொழுது பெரிதும் இனியவனாக திகழ்ந்திடுகின்றான். தலைவி தலைவனோடு இணைந்து வாழ்வு நடத்திடும் இன்துணை பயிரும் செயல் சித்திரிக்கப்படுகின்றது.

அகநானூற்றில் வித்யாபதியின் காதற் கவிதையில் இராதையின் வாழ்வு பிருந்தாவனக் கண்ணனின் மீள்வரவால் இனிமையும் இன்பம் நிறைந்த காதல் வாழ்வாக மணம் வீசுகிறது. வதுவை மணம் தோழியாற் கூட்டம்பெற்று தலைவனைப் புரிந்துகொண்ட குறிஞ்சித் தலைவி மண நாளிலும் இனியவளாகவும், பாண்மகனின் இசையைக் காட்டிலும் சிறப்பானவையாக இருப்பதாகவும் மகிழ்ந்து மொழிகின்றாள். குறிஞ்சிநிலத் தலைவி குன்றநாடனோடு வாழ்ந்திடும் இனிய வாழ்வில் குறிஞ்சி புரைய மலரின் தேன் தென்றல் மணம் தவழ்ந்திடுகின்றது.

நிறைவாக

வித்யாபதியின் காதற் கவிதைகள் அழகுணர்ச்சியும், காதல் எழுச்சியும் நிரம்பியவை, தமிழின் சங்க அக இலக்கியங்களின் தாக்கமும் செல்வாக்கிற்கும் உட்பட்டவை. கி.பி.10-ஆம் நூற்றாண்டில் வடநாட்டின் மீது குறிப்பாக வங்கம், பீகார் பகுதிகளில் ஆட்சி செலுத்திய இராஜேந்திர சோழன் மற்றும் கர்நாடக அரசர்கள் மூலம் திராவிடப் பண்பாட்டின் தாக்கம் மைதிலி நாட்டுப் பகுதிகளில் ஏற்பட்டுள்ளன. தென்னகப் பகுதியில் வழிபடப்பட்ட சிவன் வழிபாடு மைதிலி நாட்டில் முக்கிய வழிபாடாகும். திராவிடப் பண்பாட்டில் இருந்தே இவ்வழிபாட்டினை அவர்கள் பெற்றிருத்தல் கூடும். இராமாயணத்தின் மைதிலி மன்னன் சீதையின் தந்தை ஜனகன் சிறந்த சிவபக்தன். மைதிலிப் பகுதியை ஆட்சி செய்திட்ட மன்னர்களும் சிவ வழிபாட்டை மேற்கொண்டவர்களே ஆவார். மிதிலைக் குயில் வித்யாபதியும்,

அவர்களை ஆதரித்த மைதிலி நாட்டு மன்னன் சிவசிம்மரும் சிவ வழிபாட்டினை மேற்கொண்ட சிவ பக்தர்களே. சிவபிரானே வித்யாபதிக்கு 'உகனா' என்ற வேலையாளாக வந்து அவருக்குப் பணிவிடை புரிந்ததாகக் கர்ண பரம்பரைக் கதை ஒன்றுண்டு. அவர் இறந்தபோது எரியூட்டப்பட்ட சிதையிலிருந்து சுயமாகவே சிவலிங்கமே வெளிப்பட்டதாகவும் அது தர்பல்காவின் பஜித்ரா கிராமத்துக் கோயிலில் உள்ள சிவலிங்கம் என்கின்றனர். இதுகுறித்து மைதிலி மொழிக் கதையாசிரியர் காமினி காமாயனி, "பத்தாம் நூற்றாண்டில் கர்நாடக அரசர்கள் மிதிலையை ஆண்டபோது தெற்கத்திய கலாச்சாரம் எங்கள் பகுதியில் பரவியது. அன்று வேரூன்றிய பண்பாடு இன்றளவும் எங்களுக்கு ஆக்கமளித்து வருகிறது (திசைஎட்டும் ப.20) என்னும் கூற்று இதனை மெய்ப்பிக்கின்றது. வித்யாபதி 'அவஹட்ட' எனப்படும் மாகதி பிராகிருத வரிவடிவத்தில் (பழைய மைதிலி) எழுதியதால் வங்க மொழிக் கவிஞர் எனவும் அவரைக் கொண்டாடுகின்றனர்.

வித்யாபதிக்குப் புகழ் தேடித் தந்தவை மைதிலிக் காதல்கள் எனப்படும் காதற் கவிதைகளாகும். ராதா-கிருஷ்ணரின் காதல் பிரேமையை முன்வைத்துப் படைத்தாலும் அது ஒரு குறியீடு மட்டுமே. நிணமும் சதையும் கொண்ட மானுடர்களின் மனதில் எழுந்திட்ட ஆழ்மனக் காதலையும், உடலையும் எவ்வித மறைவு, திரைவுகள் இன்றிச் சித்திரிப்பவை. சங்க அகப்பாடல்களில் மாந்தர்களின் காதல் ஒழுக்கம் ஊனும் குருதியும் ஒன்று கலந்து காட்டப் பெறுவது போன்றே வித்யாபதியின் காதல் கவிதைகளில் ஒளிவு மறைவின்றிச் சொல்லப் படுகின்றன.

சங்க அகப்பாடல்கள் களவு ஒழுக்கத்தை நனி சொட்டச் சொட்டப் பாடுவது போன்றே வித்யாபதியின் காதல் கீதங்கள் கேட்பவர்களைச் சொக்கச் செய்து சுண்டி இழுக்கின்றன. சங்க அகப்பாடல்கள் ஆசிரிய அகவலில் இசை தழுவிப் பாடப் பெற்றவை. வித்யாபதியின் காதல் கீதங்களும் இசை தழுவிப் பாடப்பெற்றவை. தொல்காப்பியர் களவியலுக்குக் கூறும் விளக்க வரையறைகள் சங்க அகப்பாடலுக்கு பொருந்துவது போன்று வித்யாபதியின் காதல் கீதங்களுக்கும் பொருந்திச் செல்கின்றது. வித்யாபதி இராதை - கண்ணன் காதல், கூடல், ஊடலைப் பாடுவதற்கு முன்னத்தி ஆளாக விளங்கிய ஜெயதேவரையும் மிஞ்சியவராகக் காதல் கீதப்பாடல்களில் விளங்குகின்றார்.

வித்யாபதி வடமொழியில் சிவன், கங்கை, துர்க்கை வழிபாட்டு முறைகள் குறித்து சில சர்வேஸ்வரர், கங்காவாக்யாவலி, துர்கா பக்தி தரங்கிணி ஆகியவற்றை இயற்றியுள்ளார். தான வாக்யாவலி,

கயாபட்டலக ஆகிய நூல்களையும் படைத்துள்ளார். ‘லிகனாவலி’ சிறந்த கடித இலக்கியப் படைப்பாகும். ‘புருஷ பரீசா’ மனிதர்களின் தராதரத்தைக் கண்டுபிடிக்கும் உபாயங்கள் நிரம்பப் பெற்ற நூலாகும். ‘விபாகஸார’ சொத்துப் பிரிவினை குறித்த ஸ்மிருதி நூலாகும்.

அவஹட்ட மொழியில் ‘கீர்த்திலதா, கீர்த்தி பதாகா’ என்னும் இரண்டு நூல்களை வித்யாபதி படைத்துள்ளார். மைதிலி அவஹட்ட மொழி, மாகதி, பிராகிருதத்துக்கும் இன்றைய மைதிலிக்கும் பாலமாக அமைகின்றது. இவ்விரண்டு நூல்களும் அன்றைய வரலாற்றையும், மக்கள் வாழ்வையும் பதிவு செய்திடுகின்றன. ‘கோரக் விஜய’ மைதிலியில் இயற்றப்பட்ட நாடகமாகும். வித்யாபதிக்குப் புகழ் தேடித் தந்தவை அவருடைய மைதிலிக் கீதங்களாகும். வித்யாபதியின் உயிர் நண்பனான மன்னன் சிவசிம்மனும் கண்ணன் போலவே கருநிறம் உடையவன். ஆகவே, கவிஞர் வித்யாபதி மன்னனையே கண்ணனாக உருவகித்து இக்கீதங்களை இயற்றி இருக்கவேண்டும். வித்யாபதியின் முக்கியத்துவத்தை அம்மொழியைச் சேர்ந்த கதாசிரியர் காமினி காமாயனி, “வித்யாபதி பாடல்களை மைதிலியின் பண்பாட்டுக் கருவூலமாகக் கூறினால் அது மிகையல்ல. மைதிலி சமூகத்தின் அனைத்துச் சடங்குகளுக்கும் முண்டன் எனப்படும் மொட்டையிடல், உபநயனம், திருமணம் மற்றும் பல பண்டிகைத் திருவிழாக்களுக்கும் பொருத்தமான பாடல்கள் இயற்றியுள்ளார்

வித்யாபதி பாடல் இன்றி எந்தப் பண்டிகை சடங்குகளுமே நிறைவு பெறாது. வித்யாபதி வாழ்ந்திருந்த பதினான்காம் நூற்றாண்டில் முஸ்லீம்களின் படையெடுப்புகள் காரணமாக மைதிலி மக்கள் வாழ்க்கையில் பால்யத் திருமணம், கிழவர்கள் பல இளம்பெண்களைத் திருமணம் செய்துகொள்ளும் பலதார மணம் போன்ற சீர்கேடுகள் விளைந்தன. வித்யாபதி இந்தச் சீரழிவுகளை தெரிவித்துப் பல பாடல்கள் இயற்றினார். அரசவை மந்திரியாகப் பணியாற்றிய வித்யாபதியின் சமூக அரசியல் தொடர்பான நூல்களைப் படித்து என் உள்ளத்திலும் சமூக நோக்கும் அரசியல் பார்வையும் முளை விட்டன. என்று உரைத்திடுவது வித்யாபதியின் முக்கியத்துவம் மைதிலி மொழிச் சமூகத்தில் தொடர்ந்து நிலவி வருவது குறிப்பிடத்தக்கது. (பக். 131-132).

கலை வண்ணமும், எளிமையும், செறிவும், இசைத்தன்மையும் நிறைந்தவை வித்யாபதியின் காதற்கீதங்கள். சங்க அக இலக்கியங்களின் தாக்கம் வித்யாபதியின் கவிதைகளில் செல்வாக்கைச் செலுத்தியுள்ளன. சங்க அக இலக்கியங்களின் தாக்கம் இந்திய மொழிக்கவிதைகள் அனைத்திலும் உண்டு. அவை காலத்தால் முற்பட்டவை. குறிப்பாக,

அகம் சார்ந்த சங்க இலக்கியப் பாக்கள் இந்திய மொழிக் கவிதை இலக்கியத்திற்கு அற்புதமான கொடைகளை வழங்கியுள்ளன என்பதில் எவ்வித கருத்து வேற்றுமையும் இல்லையென்பதை இவ் ஒப்பீட்டு ஆய்வு நூல் மெய்ப்பிக்கின்றது.

பயன்பட்ட நூல்கள்:

1. பாலா (மொழிபெயர்ப்பு) -வித்யாபதியின் காதற் கவிதைகள், கவிதா பப்ளிகேஷன், சென்னை, பதிப்பு - 2006.
2. டாக்டர் உ.வே. சாமிநாதையர் - குறுந்தொகை, டாக்டர் உ.வே.சா நூல் நிலையம், சென்னை, பதிப்பு - 2020.
3. முனைவர் அ.மா. பரிமளம், முவைர் கு. வெ. பாலசுப்ரமணியன் - நற்றிணை (மூலமும் உரையும்), NCBH வெளியீடு, சென்னை, பதிப்பு 2004.
4. முனைவர் அ.மா. பரிமளம், முனைவர் கு.வெ. பாலசுப்ரமணியன் அகநானூறு(1,2), NCBH வெளியீடு, சென்னை, பதிப்பு - 2004.
5. முனைவர் அ.மா. பரிமளம், முனைவர் கு.வெ. பாலசுப்ரமணியன் கலித்தொகை, NCBH வெளியீடு, சென்னை, பதிப்பு - 2004
6. முனைவர் அ.மா. பரிமளம், முனைவர் கு.வெ. பாலசுப்ரமணியன் -ஐங்குறுநூறு, NCBH வெளியீடு, சென்னை, பதிப்பு - 2004
7. தி.சு., நடராசன் - தமிழ் அழகியல், காலச்சுவடு பதிப்பகம், நாகர்கோயில், பதிப்பு - 2012.
8. ம.ரா.போ. குருசாமி கபிலம், NCBH வெளியீடு, சென்னை, பதிப்பு 2009.
9. குறிஞ்சிவேலன் (ஆசிரியர்)- திசைஎட்டும், மொழிபெயர்ப்புக் காலாண்டிதழ், (மைதிலி மொழிச் சிறப்பிதழ்), ஏப்ரல் ஜுன் 2008.
10. வசந்தாள்-தமிழ் இலக்கியத்தில் அகப்பொருள் மரபுகள் ஒரு வரலாற்றுப் பார்வை, சென்னைப் பல்கலைக்கழகம் பதிப்பு - 1990.
11. ப. மருதநாயகம் - பக்தி இயக்கமும் தமிழ்க் கவிதை இயக்கமும், இராசகுணா பதிப்பகம், திருச்சி, பதிப்பு - 2019.
12. பெ.மாதையன், சங்கக் கவிதையியல் இராசகுணா பதிப்பகம், திருச்சி, பதிப்பு - 2013

❋ ❋ ❋